NGUYỄN ĐÌNH TOÀN

TIỂU THUYẾT I

Nguyễn Đình Toàn

Tiểu Thuyết I
    - *Áo Mơ Phai*
    - *Con Đường*
    - *Tro Than*

Người Việt xuất bản, California 2014

Nguyễn Đình Toàn

Tiểu Thuyết

I

Áo Mơ Phai
Con Đường
Tro Than

Người Việt

Nguyễn Đình Toàn

Áo Mơ Phai

Giải Văn Học Nghệ Thuật Toàn Quốc
Việt Nam Cộng Hòa
1973

CHƯƠNG MỘT

Hà Nội 1954.

Tháng sáu chưa hết nhưng mùa thu đã đầy hơi lạnh. Buổi chiều từ văn phòng bước ra tới cửa Tòa Đô Chính, Quang đã có thể trông thấy sương mù trên mặt hồ Gươm.

Cái mặt nước xanh biếc, nhìn qua một lớp sương, mới hôm nào đỏ rực như than hồng vì in bóng những tàn hoa phượng vĩ, bằng đi vài bữa chàng không để ý, lúc nhìn lại đã rụng hết cả hoa lẫn lá, chỉ còn trơ những cái cành đen đủi in bóng xuống mặt hồ và bầu trời ẩm đục.

Tháp Rùa, trong ánh sáng còn sót của ngày, giữa những lớp sóng lăn tăn, trông như đã lún sâu thêm xuống đáy hồ.

Phượng đã rụng hết lá, nhưng những cây khác quanh hồ và bên công viên Chí Linh, lá vẫn xanh dày, đan liền cành với nhau.

Màu xanh của lá sẫm lại trong mùa thu kéo dài sang mùa đông sắp tới, bao giờ cũng làm cho Hà Nội có một vẻ xanh xao và ủ ê. Cái màu xanh thấm lẫn vào màu sương ẩm đục tản mạn trong không khí, bám trên các lớp rêu phong của gạch ngói, nhập vào linh hồn Hà Nội, trở thành một phần nhan sắc của con gái Hà Nội.

Đó cũng là điều Quang thỉnh thoảng mang nói đùa bởn với Lan, những lúc chàng muốn che giấu sự xúc động, mỗi khi cảm

9

thấy gần như bị huyễn hoặc bởi cái vẻ xanh xao gần như yếu đuối của nàng. Những sớm mai, cùng với mặt trời mới mọc, mặt nàng bỗng rạng lên một chút máu hồng, những buổi Lan đi học về, mang theo trên mặt cái hơi nóng của những khu phố nắng, hoặc cái vẻ nhợt nhạt của các cơn gió lạnh trong trong những ngày mùa đông, sự biến đổi không ngừng của sắc diện nàng theo thời tiết, khiến Lan đôi lúc trở thành ngơ ngác. Có lẽ Lan không yếu lắm, chỉ vì nàng thiếu phơi nắng gió, thiếu hoạt động ngoài trời, nên trông nàng có vẻ một người thiếu máu. Quang thường bảo với Lan : "Cô quả là cái hàn thử biểu tốt". Lan cười bảo :"Lắm lúc em cũng muốn tập thể thao cho khỏa mạnh nhưng không dám". "Tại sao không?". "Con gái mà chân tay gân guốc coi sao được". Quang cười bảo với nàng :" Dễ gì cô đã tập được đến mức ấy". Lan đề nghị với Quang cho nàng đi bơi thuyền ở Hồ Tây.

Nhưng có điều trái ngược, sau những buổi bơi thuyền, không những nàng chẳng có vẻ gì khỏe mạnh hơn, ở dưới hồ lên, trông nàng lại còn xanh thêm nữa.

Cũng có thể vì Lan mới bắt đầu môn chơi này, lại bắt đầu vào đúng mùa Thu, trời đã lạnh, nên nàng không chịu nổi, mặc dầu đó là trò chơi nàng rất thích và vì vậy, dù có những hôm trời đã khá lạnh, nàng vẫn muốn được đưa đi bơi thuyền như thường.

Thuyền bơi ra giữa hồ, giữa nhưng cơn gió cuốn mặt hồ dậy sóng giống như một vũng biển, Lan run lẩy bẩy nhưng nhất định không chiu vào bờ. Nàng giục Quang bơi xa hơn nữa. Chỉ tới khi những hàng cây trên đường Cổ Ngư nhìn thấy đã lờ mờ trong bóng đêm gần chụp xuống và tiếng chuông đền Quan Thánh đổ dồn rung trên mặt hồ, Lan mới hoảng hốt kêu quay thuyền trở lại.

Cái lạnh làm cho da mặt Lan trắng nhợt, nhất là lúc đã lên đến bờ rồi, Lan vẫn cứ chần chờ chưa chịu đi về ngay, thành thử lắm lúc nàng làm cho Quang có cảm tưởng rờn rợn như nàng bị ma quỷ của khu hồ nhập vào người, tiếng cười của Lan nghe lanh lảnh, hoặc có khi nàng lặng lẽ xếp lại những đồ dùng, quần áo tắm, gió từ dưới hồ thổi lên vẫn không ngớt làm cho quần áo

đầu tóc nàng bay tung, những trận gió mang theo hơi nước và
các đám sương nặng trĩu từ rừng cây xanh đặc bên vườn Bách
Thảo, vẽ những đường răn reo trên mặt sóng, mùi bèo nước, mùi
rễ cây thối ủng, và xa hơn nữa, hương thơm của các vườn hoa
trong khu Ngũ Xã trộn lẫn với nhau, lẩn khuất trong đám sương
quần tụ trên mặt hồ, những đám sương dày đặc đến nỗi dường
vây kín lấy những dư âm hồi chuông của đền Quánh Thánh vừa
đổ xuống, làm cho không tan biến đi được, và khi dư âm của
những tiếng chuông đó còn vương vất trên mặt sóng, trong trí
tưởng bị huyễn hoặc, và ngay trên mặt da đã nổi gai vì lạnh, vì
những ảo giác làm cho tê điếng, những tiếng chuông nhỏ hơn,
nhưng gần hơn của chùa Trấn Quốc, phía bên kia con đường,
bên kia những hàng cây, khuất sau con dốc cao giống như một
triền đê nhỏ, lại chậm rãi gõ vào cái vắng lặng mênh mông đã
vây quanh bốn phía, đó là lúc bóng tối đã xóa hết mấy riềm cây
xanh mờ xa tít tắp, các âm hưởng trước đó còn chưa tan hết,
những thanh âm mới đã dội tới ép vào hai bên thái dương, cùng
một lúc với mùi trầm hương phảng phất, trông Lan lúc ấy chỉ
còn là một cái bóng mơ hồ, nàng cử động, đi lại, cười nói tựa
trong một giấc mơ [đối với Quang và, chính Lan dường cùng
lúc cũng nhận ra như vậy] nàng đang cặm cụi buộc lại buộc lại
sợi dây trên cái túi đựng đồ, xếp lại mấy vật dụng trong đó, chợt
ngừng tay ngửng lên nhìn Quang, hai mắt mở to dò hỏi, rồi chợt
nhận ra chẳng có gì khác cả, nàng lại cúi xuống tiếp tục công
việc. Lan nói, lúc nãy đã nghe tiếng chuông rồi bây giờ lại nghe
nữa. Quang nói, chuông lúc nãy khác, bây giờ khác, hai giọng
chuông cũng khác nhau mà. Lan cười bảo, thôi về mau lên anh
không có tối.

Hai người tới cửa Petit Đồ Sơn đã nhìn thấy những ngọn đèn
đường cháy sáng trên các lối đi.

Chùa Trấn Quốc trông giống như một ốc đảo trên mặt hồ, le
lói ánh sáng của những ngọn nến nhìn thấy sau các cành lá và
sương mù, mái chùa đen , thấp khuất tịch dưới những bóng cây,

tất cả dường rung rinh theo từng tiếng mõ trầm đều mà chỉ tới lúc đó hai người mới nghe thấy.

Chuyến xe điện cuối cùng đang kéo lê hai cái toa sơn màu xanh vàng chạy lên phía Hàng Đậu.

Lan nói :

- Mau lên anh, mình đạp theo chuyến xe đó.

Hai người cùng leo lên xe đạp của mình, chạy về phía đền Quan Thánh để đuổi theo chiếc xe điện.

Qua cửa đền Lan nói :

- Mai chúng mình lên đây xin một quẻ thẻ.

Quang hỏi :

- Cô muốn cầu cái gì ?

Lan cười :

- Mọi chuyện. Tương Lai. Hạnh Phúc. Liệu có còn được ở lại đây không hay sẽ phải đi hết.

Đó là những ngày người ta xôn xao bàn tán về cuộc chia cắt đất nước có thể xẩy ra, những nhà giầu có đã nhanh chân thu xếp của cải, bán lại nhà cửa, xuất ngoại, những người khác chỉ còn biết chờ đợi, nghe ngóng, xem chuyện gì sẽ xẩy ra. Trận đánh Điện Biên Phủ làm giảm bớt đi những tiếng nổ trong các vùng lân cận người ta vẫn nghe thấy, nhưng chính vì thế, đêm đêm cái tiếng yên lặng khác thường, càng tăng thêm vẻ nặng nề, bất trắc.

Khu chợ Đồng Xuân vẫn náo nhiệt mỗi buổi sáng, nhưng người ta đã nhận thấy hiện ra cái vẻ tạm bợ, lo âu, trên nét mặt của những người dân quê gánh đồ ra chợ bán, tất tưởi xếp quang gánh đổ về các vùng ngoại ô, hoặc đi ngược ra mé cầu Long Biên để về phía Gia Lâm. Cái rét đến sớm hơn mọi năm có lẽ cũng báo hiệu một ngày chẳng lành sắp tới. Buổi hòa nhạc được tổ chức bất ngờ ở vườn hoa Chí Linh một sớm chủ nhật vẫn thu hút một số người đến nghe.

Những tiếng hát, tiếng kèn tan loãng vào những vạt nắng trong suốt, vượt khỏi các tàn cây bay lên bầu cao vút, bầu trời giống như nỗi hoang mang chung của người Hà Nội, giọng hát lanh lảnh của Kim Nga, uyên ương chia lìa theo sương, những viên sỏi ướt sương trên các lối đi đang được ánh dương làm khô dần, bên cạnh những trái bàng chín vàng mới rụng hay đã khô trơ những sợi sơ màu nâu sẫm. Ngồi ở công viên lúc ấy, người ta có thể nhìn qua khoảng trống của các thân cây trồng trên bờ hồ thấy màu sơn đỏ của cầu Thê Húc, đền Ngọc Sơn với mấy khung tường vôi trắng vừa được quét lại và những khóm lá xanh bóng, sáng choang dưới ánh mặt trời, trông như vừa được rửa, xa hơn nữa là những cây liễu rủ những cành thướt tha bên cạnh nhà Thủy Tạ.

Phút chốc cả khu phố sáng bừng trong ánh nắng, những hơi sương mỏng manh tan biến mau chóng, màu vôi nám đen của Tháp Rùa hiện ra rõ ràng đến nỗi, thoạt nhìn, người ta có cảm tưởng trông thấy cả những mảnh vôi khô cong bong ra khỏi tường, và mặt hồ trong xanh như con mắt long lanh nước mắt, những ngấn nước chói ánh mặt trời giống như những đồng tiền mới.

Bên kia hồ, những biệt thự, những ngôi nhà mái đỏ, vừa mới đây còn khuất sau những bụi cây, còn được che phủ bởi những đám sương, chợt hiện ra rạng rỡ, những viên ngói đỏ tươi, hơi sương đang dần dà bốc đi, mỗi lúc như càng lấy thêm được màu son thắm. Trên các lối đi quanh hồ, tiếng guốc reo vang như mang cùng nhịp đập với những trái tim thiếu nữ, sớm chủ nhật đi thăm bạn, đi lo những công việc nhỏ nhặt trong gia đình, những cặp tình nhân trời mới hửng nắng đã mỏi chân, rủ nhau vào ngồi trong mấy quán nước bên hồ.

Nhìn sâu về phía sau công viên, nhà ngân hàng cao, xây bằng đá xám, trông như một pháo đài kiên cố.

Đó là nơi Lan mỗi buổi sáng đi học đều đạp xe ngang qua, con đường rộng và quang đãng nhất thành phố, những ngày nghỉ học các cô nữ sinh thường dựa xe trên vỉa hè, trèo lên những bực thấp đứng chụp ảnh, phơi nắng, rồi từ đó, ríu rít đi tới nhà bác cổ, ra bờ sông, băng ngược lên Nhà Hát Lớn thành phố, vào mùa sấu trổ bông, hoa sấu rơi lấm tấm trên mặt đường, hoa sấu nhỏ, màu trắng ngà pha lẫn màu cẩm thạch, thơm mùi thơm của trái nhiều hơn hoa, cái mùi rơn rớt chua, vào mùa sấu chín, những trái sấu chín vàng biến dần sang màu đồng đỏ, lốm đốm những vết thâm, đó là lúc tất cả hương hoa và chất chua đã biến thành chất ngọt rụng trên mặt đường, các cô học trò đi qua có thể ngừng xe xuống nhặt bỏ trong cặp mang vào lớp học.

Những chiếc áo tím, những tiếng cười trong trẻo của các thiếu nữ vui đùa với nhau, dường như được cái êm ả của sớm mai, sớm mai mà cái lạnh đã làm cho không khí trong hơn, giọng cười như những mũi nhọn xuyên thẳng vào những quãng không mềm dịu, và sương mai cùng với mặt trời vừa tầm lạnh vừa hơ khô, những tiếng cười dường đang biến thành những giọt ánh sáng bay loang loáng trên lưng chừng các hàng cây, và trong nhhững cơn mê hoặc, những thời khắc lạ lùng mà chỉ sống ở Hà Nội người ta mới thấy được, nhưng phút mà sự đổi thay của thời tiết đã ảnh hưởng nặng nề đến cảm giác và thần trí, người ta bỗng tưởng như nghe thấy cả mùa thu cười nói, nồng nàn, óng chuốt cái óng chuốt của những sợi lông măng trên những trái mơ, căng đầy thứ nước ngọt dưới lớp da mỏng của những trái nhót chín, trên những cây lúc lắc, các trái lúc lắc bắt đầu cong và khô đen lại, nhưng màu đen mới chỉ loang hết phân nửa trái, nửa kia vẫn còn giữ nguyên màu xanh, đó cũng là dấu hiệu mùa thu chưa già, cái nắng rực rỡ mau chóng làm khô không khí, làm cho hơi thở nhẹ hơn, những tia nắng chiếu lọt qua đám lá sồi to bản bắt đầu loang trên các lối đi trong công viên, tiếng hắc tiêu nghe gắt hơn, và các khán giả ngồi nghe buổi hoà nhạc cuối cùng đã cảm thấy hơi nắng thấm vào trong ngực đang dần dà làm cho ấm.

Lan nói :

- Cứ nghĩ đến lúc phải bỏ Hà Nội em thấy xấu hổ quá.

Quang hỏi :

- Xấu hổ ? Nhưng ai nói với cô là sẽ phải bỏ ? Một thành phố như thế này…

- Không. Cứ tưởng tượng như thế.

- Cô có biết bản nhạc họ đang hoà tấu đó là bản gì không ?

- *Bến Xuân Xanh* của Dương Thiệu Tước.

- Tại sao lại chơi nhạc xuân giữa mùa thu?

- Cho đỡ lạnh, chắc thế.

Lan nói và cười với Quang. Lan cười và Quang nhìn thấy những chiếc răng trắng nõn của nàng kề kề sát ngay bên má. Hai người nói chuyện thì thầm, vì sợ những người ngồi bên cạnh phiền lòng, thành thử dù nghe Lan nói Quang vẫn phải tảng lờ như chẳng nghe gì hết, và cả hai phải làm bộ như đang nghe nhạc. Quang không biết Lan có nghe được hết khúc nhạc chăng, riêng chàng chỉ nghe loáng thoáng từng đoạn nhỏ rõ nhất là những đoạn có tiếng hắc tiêu.

Quang bảo với Lan :

- Nghe hết bản nhạc này mình về.

Lan nói :

- Đi chứ không về.

- Đi đâu ? Cô muốn đi đâu ?

- Đi chơi. Đi xin thẻ. Anh không nhớ hôm nọ mình đã định đến đền Quan Thánh xin thẻ à?

- Sao không xin ở đền Ngọc Sơn?

- Không. Định xin ở đâu phải xin ở đó mới linh chứ.

- Thôi được, đâu cũng được.

Lan đề nghị :

- Hay là em xin ở Quan Thánh, anh xin ở Ngọc Sơn. Như thế mình sẽ có hai thẻ và không mất lòng ai cả.

Quang cười :

- Nhưng mà cô sợ mất lòng ai mới được chứ ?

Lan đáp :

- Thì mất lòng Thần Thánh cũng là mất lòng.

Hai người lấy xe đạp để tựa vào nhau trên bãi cỏ sau ghế ngồi, đạp ngược lên phía Hàng Đào.

Lan hỏi :

- Mình lên đền Quan Thánh trước?

Quang không nói gì. Chàng yên lặng đạp xe bên cạnh Lan.

Ở Hà Nội các phố không xa nhau lắm, nên đi xe đạp trong thành phố là một cái thú. Trời vẫn nắng đấy nhưng không còn nồng nực. Gió heo may đã thổi về là sẽ ở lại cho đến khi những trận gió lạnh buốt của mùa đông ào tới cuốn đi mất. Hầu hết các khu phố Hà Nội đều có bóng cây che phủ hai bên lề đường. Đi từ phố này sang phố khác là đi dưới bóng cây và xác lá rụng đầy đường, mặc dù các người phu lục lộ sáng nào cũng quét dọn từ lúc trời còn sớm tinh mơ.

Trước cửa chợ Đồng Xuân, là chỗ hai tuyến tầu điện xuôi và ngược chiều tách đôi tránh nhau, cũng là bến để hành khách lên xuống, tiếng chuông xe điện, chuông xe đạp, kèn xe hơi, thường khua rộn rã, và từ phía trong chợ, tiếng ồn ào bay thoát ra các khe hở trên tường và trên cái nóc cao lợp mái xám, nghe rào rào như một tổ ong vĩ đại, cái tiếng rào rào đó người ta còn có thể nghe thấy khi đã đi tới ngõ Hàng Khoai hay bon theo con đường xe điện lên phia Hàng Đậu.

Ngay đầu chợ phía bên ngoài là một cái quán cho thuê sách mà Quang là khách hàng quen thuộc từ khi còn đang đi học. Ngày đã đi làm rồi, mỗi khi đi qua tiệm sách Quang vẫn thấy nhớ những buổi sáng hay buổi chiều mưa phùn, chàng đã đứng lân la chọn thuê những cuốn sách, tên được ghi trong một cuốn vở học trò bìa đóng bằng giấy dầu dày cộm. Chủ tiệm là một người đàn ông đứng tuổi xanh xao, bên cạnh bà vợ mập mạp, thay nhau dò tìm những cuốn sách trong các hộc, kệ, để đưa cho khách hoặc cất trả vào chỗ cũ, tất cả các cuốn sách cho thuê cũng đều được chủ nhân bọc thêm một lớp giấu dầu ngoài bìa, cuốn nào dày dày một chút sẽ được san làm hai, làm ba, các truyện kiếm hiệp thì nhiều hơn., mươi mười lăm tập, thường thường các sách đã cho thuê hay được người thuê trả lại, đều được ghi chép rõ ràng trong sổ, nhưng cũng có khi chủ nhân chưa kịp ghi đã có người hỏi thuê tiếp, đó là những trường hợp khách phải chờ đợi giây phút để hai vợ chồng chủ quán tìm kiếm loanh quanh trong các kệ, trước khi cho biết sách đã có người thuê rồi. Quang là khách hàng quen đến nỗi, có khi chàng hỏi thuê một cuốn truyện nào đó, chủ nhân trả lời ngay rằng 'cuốn đó cậu đọc rồi'. Quang đã quên hẳn việc đó, cứ cầm cuốn sách lên xem, và quả nhiên thấy là cuốn mình đã đọc rồi thật. Chàng không hiểu làm thế nào hai vợ chồng người chủ quán có thể nhớ hết được khách hàng như vậy. Hà Nội không thiếu gì những quán cho thuê truyện, nhưng chính nhờ trí nhớ đặc biệt của hai vợ chồng người chủ quán mà một số lớn học trò Hà Nội thích đến đây thuê.

Riêng Quang còn cảm thấy thích cái quán sách đó vì đứng ở đấy chàng có thể ngửi thấy mùi vị của khu bán vàng hương và hoa trong chợ, cái mùi mà khi đi đến đầu Hàng Mã người ta cũng ngửi thấy. Chính ở phố hàng Mã, vào những ngày rằm, mùng một, dịp tết nhất, những người thợ mã đã mang cả hàng ra lề đường trước cửa để làm. Mùi hồ, giấy bản, mùi tre ngâm chẻ mỏng để làm khung cho các thoi vàng, nhà táng, phảng phất với mùi trầm hương lưu cữu bao nhiêu năm, bao nhiêu đời cha con, đã tạo thành cái mùi vị đặc biệt của khu phố. Cũng vào những ngày rằm, mùng một đó, các người bán hoa rong, quẩy những gánh hàng đến ngả chiếc đòn gánh xuống ngồi lên trên bán hoa, những đoá hoa khác nhau được hái rời từng đoá, khi có người mua, hoa được gói chung trong một mảnh lá chuối buộc bằng một sợi cói đưa cho khách, những bông hoa tươi luôn được rẩy nước để giữ vẹn vẻ thắm, hương của những đoá hoa đó, tẩm lẫn với mùi vàng mã, làm thành cái mùi ngây ngất thường thấy trong các đền miếu.

Đứng ở cái quán sách đầu chợ Đồng Xuân, Quang thường bị cái mùi thơm đó huyễn hoặc, một nửa dường như nó muốn làm cho mê đi, một nửa nó gợi lại những kỷ niệm ngày còn bé được theo người lớn đi lễ các đền, chùa.

Đã có lần Quang hỏi Lan, đứng ở đây cô có ngửi thấy mùi gì lạ không? Lan nhăn nhăn mũi làm như đánh hơi, sau đó cười bảo, đứng ở cổng chợ mà ngửi thì có trăm thứ bà rằn làm sao phân biệt được. Quang nói, vậy thì thôi. Lan nói, thôi sao được, anh đã hỏi thì phải nói cho em biết chứ.

Quang cười, cùng đứng ở một chỗ cô không thấy gì, tôi nói ra sao được.

Và Quang nhất định không chịu tiết lộ cho Lan biết cái mùi vị đặc biệt khứu giác chàng đã nhận thấy. Quang cũng ngại, vì, nếu chàng nói ngửi thấy mùi hoa, nhưng Lan lại cho là nàng ngửi thấy mùi cá thì sao ?

Một buổi chiều, khi hai người có việc đi qua quán sách gặp cơn mưa, phải ghé vào trú, nói là trú mưa, thực ra quán chỉ làm chìa ra ngoài một mái hiên nhỏ, đứng đó có thể vẫn bị mưa hắt ướt, lúc đó trời đã gần tối, khu chợ vắng vẻ, Quang và Lan đứng xây lưng ra đường cắm cúi coi những cuốn sách bầy trên sạp, lật những sấp truyện in từng kỳ 16 trang bán hai đồng, những tập truyện của Lý Ngọc Hưng, của Thanh Đình, Quang bảo với Lan, tiệm sách này là thư viện bình dân đầy đủ nhất thành phố. Cô có thể tìm bất cứ cuốn nào của các tác giả thời danh ở đây. Đó là điều Lan lấy làm thích thú. Nàng bảo, có nghe nói đến việc cho thuê truyện, nhưng không ngờ lại đủ các sách như vậy. Quang cười, nếu cô thuê về xem, cô còn được đọc những lời phê bình thần sầu quỷ khốc của các độc giả viết lung tung trong đó. Lan nói, anh thuê cho em một cuốn coi thử xem. Đúng vào lúc đó, trận mưa bỗng đổ xuống ào ào như thác lũ, hai người phải đứng nép thêm vào phía trong, chưa kịp nói với chủ quán đưa cho cuốn sổ ghi những tên truyện, trong một cơn gió đầy hơi nước thổi tạt, Lan bỗng bảo với Quang, ua cái mùi gì lạ quá nhỉ. Cái mùi ấy Quang đã biết từ lâu, nhưng bây giờ Lan mới biết. Nhưng Quang vẫn giả vờ hỏi Lan, mùi gì? Trong cái lạnh lẽo của buổi chiều mưa ẩm, mùi thơm của hương hoa và nhang trầm dường như không thể bay xa được, do đó, trở nên nồng hơn, cuốn quýt trong những hạt bụi nước.

Lan nói :

- À, em nhớ ra rồi. Đây chính là cái mùi mà anh hỏi em hôm nọ phải không ?

Quang cười bảo :

- Sao bữa đó cô nói không thấy ?

Lan nói :

- Thấy chứ. Nhưng nó lẫn với nhiều mùi khác, không rõ như bữa nay. Mới lại...

- Sao?

- Em cứ tưởng là mùi hương mình ngửi thấy khi đi qua Hàng Mã còn sót lại.

- Cũng có thể chứ.

- Đúng đấy, rõ ràng mùi thơm này ở Hàng Mã cũng có mà.

- Thì ở đó người ta cũng bán cùng một thứ hàng với khu chợ này.

- Thế hả?

- Hôm nào chúng ta thử vào trong chợ xem.

- Sao không vào ngay bây giờ ?

- Nhưng chợ sắp vãn rồi. Mình còn phải đi nữa.

- Đã hết mưa đâu.

Lan nói vậy nhưng hai người cũng dẹp ý định vào vào hẳn trong chợ bữa đó và phải chờ đến tuần sau mới làm được việc này, hôm đó trời cũng mưa.

Hàng bán trong chợ đều được bầy trên những kệ gỗ cao, dẫy bán hoa được xếp trên những bục thấp hơn, và trên lối đi, những người bán hoa rẩy nước hoài làm cho ướt, bước đi trong dẫy này giầy dính bùn láp nháp.

Lan nói :

- Vào đây nhiều hoa quá nhức đầu, ở xa ngửi thích hơn.

Quang bảo :

- Nhưng nhìn khoái mắt. Cô không thấy những sấp vàng hương kia đẹp sao?

- Đẹp thì có đẹp nhưng khổ thân đôi giầy của em quá.

Bên cạnh những thẻ hương màu son là những thếp vàng lá,

vàng hồ có gắn những miếng gương tròn nhỏ, ánh sáng lóng lánh hắt đi hắt lại từ những miếng gương đó làm sáng hẳn sạp hàng, cho nhìn thấy rõ mặt những người bán hàng.

Một cô gái còn rất trẻ, trạc tuổi Lan, ngồi khuất trong một góc quầy, nhìn Quang và Lan bằng đôi mắt tò mò, hai má cô đỏ hồng, càng đỏ hơn vì phản ánh màu son của các bao hương và giấy mã thiếp bạc.

Lan hỏi Quang :

- Anh có muốn lễ bái gì không?

Quang nói :

- Có được vợ như cô ấy, chết khỏi sợ làm ma đói.

Lan bảo :

- Nhưng lấy mà chưa chết thì sao?

- Thì cứ làm anh hàng mã cái đã. Nghề này cũng hay đấy chứ. Cô ấy được ướp hương trầm cả ngày thế ắt thơm lắm.

- Giá cô ấy nghe được anh nói gì nhỉ.

- Cô thử nhìn xem, một người lúc nào cũng có cả trăm cái gương quanh mình thế kia dù chẳng phải người ưa làm dáng cũng có thể trở nên đẹp, huống hồ...

- Huống hồ sao?

- Huống hồ người lại đẹp sẵn thế kia. Thật là nghìn vàng vây bọc.

- Này, coi chừng, toàn là vàng giấy cả đấy.

- Thì vàng nào chả là vàng. Nếu vàng của cô ấy chẳng tiêu được lúc này, chết tiêu cũng được, có đi đâu mà thiệt.

- Thật là chí tình. Đến thế mà anh chỉ dám nói với em có uổng không.

- Cô đừng lo, tôi cứ khấn khứa rồi cũng đến tai nàng mà.

Vào lúc hai anh em còn nói chuyện đùa cợt với nhau đó, hình như có linh tính báo cho cô hàng vàng hương biết, có người nói trộm mình, cô quay nhìn hai người, Lan bắt gặp cái nhìn này và cả hai bên đều hơi bối rối, cùng cố làm ra vẻ tình cờ nhìn nhau vậy thôi.

Quang bảo :

- Đi ra chứ ?

Lan cười :

- Hình như bén tai nàng thật rồi đấy.

Quang vội vàng kéo Lan đi :

- Thì tôi đã bảo mà.

Lan lẳng lặng đi theo Quang và hai người quay ra khỏi chợ.

Lan nói :

- Làm gì mà anh đi như bị ma đuổi thế ?

Quang vẫn rảo bước bảo :

- Tạnh mưa rồi.

Lúc đó chợ cũng bắt đầu vãn, mọi người đã sắp xếp đồ đạc sửa soạn ra về. Nhiều quán hàng cửa đã đóng. Nhưng trong chợ cái tiếng reo hơi kỳ lạ vẫn nghe thấy một cách rõ ràng, tiếng reo hơi chứ không phải cái tiếng rì rầm của nhiều tiếng đông nhỏ hợp lại đôi khi đi ở phía ngoài chợ người ta cứ tưởng như vậy.

Những thanh âm nghe thấy vọng qua quãng đường vắng rộng trước mặt, từ trong chợ vắng tới sau lưng, tiếng bánh xe điện lăn trên đường sắt, tiếng nặng nề của những chiếc xe vận tải nhà binh chạy ào ào reo trên mặt nhựa ướt dính, cơn mưa làm cho bầu trời tối sầm và như rớt vào một cơn mê hoảng, tất cả được cuốn bay, được cuộn tròn trong những cơn gió đã đủ lạnh để làm rợn gai ốc khắp người.

Quang hỏi Lan :

- Cô có lạnh không ?

Lan ngửng lên bầu trời u ám, da mặt nàng thấm hơi nước trắng xanh, cười một mình. Nàng không muốn ra đường, nhưng những tiếng động, những hình bóng xe cộ, người đi lại vùn vụt trước mặt, những người đàn bà quang gánh trên vai, nón đội tùm hụp, lầm lũi đi mau về các ngả, tạo thành một sự thúc đẩy mơ hồ nhưng mạnh mẽ, khiến nàng không thể đứng yên, Lan có cảm tưởng cái vẻ gấp gáp, rộn ràng, cái vẻ thoi thóp của buổi chiều dường đã nhập vào nhịp đập của tim làm cho bối rối.

Lan nói :

- Cũng hơi lạnh.

Quang bảo :

- Muốn đi xe về hay muốn đi bộ ?

Lan nói :

- Việc gì phải đi xe. Lội mưa một lúc chơi.

Họ lại dừng trước quán sách. Quán đã được thu dọn gần xong. Sách, báo đã được xếp cất trong mấy cái thùng bọc kẽm để xuống gầm kệ, chỉ còn lại một ít trên mặt sạp. Hai vợ chồng chủ quán đang tiếp tục xếp những cuốn sách cuối cùng vào trong chiếc thùng sắt còn lại.

Thấy Quang và Lan trở lại, ông ta hỏi :

- Chưa về à?

Quang nói :

- Chúng tôi vừa vào trong chợ.

Người vợ bảo với Lan :

- Cuốn sách cô hỏi chúng tôi đã tìm thấy nhưng bỏ vào trong hòm khóa lại rồi, nếu muốn lấy, ngày mai trở lại.

Lan cười bảo :

- Vâng. Ngày mai rảnh, chúng tôi sẽ trở lại.

Trời tiếp tục mưa. Mưa như vậy chưa biết bao giờ mới tạnh. Đứng đợi thì sốt ruột, đi không tránh khỏi ướt, hai anh em cứ chần chừ mãi chưa bước xuống đường.

Sau cùng Quang bảo với Lan :

- Mưa thế này chắc không đi bộ được đâu. Chờ chuyến xe điện tới, mình leo lên đi cho rồi.

Lan lại ngửa mặt ngó trời bảo :

- Tùy anh.

Vừa nói hai người đã nghe tiếng chuông leng keng của chuyến xe từ phía Hàng Đậu đang chạy tới.

CHƯƠNG HAI

Chuyến xe điện chạy tới đậu trước chợ, trời mưa, xe khá đông. Xe từ phía bờ hồ chưa chạy lên, nên chuyến xe vừa tới phải ngừng lại đợi. Chặn đường trước chợ cũng là quãng đường đôi để hai xe tránh nhau trước khi xe lại chạy vào con đường một.

Lan nói :

- Mình đáp xe này về chợ Hôm luôn.

Hai anh em băng qua đường. Trân mưa làm cho bụi đất trên mặt lộ biến thành một lớp bùn mỏng. Lan bước đi có những vết bùn nhỏ bắn lấm tấm trên quần áo. Hai người leo lên tầu kiếm được hai chỗ ngồi ngó ra ngoài.

Mưa vẫn trút xuống bên ngoài. Hành khách hình như cũng bị ảnh hưởng bởi thời tiết, mặt mũi đều có vẻ đăm chiêu, lạnh lùng. Trong khói mưa của buổi chiều, Hà Nội dường chìm trong một giấc mơ non, giấc mơ khi giấc ngủ chưa thành, chiều chưa hết hẳn, đêm chưa tới, tất cả còn nửa chừng, nửa vời.

Hai chiếc xe đã gặp nhau từ lúc nào, Lan nhìn thấy loáng thoáng những bóng người bên kia cửa sổ, những tiếng chuông điện leng keng, những hạt mưa bay tạt bám trên mặt và tiếng rì rầm của bánh xe lăn trên đường sắt, xe đã qua gần hết Hàng Đào. Nàng cũng ngồi yên lặng bên cạnh Quang không nói gì.

Xe ngừng ở trạm bờ hồ.

Sương mù và hơi nước tụ lại với nhau thành một tâm màn mỏng bao phủ khắp khu phố, trên mặt hồ, những con sóng lấp lánh ánh đèn màu của các cửa tiệm hắt xuống.

Lan hỏi Quang :

- Anh có muốn xuống đi bộ một quãng không ?

Quang hỏi lại :

- Cô không sợ lạnh à?

Lan cười :

- Sợ.

- Sợ sao còn muốn đi?

- Hồ đẹp quá.

- Thì lúc nào chẳng vậy.

Lan không nói gì, nhưng trông vẻ mặt nàng có vẻ như không nghe thấy câu nói sau cùng của Quang. Nàng đang bị huyền hoặc bởi cái vẻ mờ ảo của mặt hồ, từ đó, những trận gió cuốn theo những đám khói sương bay lẩn quẩn uà tới hai người những hơi lạnh, cái lạnh rơn rớt của mùa thu đang bị hơi nước làm cho lạnh hơn một chút. Hồ Gươm vào những ngày nắng ấm, vào mùa xuân hay mùa hè, giống như trái tim của Hà Nội, lao xao những đợt sóng xanh biếc, như nhịp máu rộn ràng đập theo cơn vui, hay ít nhất không vương chút phiền muộn nào, của thành phố. Về mùa thu, hồ lại có vẻ giống như con mắt buồn bã, và mùa đông đôi khi mặt hồ in bóng của bầu trời sáng lạn một cách khác thường, hồ như nước mắt còn sót của bao thế hệ điêu linh và hùng tráng, lúc nào cũng long lanh, cũng còn không ngừng xúc động. Cũng có những hôm mặt hồ phẳng lặng như một tờ giấy, cả những con cá nhỏ cũng lặn đâu mất, mùa đông lạnh cóng dường muốn làm cho cả khối nước đông lại thành một cái hồ bằng cẩm thạch. Cả hồ, cả người, cả thành phố thở chung một sự giá buốt, mặt trời có khi cả ngày không thấy bóng. Các đám mấy mang nặng những trận mưa rào, những trân mưa trút xuống như thác lũ, những trận mưa không thể rợi xuống vì lạnh, những buổi chiều gió và sự băng giá đã làm cho khô se da mặt dù không có một chút nắng, và mọi vật cứ tưởng tượng thì dường như đều có vẻ ẩm ướt, mà thực vậy, mọi người đều thở ra khói ở miệng, người ta có cảm tưởng những đám khói do chính mình thở ra đó sẽ biến thành hơi nước bám trên mặt, nhưng sờ tay sẽ chỉ thấy sự giá lạnh khô khan, mùa đông đã làm cho những người mắc chứng đau phổi sợ hãi, cái vẻ xanh xao của họ càng trở nên nhợt nhạt, hơi lạnh người ta thở vào trong phổi dường như cái cơ thể bệnh hoạn không còn đủ nhiệt lượng làm tan ra, điều hòa, ngày này qua ngày khác, mấy tháng mùa đông làm cho những người mắc chứng bệnh này yếu ớt thêm một cách mau chóng, người ta mong ngóng mặt trời, ao ước những ngày nắng ấm, chờ đợi một cách âm thầm, buồn thảm, bởi vì mùa đông còn rất dài, và người ta sợ hãi lẫn nhau, trốn tránh người này người khác, soi lấy sắc da mất dần ánh máu của mình.

Quang và Lan bỏ xe điện xuống đi bộ. Mưa làm cho đêm xuống mau hơn. Mặt hồ trong phút chốc chỉ còn là một khoảng tối đen, trừ những chỗ có ánh đèn phản chiếu.

Gió mỗi lúc thêm lạnh.

Chuông nhà thờ lớn đổ ngân nga trong cái vắng lặng thoi thóp của ngày vừa đi hết và đêm buông xuống. Những giọng chuông tan trong không khí lạnh lẽo, tạo nên một sự ấm áp tưởng tượng.

Đứng từ ven hồ bên này trông sang con dốc Hàng Trống, nhìn sâu hơn nữa trên lối rẽ sang nhà thờ, những ánh đèn bị các cành cây che phủ, người ta chỉ còn thấy một quãng đường nhỏ, ướt nước mưa, phản chiếu ánh điện bóng loáng.

Quang bảo Lan :

- Lại lên xe về chứ. Lôi bộ thế nay đến bao giờ ?

Lan nói :

- Đi hết quãng đường này, đến chỗ mấy quán bán hoa hãy hay.

- Không mỏi chân à ?

- Mỏi. Nhưng còn đi được.

Hai người đi qua cái vòm cổng nhỏ xây ngay trên giữa lối

đi, nơi hàng ngày, nhất là những ngày mùa đông, một người Tầu già vẫn ngồi bán lạc rang, học trò và cả những người lớn nữa, đi qua quãng đường này không thể không nhớ tới người Tầu đó, mua một gói lạc bỏ trong túi, những hột lạc đã được người bán lựa chọn, hạt nào hạt ấy mẩy tròn, luôn luôn được ủ nóng hổi, hơi nóng toả lan trong túi làm ấm người. Người Tầu bán lạc rang này phải được kể là tay vô địch trong nghề về cách lựa chọn lạc, cách rang và bốc bán cho khách hàng. Lạc không bao giờ được gói sẵn, chỉ khi có người mua mới được bốc gói trong giấy. Ông lão có một bàn tay kỳ diệu, mỗi vốc lạc lão giao cho khách hàng, có người đã thử kiểm chứng bằng cách đếm lại, không thấy có sự chênh lệch dù chỉ một hạt.

Cũng trên quãng đường này, dân thành phố mỗi năm một vài lần được đọc một vài cái biển quảng cáo về các buổi trình diễn kịch tại Nhà Hát Lớn thành phố. Nét chữ viết bằng phẩm màu đã bị nước mưa làm cho nhòe nhoẹt, mặc dầu người ta đã cẩn thận để tấm biển sát dưới một gốc cây cho đỡ ướt.

Lan nói :

- Mình phải đi xem buổi trình diễn này.

Tôi cười bảo Lan :

- Cứ theo cô thì mình có nhiều việc phải làm quá.

Lan bảo :

- Biết đâu đây chẳng là lần cuối cùng.

Quang nói :

- Cuối cùng sao được.

- Nếu đất nước bị chia cắt thật thì chẳng biết đến bao giờ mới được coi lại thật ấy chứ.

- Một hai năm, ba năm, rồi cũng đâu vào đấy.

- Không, anh không có cái năng khiếu của đàn bà con gái, anh không biết được đâu.

- Năng khiếu gì ?

- Chỉ có hai cách để hiểu một chuyện gì đó, hoặcngười ta biết ngọn ngành, hoặc người ta nhờ đến cái năng khiếu ấy.

- Cô nghĩ nếu chuyện xẩy ra, sẽ lâu dài sao?

- Em không biết . Nhưng em linh cảm nó sẽ không dễ dàng như người ta tưởng hay mong ước.

- Cô muốn đi hay ở lại ?

- Điều này đối với em lại càng khó. Em làm sao quyết định được.

Mặc dầu trời đã nhá nhem, nhưng bên kia đường, mấy người đàn ông vẫn chúi mũi đọc những bản tin của Việt Nam Thông Tấn Xã treo trên một tấm bảng. Thành phố trong phút chốc đèn được thắp lên khắp ngả, ánh đèn cho nhìn thấy rõ hơn màu sương trắng đục lẩn khuất quanh những tàn cây. Những người thợ làm việc muộn cũng đang lần lượt cuốc bộ hay đạp xe trên đường ra về, những người thợ điện mặc quần áo xanh, mấy quán hoa đã đóng cửa, tin tức về trận Điện Biên Phủ càng ngày càng đè nặng trên thành phố, các gia đình có thân nhân được đem tới Điên Biên Phủ không thấy trở về, những người sắp được đưa đến đó, người ta được nghe kể về những chuyến nhẩy dù chỉ còn là những cuộc ném quân xuống biển lửa đạn chằng chịt, những trận đánh bùng nổ ở nhiều chỗ khác nhau trong cùng một lúc làm cho thành phố bỗng nhiên vắng hẳn bóng những người lính Tây, thỉnh thoảng vài chiếc xe nhà binh chạy không hay chở đầy nhóc lính nhắm ngả phi trường Bạch Mai phóng tới.

Những người giầu có bỏ đi làm cho những người nghèo ở lại thêm lo lắng, họ chỉ còn biết chờ đợi, nghe ngóng xem chuyện gì sẽ xẩy ra, chẳng thể tiên liệu sẽ phải làm gì ngoài việc hàng ngày trông đợi đọc những tờ báo, mở máy thâu thanh đón nghe những tin tức mới nhất về cuộc hội nghị ở Genève, những tin tức được loan truyền từ các đài phát thanh ngoại quốc, sau đó mới tới lượt các đài trong nước loan truyền lại, bao giờ cũng chậm trễ, phần lớn các tin tức lại bị cắt xén hoặc có khi bỏ hẳn, cách loan truyền tin tức này càng làm cho dân chúng hoang mang, lo lắng hơn nữa.

Người ta không còn biết hoàn cảnh thật của mình ra làm sao. Hàng ngày đi làm, qua các trại lính, Quang nhìn vào thấy thưa vắng dần, chỉ còn lại những người lính văn phòng, những sĩ quan tham mưu cao cấp, chắc vậy, những người luôn giữ vẻ mặt trầm tĩnh, bình thường, nhưng nhìn vào cái sân cờ vắng vẻ, sân cờ của trại lính đối diện với rạp chiếu bóng Majestic, một lá cờ bay trong khoảng không, cái sân cờ rộng lớn chỉ thỉnh thoảng mới thấy một người lính ôm tập hồ sơ băng ngang, người ta dường trông thấy sự hoang mang, trống rỗng ở đâu đó, ở khắp mọi nơi. Những trận đánh đã xảy ra trong các vùng rất xa Hà Nội, nhưng đêm đêm, tiếng bom, tiếng đại bác nổ liên hồi vẫn làm rung chuyển thành phố, những cái tiếng ì ầm đó dường như chẳng có lúc nào thoát ra khỏi tâm trí người ta cả, luôn luôn nó còn đủ ảnh hưởng làm cho máu trong người ta sóng sánh, gây nên sự choáng váng, mỏi mệt, lo âu.

Lan dừng lại ở chỗ mấy quán hoa đã đóng cửa. Nàng muốn băng qua đường sang hè phố bên kia, nhưng một nửa nàng lại muốn sang mé nhà Gô-đa, nơi các cửa hàng cũng đã đóng gần hết.

Quang bảo Lan :

- Nếu cô cứ đổi ý hoài như thế này, đêm mới về đến nhà.

Lan bảo :

- Lâu lâu mới được đi chơi mà.

Nhà hàng *Taverne Royale* vẫn còn đông khách như thường, những người khách ngoại quốc, những sĩ quan không quân và hải quân Pháp đang ngồi nói chuyện, uống rượu quanh những người đàn bà tóc vàng và tóc đen. Một vài người đàn ông Việt Nam ăn mặc tề chỉnh, các công chức, các người làm trong mấy hãng thông tấn và các nhà báo, tan sở, đã làm xong những bản tin buổi chiều, ra đó ngồi xả hơi, đọc các bản vỗ của tờ báo sẽ phát hành, đọc lại một lần nữa những tin tức mới nhất vừa nhận được, họ ngồi túm lại với nhau, cũng có những người ngồi một mình.

Dưới ánh sáng choang, các sĩ quan hải quân với những bộ đồ trắng làm nổi bật dãy huy chương đeo trước ngực và lon vàng trên hai vai, họ cười đùa , nói lớn với những người đàn bà cùng giống và những người đàn bà Việt Nam ngồi lẫn lộn trong đám, hầu hết những người đàn ông mặt đều đỏ gay, mấy người đàn bà ngửa cổ thở khói thuốc lá, cười rung rinh cả người, né tránh hay chìa má đón những cái hôn. Cảnh nhìn thấy làm Lan có vẻ ngạc nhiên.

Nàng nói :

- Bây giờ mình đi qua hẳn bên ấy. Anh làm bộ đi chậm lại để em thử nhìn kỹ một lần xem sao.

Quang cười bảo :

- Cô chưa thấy quán ấy bao giờ à?

Lan bước xuống lối đi dành cho người đi bộ được đánh dấu bằng hai lằn đinh trắng.

Lan bảo :

- Thấy chứ, nhưng bao giờ cũng chỉ nhìn thấy thoáng thôi.

Hai người qua tới hè bên kia. Quán hàng bày bàn ghế ra ngoài hiên, trên hè đường, những bộ bàn ghế bằng mây đã lên nước bóng.

Lan làm bộ bị tuột giầy, ngừng lại, cong chân lên đeo lại quai sau gót, nhìn vào trong quán. Những tiếng cười nói bây giờ nghe sát bên tai hai người.

Quang hỏi :

- Bây giờ cô đã nhìn thấy rõ chưa?

Lan cười. Ánh sáng của những ngọn đèn trong nhà hàng, hơi gió trên một ngã tư đường rộng lớn cùng một lúc chiếu ra, thổi tới, soi trên mặt nàng, làm bay tung tà áo, trông Lan ngơ nghệch, nhỏ bé, xa lạ ngay với cái thành phố nàng đã được sinh ra và lớn lên ở đó. Những người ngồi trong quán vẫn tiếp tục câu chuyện của họ, cắm cúi vào những tờ báo, những bản tin mở trước mặt, chẳng ai chú ý gì tới đến buổi tối đang bắt đầu bên ngoài.

Lan nói :

- Cái chỗ này lạ thật.

Quang hỏi :

- Lạ gì?

Lan đã bước hẳn lên hè đường, đứng thẳng như hứng trện gió vừa thổi tới, trông nàng mỏng manh muốn bay theo cơn gió.

Lan nói :

- Chỗ này gần như ngày nào em cũng đi qua, nhưng đây là lần thứ nhất em nhìn thấy.

- Nhiều người như thế chứ chẳng phải mình cô đâu.

- Có lẽ tại đó là chỗ toàn những người xa lạ họ hay ngồi, nên nó cũng trở nên xa lạ với mình.

- Cô có muốn hôm nào vào ngồi uống một cái gì không ?

Lan kêu lên :

- Chịu thôi.

- Sợ à ?

- Không sợ gì. Nhưng nếu em vào ngồi đây thì không phải là ngồi chơi mà là ngồi cho biết. Em không thích thế.

- Thì cũng được chứ sao ?

Hai anh em lại băng qua đường sang bên kia hè phố, đi dưới mái hiên nhà Gô-đa.

Đứng ở hè đường bên kia, đứng ở giữa đường, đứng ở hè đường bên này, ngước nhìn về phía cuối phố, người ta đều có thể nhìn thấy nhà hát lớn với những bực thềm màu xám, cái công trường rộng lớn trước cửa rạp với những cây cảnh xanh tốt, con đường thưa vắng, sạch sẽ, màu sương lẫn với màu nhựa mặt đường, ánh đèn màu từ rạp chiếu bóng Eden tỏa một quãng sáng, màu xanh đỏ làm hơi nhức mắt. Khu phố vào lúc đó vắng vẻ chỉ có một vài người đi bộ trên lề đường, một vài chiếc xe hơi chạy lướt qua gây vài tiếng động nhẹ, rồi con đường lại lại yên tĩnh.

Tiếng giầy của Lan vang dưới hành lang cái mái hiên dài này, phút chốc, như dội lại trong lòng Quang một nỗi bồi hồi. Những tiếng động nhỏ ấy, những hương vị mờ nhạt ngửi thấy, cây cối trong mùa mưa, phấn hương của những người quen biết, những món ăn, thức uống, những câu thơ, những bài hát, Hà Nội giống như một cái chuông và những tiếng kêu gọi ấy là những cách người ta tự gõ vào trí tưởng mình, tự xé lòng, cho nhẹ bớt nỗi nhớ mong, ám ảnh cuả Hà Nội, Hà Nội đã biến thành khuôn mặt của người tình đầu tiên, khi người ta ghé môi hôn thì cùng một lúc, cái hình ảnh ấy cũng khắc sâu vào tâm khảm, những khu phố dịu dàng dưới sương đệm, sáng cái ánh sáng của vầng trăng lúc nào cũng vẫng giống như trăng khi còn thơ ấu, và những cơn gió nhẹ thổi trên các lối đi, thổi trên các cành cây, chẳng khác những hơi thở nồng nàn tình ái, người ta không thể biết rõ cái vẻ dịu dàng của Hà Nội được tẩm đẫm nhan sắc, cái dáng vẻ của những người đàn bà, những cô gái Hà Nội, hay chính những người này thừa hưởng cái không khí êm đềm đó, những trận gió mang đầy hơi phù sa của sông Hồng, mùi cỏ của con đê Yên Phụ, mùi rượu ngang, rêu phong của những mái nhà cũ kỹ, của những bức tường thành bị xâm chiếm xa xưa, của các xưởng máy, của hoa đào, hoa sấu, sắc đỏ của những bông hoa gạo vừa tàn rụng hết trong mùa hè với muôn ngàn tiếng chim kêu hót, tất cả, dường như đã tan biến hết trong mùa thu đang bắt đầu bằng những màn sương mỗi ngày thêm dày đặc, những lớp sương nối liền hơi thở của các người tình, những lớp sương đang dần dà biến thành những làn sương mù của mùa đông sắp tới, những làn sương che kín các khu phố mà sớm mai cùng đi trên một vỉa hè người ta có thể không nhìn rõ mặt nhau, và những đám sương có vẻ như không còn là những đám sương nữa mà đã trở thành một cơn mộng vây lấy mọi người, mùa màng đã biến đổi thời tiết, thời tiết đã biến đổi nhan sắc, tâm tính con người, trong cái lạnh lẽo, người ta ao ước được gần nhau hơn, người ta lấy nhau vào mùa thu và mùa đông là vừa ấm áp, lớp sương che kín cả con sông rộng lớn, phải đợi đến chín giờ, mười giờ, mặt trời mới làm tan đi được, và màu sắc thật của mọi vật mới hiện ra, những viên ngói đỏ tươi, những đóa hoa, lá cỏ, lá cây, trong cái ánh nắng của mặt trời chói loà tưởng chừng như muôn ngàn con mắt vừa bừng mở ngó nhau, và ánh sáng, và những cơn gió thổi qua giống như những nụ cười rạng rỡ...

31

Lan bảo :

- Nhìn thấy sương mù là em buồn ngủ rồi.

Cả cái tiếng Lan vừa nói ra đó, nghe cũng vang vang dưới hàng hiên dài lẫn vơí tiếng giầy.

Quang cười nhìn Lan hỏi :

- Sao không lo về nhà ngủ còn cố đi chơi.

Lan níu lấy tay Quang kéo đi. Tới lúc đó Quang mới nhận ra đã không theo kịp nàng. Cái bóng trắng của Lan lướt nhẹ bên cạnh chàng. Hình như những đám sương đã làm rối hai chân chàng.

Lan nói :

- Làm sao mà anh đi như không lê nổi vậy.

Quang cười bảo :

- Tôi mỏi rời cả cẳng rồi.

- Đi với em thì anh kêu thế. Đi với người khác anh có kêu không ?

Hai người đi gần tới một rạp chiếu bóng, nơi có những ánh đèn chiếu sáng, đó là rạp chiếu bóng lạ nhất Hà Nội, muốn vào rạp, người ta phải đi qua môt khoảng sân đất rộng. Quang để ý thấy rạp cũng khá đông khách. Một điệu nhac từ trong một chiếc máy phóng thanh từ phía trong rạp thoát qua cái sân đất rộng ra tận ngoài đường, hai người đã đi qua gần hết bức tường dài của khu rạp chiếu bóng vẫn còn nghe thấy. Quang ngó trước ngó sau, có ý muốn kiếm một cái xe, nhưng từ đây về chợ Hôm chỉ còn một quãng, chàng làm thế vì phản ứng tự nhiên khi mỏi chân thực ra là lo cho Lan nhiều hơn cho mình.

Trời ngớt mưa trong chốc lát, bây giờ lại đổ xuống. Những hạt mưa nhẹ như tơ nhưng mau, làm mù trời. Một trận gió cuộn những hạt mưa bay tạt trong ánh đèn trông như một đám khói.

Lan nói :

- Đã đến đây rồi, đi bộ về luôn.

Quang nói :

- Nếu cô đi nổi, phần tôi không có gì phải lo.

Lan nói :

- Sắp tới rồi mà.

Quang cảm thấy gai gai lạnh mỗi khi có gió thổi. Hai hàng cây bên đường cành lá nặng trĩu nước mưa, lảo đảo trong gió.

Quang nói :

- Chưa có năm nào mùa thu lạnh thế này.

Lan nhắm mắt hếch mặt lên cao hơn một chút, như muốn đón cơn gió đang lướt tới.

Nàng nói

- Chắc bão rớt.

Quang nói :

- Bữa qua tôi có việc xuống Hải Phòng thấy biển động dữ dội.

Lan nói :

- Thế hả? Sao em không nghe anh nói.

Quang cười :

- Tôi đi từ sáng sớm, chiều về liền. Xe chạy tới Hải Dương mưa không nhìn thấy đường.

Lan nói :

- Em chưa xuống Hải Phòng bao giờ.

Hai người đã đi đến gần rạp Majestic. Những khách đi xem xuất chiếu buổi tối đã đang lần lượt tới rạp. Trời mưa nhỏ nên có người chẳng cần mặc áo mưa vẫn đi một cách thong dong giữa trời, những người khác trái lại, đi xe hơi tới rạp, đậu ở via hè, xuống xe chỉ cần đi qua một via hè cũng giương ô lên đi.

Qua chỗ có ánh sáng, Lan bỗng đi mau hơn. Nàng dừng lại dưới một gốc cây xế rạp Studio một chút, chờ Quang. Hai rạp Majestic và Studio ở sát nhau. Studio là một rạp nhỏ, nhưng phim chiếu thường là những phim chọn lọc, loại phim được coi là "khô" khó coi, lại không có phụ đề, nên kén khách.

Mải nhìn những tấm ảnh quảng cáo dán trong một cái hộp kính gắn trên tường trước cửa rạp, lúc Quang ngước lên không thấy Lan đâu nữa. Chàng ngơ ngác ngó quanh, Lan phải lên tiếng gọi Quang mới thấy.

Lan nói :

- Anh nhìn gì mà chăm chú thế ?

Quang cười bảo :

- Xem họ đổi phim chưa.

Lan muốn đi mau về nhà nhưng mưa bỗng lại trút xuống ào ào, hai người đành phải chạy vào núp dưới mái hiên của rạp chiếu bóng. Những trận gió quần quanh thổi lùa trên mặt đường, dưới các chân tường đầy những vết lam nham, trên các vũng nước mưa tạo thành những chiếc bong bóng nổi lềnh bềnh, những hạt nước khác rơi xuống làm vỡ, tiếng rì rào thỉnh thoảng rộ lên tựa tiếng reo sôi của một chảo mỡ lớn, bụi nước bám trên mặt, trên tay, quần áo, Lan đứng yên lặng ngó mưa rỏ giọt dưới mái hiên.

Những người khách ghé rạp coi phim, đứng rũ áo mưa, cụp dù, cười nói với nhau hoặc lặng lẽ đi vào chỗ mua vé.

Trận mưa chưa có vẻ gì sẽ ngớt.

Quang hỏi Lan :

- Cô có muốn đi xe về không?

Lan nói :

- Còn một tí đường thôi, xe cộ gì.

Quang nói :

- Sợ mưa không tạnh được đâu.

Lan cười :

- Thì từ chiều đến giờ mưa hoài. Nhưng cũng có lúc ngớt mà.

Quang bảo :

- Tôi vừa đói vừa lạnh rồi.

Lan quay sang ngó Quang, dưới ánh sáng mờ của ngọn đèn ống, chàng rụt đầu trong cổ áo, ướt rũ như con gà, khiến Lan bật cười.

Đằng sau họ, những người khách đã vào cả trong rạp.

Giờ chiếu phim đã bắt đầu. Vài người khách đến muộn đi thẳng vào quầy lấy vé rồi vào luôn trong rạp. Dưới mái hiên bây giờ chỉ còn lại hai anh em đứng ngóng mưa. Đợt mưa kéo dài đến nửa tiếng mới dứt Khu phố và cả bầu trời nữa, chìm trong một màn hơi nước dày đặc, những chiếc lá bị cơn giông rứt khỏi cành rớt đầy trên các lối đi, ngâm mình trong các vũng nước. Hai bên lề đường nước mưa rút chảy xối trong các ống cống. Mấy tấm bích chương, khẩu hiệu, dán, kẻ trên tường, bị gió và nước làm rách, nhoè nhoẹt, nhìn thấy loáng thoáng qua ánh đèn vàng vọt.

Quang nói :

- Về bây giờ, nước trên cây rỏ xuống cũng đủ ướt.

Lan lặng lẽ bước đi. Trông nàng không còn vẻ mạnh dạn, vui vẻ như lúc chiều nữa.

Nàng nói :

- Mau lên kẻo lại mưa nữa.

Họ cùng bước mau hơn. Gió càng lúc càng lạnh. Tiếng giầy Lan dẫm trên nước nghe nhóp nhép, hai người phải đi nép sát dưới những mái hiên để tránh những giọt mưa còn sót, những hạt nước bám trên các cành cây bị gió thổi làm rơi xuống từng loạt, nghe tưởng như trời vẫn còn tiếp tục mưa nữa.

Lan nói :

- May ra về kịp.

Quang ngó lên trời không nói gì,

Lan tránh một cái ống máng đang tháo nước bắn tung toé. Nàng bước hẳn ra ngoài hè đường.

Lan nói :

- Gió thế này thì bão thật chứ còn rớt gì nữa.

Một chiếc xích lô buông kín mui từ phía cuối phố chạy lên, người phu xe gò lưng đạp xe ngược gió, tiếng những mắt xích bị căng và chùng lại nghe thấy rõ, gió thổi trên các tấm bạt che đằng trước và hai bên cánh gà xe, reo phành phạch.

Quang còn nghe thấy cả tiếng hai cái bánh cao su bơm căng quay tròn trên mặt nhựa đường ướt reo xèo xèo, chiếc đèn bão nhỏ treo bên thành xe không đủ soi rõ cái màu sơn xanh của xe, và khi chiếc xe chạy ngang qua, chiếc đèn chiếu cái ánh đỏ của mảnh kính che phía sau, chiếc xe nẩy lên, dằn xuống trên mặt nhựa không được phẳng, những thanh sắt của xe va chạm kêu lách cách, cái tiếng kêu này hai người nghe vọng rất xa vì những trận gió từ phía trên thổi lại.

Những tiếng động ấy, dường như mọi người đã nghe trong nhiều đêm thanh vắng, nghe nhiều lần trong những lúc khác nhau, hình như đã gắn liền với với những hình ảnh của thành phố quen thuộc nhìn thấy, phút chốc trong cái hoang tàn của một trận mưa, một cơn giông chưa dứt hẳn, trên lối đi vắng vẻ, lá cây rụng đầy trên mặt đường đang dần dà hiện ra vì nước mưa đọng đã chảy theo độ nghiêng của mặt đường xuống hai bên cống, nhưng chiếc lá me nhỏ lăn tăn, những chiếc lá sấu màu vàng, những chiếc lá gõ màu xanh đen, những cành cây khô gãy, những cành lá có thể chẳng phải đã rơi ngay từ những tàn cây cao trên đầu xuống, mà là những cành lá ở mãi tận phia xa, từ những khu phố khác, bị gió cuốn tới, vì chính ở những chỗ không có cây nào, những quãng cách giữa cây nọ với cây kia, lại có nhiều lá rụng hơn, những chiếc lá, sớm mai, nếu thức giấc sớm, người ta sẽ nghe thấy tiếng chổi của những người phu quét đường dọn dẹp, tiếng chổi lẹt xẹt khua vào cơn nửa thức nửa ngủ, xen lẫn trong những trận gió may xào xạc, hay những trận gió đông thổi rít trên mái ngói, trong các khe cửa, trên mặt kính, những buổi sáng Lan thức giấc lười biếng nằm trên giường ngó qua cửa kính lên bầu trời, một bầu trời trắng đục như sữa đang dần dần rạng sáng, nàng không còn tin ở mắt mình nữa, vì nàng không thể phân biệt, thực ra, bầu trời tối đen hay vẫn còn đủ sáng để người ta có thể trông thấy vật này vật khác, đôi khi Lan nhỏm hẳn dậy để đóng luôn cửa chớp lại, ngăn ánh sáng mặt trời rọi vào trong phòng đánh thức dậy lát nữa đây, kéo dài giấc ngủ thêm một chút, có lúc nàng thử đứng nhìn xuống mặt đường, nhìn xuống khu phố, nàng chỉ thấy một màu đen nhờ nhờ, những tàn cây thì sẫm hơn, nhưng thực ra nàng cũng không thấy ở trên cái khoảng cao đó, nghĩa là trên lưng chừng các ngọn cây, có vẻ gì sáng hơn cái mặt nhựa bên dưới, và tiếng chổi vủa những người phu quét đường đánh thức lũ chim sẻ ngủ dưới các mái hiên, trong các tàn cây dậy trước nhất, thường Lan cũng thức vào lúc đó nhưng rồi lại ngủ lại, và khi nàng thực sự thức dậy hay người nhà lên đánh thức dậy sửa soạn ăn sáng, đi học, cũng là lúc những chiếc xe tưới đường chạy qua nhà, phun nước rào rào trên mặt nhựa, nếu đó là những sáng mùa thu hay mùa đông, đường phố ít bụi hơn, xe tưới nước không phải làm việc, nhưng thức dậy sớm, ra đường, người ta có thể được ngắm những quãng đường hết sức sạch sẽ, những trận gió may tẩm đẫm sương sớm thổi trên các vỉa hè, làm rung những chiếc lá nõn, giống như hơi thở của mùa thu, vừa làm ấm áp vừa làm lạnh thành phố, lúc mặt trời chưa lên và lúc mặt trời đã thoát ra khỏi đám mây mù, người ta không biết mình có nên mặc thêm áo len ra đường hay không.

Qua những tiếng động, cái không khí ướt lạnh hay khô hanh của những mùa màng, người ta nhớ lại những ngày thơ ấu, nhớ lại những ngày mới lớn, nhớ lại những biến cố của đời mình, ngày đầu tiên trở thành tình nhân, những ngày thứ nhất nếm mùi vị thất vọng, những kỷ niệm không ngờ nhất, một bức tường, một chậu cây cảnh trong sân nhà hàng ngày đi qua, trông thấy, những chiếc bao lơn của một căn nhà trên lối đi, người ta có thể nhắm mắt áng chừng và khi ngửng lên sẽ trông thấy, những bao lơn bằng sắt uốn theo hình kỷ hà hay hoa lá, những mảnh chai, mảnh bát nhiều màu cắm ngược trên các thành tường, những khu phố bị chiến tranh tàn phá đã được tái thiết, nhưng ở một vài căn lầu, một vài ngõ hẻm, vẫn còn những dấu vết đổ nát chưa được xóa hết, một khu vườn bỏ không cỏ mọc um tùm lọt vào giữa một khu phố gồm những biệt thự nhà cửa khang trang, một mái nhà ngói cũ kỹ còn nguyên một lỗ thủng do đạn trái phá lọt vào, cái mái ngói đã chùng hẳn xuống, một mái nhà cháy dở giơ những kèo cột lam nham vết than, những căn nhà của bạn hữu gần như quanh năm không có ánh nắng chiếu lọt, bước chân vào căn nhà như bước vào một thế giới riêng biệt, cái không khí mát lạnh thấm ngay vào da thịt, cả nhà chỉ có một cái sân nhỏ nối liền nhà trước với nhà sau, nhưng cả cái sân thường lại được phủ kín bằng một giàn hoa, giàn đậu ván hay trầu không, nắng chiếu qua cái giàn lá xanh tươi đó, chỉ còn là một làn ánh sáng vàng nhạt, cái màu vàng được làm dịu đi bằng chất diệp lục tố, khiến cho da người cũng trở nên trắng xanh mỗi lúc đi qua, cái màu xanh bám trên da mặt của những người con gái sống trong các gia đình đó, bởi vì họ ít khi ra đường, và dưới bóng mát của giàn hoa là chỗ họ thường ngồi chơi ngó nhìn trời đất mỗi ngày, năm này qua năm khác, đó cũng là nơi mọi tiếng động đều trở nên xa lạ, lạc lõng, những người trẻ tuổi ồn ào nhất, đến đấy, tự nhiên cũng cảm thấy e ngại không dám nói to, dưới giàn cây, trong các gia đình có người già, thường thấy trồng thêm những chậu hoa, những cây cảnh, hàng ngày người ta cặm cụi chăm bón, tưới nước, tỉa hoa, cắt bỏ những chiếc lá bị sâu, uá, cớm nắng, những người già nhiều khi không tin ở mắt của mình nữa, họ đã bị cái màu xanh dịu che đỡ cho thị giác, và khi nhìn thẳng vào nắng, họ cảm thấy đau xốn hai bên thái dương, họ ra đường rồi vội vàng trở về cái thế giới khép kín của mình, và hình như chỉ ở trong cái thế giới đó họ mới thật sự cảm thấy yên yâm, những người, đối với họ, bầu trời thực sự bao giờ cũng có vẻ được thoa dịu bằng một lớp khói mây hay sương mù, dù là bầu trời nhìn thấy bất cứ lúc nào trong ngày, bởi vì đó cũng chỉ là những lúc hiếm hoi, một khoảng lá cây bị những trận gió ban đêm thổi giạt ra một góc hoặc đã rụng, và qua khe hở đó, họ đã ngửng lên, trông thấy bầu trời, cũng qua khe hở đó, mặt trời rọi những tia nắng xuống bể nước, xuyên thẳng cái ánh vàng cái ánh vàng có vẩn bụi xuống mặt nước, soi rõ những chiếc rơi rớt từ bao giờ nằm ép sát dưới đáy bể, mặc dầu bể nước thường được đậy kín, bao giờ cũng mát lạnh như được ướp đá, nước sẽ chỉ dùng để pha trà, múc ra bát, thả vào đó một bông hoa nhài, uống vào những buổi trưa hay buổi tối mùa hè nóng nực, những chiếc lá ngâm lâu trong nước đã tiệp với màu của lớp rêu mỏng dưới đáy bể, cái bể trẻ con rất thích soi bóng mình và la hét để nghe tiếng âm vang khi đùa nghịch. Tất cả những hình ảnh, màu sắc đã trở thành một phần trí nhớ, một phần đời sống của họ, và, thỉnh thoảng trong những lúc bất chợt, vì những nguyên cớ bất ngờ nhất, nổi lên, trôi lềnh bềnh trong trí tưởng họ như những hơi gió may trong mùa thu, đã làm cho họ cảm thấy dính liền với cái thành phố họ đang sống, nghĩ đến chuyện một ngày họ sẽ không còn ở lại nơi này nữa, đối với họ là một thảm kịch, họ không dám tưởng tượng, không thể nghĩ họ chịu đựng cuộc chia cắt đó như thế nào, họ sẽ sống ra sao trong một thành phố không phải là nơi họ đang sống này, vì chính sự ràng buộc chặt chẽ của họ vào nơi cư ngụ trở thành mối đe dọa, đồng thời cũng là niềm sung sướng, kiêu hãnh của họ.

Quang và Lan về đến nhà.

Lan bảo :

- Anh vào ngồi nghỉ một lát đã.

Quang nói :

- Tôi về, còn thay quần áo nữa.

Lan bấm nút chuông điện gọi người ra mở cửa.

Nàng nói :

- Giờ này chắc nhà ăn cơm rồi. Anh vào ăn với em.

Quang nghĩ đến quãng đường sẽ phải đi một mình trở về nhà cũng thấy ngại. Nhưng thà về ngay bây giờ chàng còn có thể ngả lưng xuống nghỉ, vào nhà Lan, lát nếu trời lại mưa nữa, và cho dù trời không mưa, ngồi một lúc rồi mới đi còn ngại hơn.

Chàng nói :

- Tôi đi luôn, vào ngồi rồi lười không muốn đi nữa.

Lan cười :

- Chốc, em lái xe đưa anh về.

Quang nói :

- Muộn rồi, cô tưởng còn sớm à.

Người nhà ra mở cửa, Quang nhìn sâu vào trong cái lối đi

trải sỏi, nhìn thấy mấy bực thềm quen thuộc, đến chiếc cửa lớn lắp kính, đằng sau những tấm kính đó là màu trắng của những ngọn đèn chiếu ra cho nhìn thấy mấy bông hoa đỏ của khóm trúc đào trồng ngay trước thềm.

Lan bảo với người giúp việc :

- Chị cứ để cửa đấy cho tôi.

Chị giúp việc lặng lẽ đi vào trong nhà.

Quang bảo :

- Đứng đây một chút cũng được.

Lan nói :

- Mỏi quá. Em tưởng không lê nổi nữa.

Quang cười nhìn Lan. Mặt nàng có vẻ bơ phờ thật, những sợi tóc xõa trên trán hình như vẫn còn ướt nước mưa.

Quang nói :

- Cứ ngồi trên xe điện cho nó chạy thẳng về đây không chịu.

Lan cũng cười bảo :

- Lâu lâu cũng phải tập cuốc bộ một lần.

Đêm một nửa vẫn chìm trong cơn mưa còn đầm hơi nước, dù trận mưa đã ngừng trút xuống, những trận gió thổi lướt qua khu phố reo thành tiếng trên các ngọn cây, các bờ tường, các vũng nước đọng nghe rởn gai ốc.

Lan bảo :

- Để em ngó xem ba em về chưa, em lấy xe đưa anh đi.

Nàng bước thêm một bước vào sau cánh cửa sắt khép hờ, ngó về phía sau nhà để xe khuất sau những bụi cây, bên tay mặt căn nhà.

Quang nhìn thấy một đường viền ánh sáng hắt từ trong thềm nhà ra rọi trên người Lan.

Chàng móc túi lấy thuốc hút. Bao thuốc bị nước mưa làm ẩm, nhàu nát, Quang phải nhẹ tay lấy ra một điếu, điếu thuốc hơi quăn queo, Quang phải vuốt cho thẳng trước khi bật lửa châm hút.

Lan quay trở ra nói :

- Chưa, ba em chưa về.

Que diêm bị gió thổi tắt, Quang chưa đốt được điếu thuốc, chàng phải lấy một que khác, bật lại. Bao diêm cũng bị ẩm, bật không cháy.

Lan cười hỏi :

- Châm được không ?

Quang không trả lời. Chàng lấy một lượt hai ba que diêm, chụm lại, quẹt, những que diêm bén cháy rồi bùng lên. Quang châm điếu thuốc trên đầu ngọn lửa xanh biếc đó.

Mùi lưu hoàng và khói thuốc làm thơm ngát khoảng không khí, đồng thời cho hai người cảm giác ấm áp trong một thoáng.

Khói thuốc Quang thở ra bị gió thổi tan tức khắc.

Quang nói :

- Có điếu thuốc này yên chí đi về đến nhà.

Lan bảo :

- Đứng lại một tí cho đỡ mỏi đã.

Quang nói :

- Trời bắt đầu quang rồi.

Lan ngửng mặt trông lên trời, từng đám mây đen nặng đang bị cơn giông cuốn bay vùn vụt, để hở ra những khoảng trời mờ đục, và chính ở những khoảng trời đó, người ta nhìn thấy cái ánh mờ tối của cơn mưa đã tan. Lan có cảm tưởng như trong hơi thở có mùi thơm của cây cối ngày mưa.

Những giọt nước còn sót của trận mưa vẫn thỉnh thoảng rớt theo các trận gió lộp độp đâu đó.

Có lúc Quang nhìn xuống mặt đường trông rõ một hạt nước mưa rơi loang thành một cái chấm nhỏ, chàng ngạc nhiên vì mưa chỉ vừa mới dứt chưa được bao lâu mà hè đường đã có chỗ khô ráo, cái mặt xi măng đã trắng ra, và hạt nước rơi thấm thành một vết loang, tựa một giọt mực loãng.

Trong khu vườn đằng sau Lan, màu xanh của các lá cây nhìn thấy qua ánh đèn, cái màu xanh bóng của lá ướt, phản chiếu ánh sáng vàng của ngọn đèn trở nên linh động mỗi khi có gió thổi qua, cái màu vàng khuất đi, hiện trở lại, cứ nhìn vào những điểm ánh sáng đó, Quang có thể đoán được lúc nào trận gió ngừng thổi, cái ánh sáng đôi lúc tưởng như biến thành một thứ nước thấm lan ra các mặt lá, bám xung quanh riềm lá thành một đường viền, cái màu vàng đó cứ mỗi lúc hình như bị lẫn vào màu xanh của lá, biến thành nâu, biến thành màu biêng biếc của ánh trăng, và có lúc Quang tưởng như ánh sáng cũng toát ra từ những cánh lá nữa.

Lan đứng yên ngó Quang hút thuốc, đốm lửa trên đầu điếu thuốc đỏ lên mỗi khi chàng hít vào, Lan ngửi thấy mùi khói thơm quen thuộc bay lẫn trong không khí, cái dáng co ro của Quang trở nên ủ rũ vì đêm lạnh và đầu tóc chàng bị gió thổi tung.

Lan nói :

- Anh vào nhà em ngủ cho rồi. Bây giờ đi từ đây về đó mệt chết.

Quang cười :

- An thua gì. Tôi cũng có việc phải làm lát nữa.

Lan cố vận dụng mắt để nhìn cho rõ mặt Quang trong bóng tối, nàng muốn nhận ra một vài nét biến đổi trên mặt Quang, sự già nua, mỏi mệt, có những lần, đột nhiên Quang biến đi đâu mất biền biệt cả tháng không thấy đến nhà, chàng thường trở lại với sự đổi thay khiến Lan sợ hãi, những sự đổi thay đối với Lan có vẻ kỳ quặc, vô lý, mặc dầu lúc ngồi nói chuyện với chàng, Lan lại thấy thật sự Quang không có gì thay đổi cả, chàng vẫn cười nói tự nhiên, nhưng Lan vẫn không thể không cảm thấy một sự khác lạ nơi chàng, giống như sự thay đổi thời tiết mỗi ngày trong mùa thu, hôm qua hiển nhiên có khác với ngày hôm nay, khác với hôm trước nữa, nhưng sự khác biệt đó bắt đầu từ phút nào nàng không thể biết, nàng chỉ nhận ra sự lạnh lẽo, buồn bã hay hân hoan hơn một chút.

Bên kia đường, những căn nhà cửa đã đóng kín, khu chợ Hôm hoàn toàn rơi ngập trong bóng đêm chỉ còn nhìn thấy lờ mờ hàng giậu sắt cũng là bức tường phía ngoài của chợ ăn liền với hè đường, đứng từ chỗ hai người ngó qua, khu chợ khuất sau môt bức tường dài phía bên phải, chỉ nhìn thấy một khoảng trống đen ngòm dưới nóc chợ, lẫn giữa đám mái nhấp nhô, môt ngọn đèn vàng vọt thắp trên chiếc cột khẳng khiu cao ngất, ánh sáng chỉ đủ soi rõ cái tối tăm bên dưới. Không còn một tiếng động nào ở một nơi suốt ngày ồn ào bỗng có một vẻ lạ, Quang có cảm tưởng sự yên lặng đang bốc thẳng từ dãy mái xám lên bầu trời ẩm sương.

Chàng cười với Lan trước khi lặng lẽ đi ngược trở lại quãng đường cũ.

CHƯƠNG BA

Lan vào nhà, lên phòng tắm rửa thay quần áo. Lúc nàng ở trong phòng tắm ra thì mẹ nàng đã vào phòng và ngồi ở giường nàng từ lúc nào.

Bà nói :

- Quang nó về rồi hả ?

Lan cười bảo :

- Vâng.

- Sao con không bảo anh nó vào ăn cơm rồi hãy về.

- Dạ con có nói rồi, nhưng anh ấy có việc ạ.

- Hai đứa có ướt mưa không ?

- Lúc mưa lớn chúng con đứng trú ở rạp Majestic.

Bà Nam cầm tấm hình bán thân của Lan trên bàn ngủ để lại cho ngay ngắn. Mỗi lần nhìn thấy bức hình ấy bà lại không khỏi nhớ đến những ngày còn con gái của mình.

Bà vẫn thường nói với Lan, hai mẹ con giống nhau như hai giọt nước, nhưng thật ra là bà hơi tiếc là bà muốn cho con gái đẹp hơn mình, song Lan lại không được đẹp như bà xưa kia, nhưng Lan cao hơn mẹ một chút, và có lẽ nhờ vậy trông thanh nhã hơn bà một chút.

Bà nói :

- Chải đầu đi, chờ ba về, xuống ăn cơm.

Lan cười khoe với mẹ buổi đi chợ của mình, nàng nói :

- Con chưa bao giờ đi hết cái chợ đó cả.

Bà Nam cũng cười bảo :

- Dễ thường cả mẹ chũng thế. Mua cái gì thì đi vào dẫy bán thức đo mua, xong rồi đi ra chứ có bao giờ định xem chợ đâu mà đi hết.

Lan ngồi xuống cạnh mẹ. Chiếc giường lò xo dưới sức nặng của hai mẹ con, rung rinh.

Lan bảo :

- Hôm nào con với mẹ thử đi xem các chợ một lần.

Bà Nam nói :

- Thì giờ đâu mà làm việc ấy.

Lan tiếp tục chải đầu. Nàng có mái tóc dài, mượt và đen nhánh.

Lan nghe tiếng gió thổi mạnh ngoài cửa sổ, nàng quay nhìn ra vườn, với cơn giông dai dẳng này, chưa chắc trận mưa có thể chấm dứt. Nàng lắng nghe xem lẫn trong tiếng gió có tiếng mưa chăng, nhưng tai vẫn không thể phân biệt cái tiếng lộp bộp nghe thấy đó, có phải vẫn chỉ là tiếng của những hạt nước còn mắc trên lá cây sau trận mưa lúc nãy bị gió thổi rớt, hay những cành cây nhỏ khô gẫy, những hạt sạn bị cơn lốc cuốn bay chạm vào tường, Lan mường tượng lại những giọt nước rơi thấm loang trên vỉa hè lúc đứng với Quang, với những trận gió lớn thế này, có lẽ tất cả cái hè đường lát xi măng đã khô ráo hết.

Lan nghĩ đến Quang, lúc này, chắc còn đang đi trên đường, anh sẽ chẳng chịu đi xe đâu và hắn đang lủi thủi dưới một mái hiên nào đó.

"Sẽ chẳng có chuyện gì xẩy ra với anh ấy cả" Lan nghĩ, mặc dầu có ai thực sự yên tâm khi nghĩ đến người thân của mình đang đi ngoài đêm tối.

Lan nói với mẹ :

- Con có đi lễ với anh Quang.

- Lễ ở đâu ?

Lan nói :

- Cả ở đền Ngọc Sơn lẫn đền Quan Thánh.

- Sao lại lễ ở cả hai nơi ?

- Con xin thẻ mà.

- Bộ mày muốn xem thẻ có giống nhau không à?

Lan cười :

- Con xóc được hai số khác nhau.

Bà Nam khoanh tay trước bụng nhìn con. Bà có vẻ một nửa muốn nghe rõ chuyện của con, một nửa lơ đãng không để ý xem thực sự, con nhỏ từ nãy đã nói những gì.

Bà nói bâng quơ :

- Thế hả ?

Lan thao thao kể lại chuyện đi lễ, nàng mua hoa hồng ở đâu, thắp hương khấn ra sao. Lan cũng khoe đã thử lấy khăn thoa dưới chân bức tượng đồng đen trong đền Quan Thánh và áp trên mặt theo lời đồn của khách thập phương, mùa hè, đến lễ ở đền, người ta thường làm như vậy và sẽ được hưởng một sự mát lạnh, sảng khoái.

Bà Nam cười không nói gì.

Ngoài phố lúc ấy bỗng nghe mấy tiếng nổ chát chúa, khiến cả hai mẹ con đều giật mình lo sợ.

Vào những ngày cuối tháng sáu, Hà Nội đã có nhiều sự bất an, những vụ cướp bóc, ám sát, những cuộc săn đuổi của các lực lượng an ninh thành phố những cán bộ 'ở ngoài' xâm nhập vào nội thành hoạt động trong các tổ chức nội tuyến.

Bà Nam hỏi :

- Con có đói không ?

Lan nói :

- Con không đói, nhưng đi bộ suốt cả buổi chiều, bây giờ mỏi chân quá.

Bà Nam nhìn con tư lự.

Cứ như những điều bà biết, nghe nói và nhìn thấy, gần

như chắc chắn thành phố này chẳng còn bao lâu nữa, sẽ có một sự thay đổi.

Bà sợ.

Sư thay đổi sẽ như thế nào bà không thể dự đoán. Nhưng với linh cảm của một người đàn bà, bà thấy ít hy vọng có điều gì tốt đẹp.

Bà có cảm tưởng nó sẽ giống như một cơn lũ tràn vào, và sẽ kéo theo những gì người ta không thể biết trước, hay ít ra, đối với riêng mình, bà không thể mường tượng hết những gì sẽ xẩy ra.

Bà không muốn nhìn thấy con cái, gia đình bị cuốn trôi vào cuộc phiêu lưu đầy đe dọa như thế.

Nhưng làm thế nào để tránh được chuyện đó đây? Những tin tức hàng ngày, những điều người ta dự đoán, tưởng tượng, thêm bớt, càng ngày càng làm tăng thêm sức nặng lên các viễn ảnh tương lai đã không lấy gì làm sáng sủa, và đời sống giống như một cơn giông nặng nề đôi khi làm cho ngộp hơi.

Lan tiếp tục chải mớ tóc của mình, mớ tóc mặc dầu lúc đi đường nàng đã cuốn gọn đội kín trong mũ, nhưng bây giờ vẫn có vẻ như còn ẩm hơi nước.

Lan nói :

- Con cứ ngỡ mưa không về nổi, cây gẫy đầy đường.

Bà Nam yên lặng ngó con. Tự nhiên bà thấy tim mình nhói đau.

Những hình bóng lờ mờ của chính bà một ngày xa xôi lởn vởn chung quanh hình ảnh con gái khiến bà ghê gai khắp người.

Bà nói :

- Mấy bữa nay ở trường ra sao ?

Lan nói :

- Vẫn như thường, mẹ.

- Thế hả ? Con không nghe các bạn nói chuyện đình chiến, di cư hả ?

- Chuyện ấy thì có. Nhưng con chắc chúng cũng nói vớ vẩn thôi.

- Thì người lớn ở nhà có nói chúng mới biết chứ.

- Toàn những chuyện nghe lóm cả.

- Độ này chợ búa, phố xá, việc làm ăn buôn bán xem chừng cũng có vẻ uể oải. Ai cũng nơm nớp lo sợ.

- Thì từ bao lâu nay có bao giờ con thấy mọi người thật sự yên tâm đâu.

Bà Nam lại yên lặng nhìn con. Có lẽ đúng như thế.

Loạn lạc, chết chóc đã kéo dài trong mấy chục năm nay, người ta đã sống thường trực trong những lo âu, sợ hãi, có lúc nào yên thân ?

Bà nói :

- Nhưng lần này nếu xẩy ra chuyện gì, sẽ không như trước đây đâu.

Lan cũng nhìn mẹ hỏi :

- Thì người ta cũng nói này nói nọ, chứ sự thật ra sao, có ai biết ?

- Mình cũng lo lắng vậy thôi. Mẹ nghe ba nói, việc chia cắt đất nước sẽ xảy ra thật đấy.

- Vào Nam sống càng hay chứ sao.

- Hay là hay thế nào. Đi biệt mông chi xứ thế, biết ngày nào về.

Lan cười. Thực ra, nàng chỉ nói câu đó với tính cách đùa bỡn. Nàng biết gì về cuộc ra đi kia, nếu có sẽ ra làm sao, nhưng cứ nghĩ đến lúc được đi xa là thích rồi. Sài Gòn cái chốn xa lạ ấy, ở nơi nào nhỉ ? Thật chẳng còn gì mơ hồ hơn một thành phố chỉ nhìn thấy trên bản đồ. Nó chẳng ra hình thù gì cả. Lan nghĩ đến nó như một chuyến du hành. Trong thâm tâm có khi nàng còn ước cho cuộc chia cắt đất nước hàng ngày người ta nói đến một cách hãi hùng đó xẩy ra thật nữa. Để nàng có thể ra đi, chắc chắn sẽ được ra đi, đặt chân xuống cái thành phố xa lạ, nhưng cũng là một phần của đất nước, nhìn thấy nhà cửa, đường xá, phong cảnh, một thành phố thật sự chứ không phải chỉ là những đường chỉ xanh đỏ trên bản đồ với một dấu chấm và một chữ Sài Gòn vô tri.

Đêm mưa, trời khuya một cách mau chóng. Trong lúc nói chuyện với mẹ, thỉnh thoảng ngưng lại, Lan nghe phố xá không còn một tiếng động nào cái im lặng mênh mông tẩm đẫm trong cơn mưa, làm cho không khí bỗng trở nên nặng nề, mặc dầu bên ngoài cửa sổ trời không ngớt gió, và tiếng gió cuốn reo không ngớt làm cho những cánh cửa sổ va đập nhè nhẹ trên tường và ngay trên khung cửa, và chính những tiếng động ấy làm tăng thêm sự im vắng của đêm.

Lan nhớ lại lúc vào lễ trong đền Ngọc Sơn, ngay khi bước qua chiếc cầu sơn đỏ, Lan đã tưởng như trong đầu có tiếng sóng sánh của những lớp sóng lăn tăn gợn trên mặt hồ. Cái màu nước xanh thẫm đó bám chặt ngay vào trí óc, nàng đâm ngờ vực cả cái vẻ dịu dàng của bầu không khí vây quanh vây chung quanh ngôi đền, màu xanh của mặt hồ trải dài ra mãi phía bờ, lẫn vào những đám cỏ, nối liền với các gốc cây.

Buổi sáng đi học sớm, gặp bạn, Lan thường rủ bạn đạp xe một vòng quanh hồ để xem các người phu lục lộ thay phiên nhau quét đường và lội xuống hồ vớt nhặt lá rụng, rác rưởi. Mặt hồ sớm mai, vào những lúc mặt trời vừa mọc, ánh sáng chiếu rọi trên những lớp sóng, hắt trả lên những tia chói gắt, giống như một nỗi hân hoan, vui sướng, gió mát, sương sớm và những tà áo nữ sinh bay lẫn. tạo nên vẻ thơ mộng, thanh bình của thành phố.

Vào những trưa hè, trời nóng như thiêu đốt, trong các khu phố, những trận gió người ta mong đợi có thể làm cho kinh hồn hơn nữa vì chẳng những nó không làm dịu cơn nồng nực mà còn làm cho người ta có cảm tưởng bỏng rộp cả da, vì thực ra, đó không phải là những cơn gió nữa, mà là sự vận chuyển của những đám hơi nóng, nhưng lúc nào quanh hồ không khí cũng vẫn giữ được sự dịu mát, vì hơi nước bốc tỏa, vì màu xanh như cẩm thạch của nước hồ, của cỏ non và rừng cây giăng liền lá với nhau, có nhiều chỗ không để lọt một chút nắng xuống mặt đất, hay nếu có, cũng chỉ là những đốm, những mảnh nắng giống

50

như những đóa hoa vàng nhỏ hay những chiếc khăn tay rơi rớt trên cỏ, trên đá. Đó cũng là lúc người dân thành phố có thể được thưởng thức tất cả cái khát khao của mùa hè trong một ly nước thơm ngát mùi chanh cốm.

Cái hơi mát ủ quanh hồ đó, theo với độ xế của mặt trời, sẽ toả lan trong các khu phố lân cận, có nhều khi, chỉ cần đi gần tới bờ hồ, người ta đã có thể cảm thấy.

Mùa hè, hoa phượng rụng đỏ ối trên mặt nước, sóng xô táp vào bờ, khiến những đứa trẻ muốn câu cá, phải dùng đầu cần câu gạt những xác hoa sang một bên lấy chỗ thả dây xuống. Lối câu cá của trẻ con ở đây rất lạ. Chúng dùng một cần câu chỉ dài khoảng ba bốn chiếc đũa vót mảnh, đầu cành không lớn hơn que tăm, lưỡi câu thường được uốn bằng một mẩu dây 'phanh' xe đạp hay một chiếc kim khâu loại nhỏ. Câu cá thầu dầu, dùng ngọn cần đập lõm bõm hai bên phao, cá sẽ đến ăn mồi, nếu câu tôm, chúng thả dây chìm dưới đáy nước, mỗi đứa hai ba cần, tôm ăn mồi lôi căng dây, chúng từ từ kéo lên. Người lớn cũng tới hồ câu, thỉnh thoảng cũng câu được những con cá chép khá lớn, nhưng nhiều khi bị ba ba hay rùa cắn làm đứt dây câu.

Ngồi ở bờ hồ nghỉ chân sau một lúc đi bộ là một thích thú. Tất cả cái ủ ê, bức sốt của mùa hè, không còn làm người ta cảm thấy thiêu da, thiu thịt, những giọt mồ hôi ngày đêm lúc nào cũng có thể chảy tuôn trên người, đến đây ngồi sẽ khô trong chốc lát.. Cái mát ở đây cũng khác với cái mát ở hồ Tây. Hồ Tây lớn, gió lộng, và nhìn quanh là những rừng cây bát ngát, ngồi ở bờ hồ Hoàn Kiếm, người ta vẫn nhìn thấy phố xá, nhà cửa, nhưng lại không phải chịu cái nóng nung người như lúc ngồi trong nhà, thành thử chiều chiều, nhất là giờ sau bữa cơm, dân thành phố thường rủ nhau làm một cuộc hóng mát quanh hồ trước khi về ngủ. Hồ không có những trân gió lớn vì nó lọt giữa thành phố, nhà cửa che khuất, nhưng từ mặt hồ, từ những hàng cây, bãi cỏ quanh hồ, luôn có gió mát thổi.

Mùa hè, đó là lúc các gia đình khá giả ngóng đợi những người đàn bà từ các cửa Ô gánh sen vào thành phố bán, người ta kén chọn, mua những gánh hoa này để lấy nhị ướp trà. Những cánh hoa được ngắt ra vứt đầy nhà, trẻ con vun lại thành đống rúc vào đùa nghịch, có đứa ngủ trưa trong đó, lúc thức dậy, mùi thơm của hoa làm cho ngầy ngật, khóc om sòm, những đứa lớn hơn thì cho là mình bị ốm, bị nhức đầu, xin thuốc uống.

Trà ướp sen từ mùa hè, mua thu bắt đầu uống được, mùa đông thì hương sen đã quyện hẳn vào từng cánh trà, đến mùa xuân lu trà cũng gần cạn, người ta lại sửa soạn một kỳ ướp trà mới, vì mùa hè cũng sắp tới. Lan cũng thích được uống những tách trà sen nhà ướp đó lắm. Mỗi lần nuốt một hớp nước với hương sen phảng phất trong cổ họng, nàng tưởng như thấy lại mùa hè đâu đó, dù đấy là một mùa hè đã khô héo.

Mùa hè, đôi khi Lan có cảm tưởng nàng đã thở ra hơi nồng nực, mồ hôi thấm ra ngực, mỗi đêm tỉnh giấc người ta không thở được đầy hơi bởi vì dường như không khí không còn nguyên vẹn là không khí nữa, hơi nóng đã làm cho không khí loãng đi, và người ta một vài khi, trong cơn mơ ngủ, choàng thức dậy, đã tưởng rằng mình đang nằm ở đầu một ngọn gió, và ngọn gió đó không gì khác là một đám hơi nước nóng, người ta lật đật lăn mình tìm một chỗ khác dễ chịu hơn, nhưng chung quanh chiếu giường, chỗ nào hình như cũng đã bị xông hơi nóng cả, người ta lần mò kiếm chiếc quạt quờ quạng quạt để mong tìm lại giấc ngủ, trong khi mồ hôi vẫn tiếp tục rướm ra trên cổ, trên mặt, giấc ngủ mộng mị, mệt thiếp, có đêm Lan thức giấc phải trở dậy vào phòng tắm mở máy cho nước chảy thấm khắp người rồi mới trở lại giường ngủ tiếp, nhưng cũng chính trong những đêm được hun nóng bằng cái oi ả của mùa hè đó, những đêm hết thẩy mọi người đều bị mùa hè làm cho mệt nhoài, Lan lại thấy yêu cái không khí nồng nực đó, cũng như nàng mê cái mờ ảo của mùa thu sẽ đến tiếp theo khi mùa hè chấm dứt.

Hà Nội đẹp và quyến rũ nhờ ở cái khí hậu đặc biệt của nó, trong mỗi mùa người ta có thể thấy được cái giây phút đầu tiên của ngày giao mùa, mùa hè sẽ dịu đi dần dần, cho đến một ngày người ta cảm thấy những trận gió đã rõ ra là những trận gió chứ không còn là sự vận chuyển của những đám hơi nóng như ngày hôm trước, và như thế là mùa thu đã lẩn khuất đâu đó.

Nhưng khi mùa thu thật sự trở lại thì người ta bao giờ cũng thấy như là mình đã nhận ra một cách muộn màng, bởi vì chỉ sau một trận gió may thổi vào giữa đêm khuya, trận gió nhiều người đã chờ đón để lắng nghe, hoặc sự thay đổi đột ngột của thời tiết đã khua thức người ta trở dậy nhìn ra ngoài cửa sổ, ra đường, người ta đã thấy mùa thu không phải chỉ mới khởi đầu mà đã tràn vào đầy Hà Nội. Đứng trên gác cao nhìn xuống những mái nhà chằng chịt, những khuôn cửa cắt xén ngang dọc, những ống khói đen, những vòm cửa tò vò, bầu trời thấp xuống một cách không ngờ, trên những hàng cây, các đợt lá cuối cùng xao xác trong gió may, những cành lá mới chỉ qua một đêm đã nhả hết cái tàn lửa của mùa hè, đang dần dần ửng vàng, người ta lấy làm ngạc nhiên, không ngờ cái lạnh lại làm cho lá chín mau hơn cái nóng, và chỉ trong một vài ngày, cả mấy cái cây trồng trong chậu cảnh, các chậu cảnh thành được viền bằng những mảnh bát vỡ, phản chiếu cái ánh sáng xám của mùa thu, cho nhìn thấy rõ các hình bị gẫy vụn trên mặt men xanh sẫm, mấy cái cây nhỏ đó cũng đã trút hết lá, trơ cành khẳng khiu, và trên đường đi học, một sớm ngửng mặt trông dõi các hàng cây, Lan có cảm tưởng tất cả lá đã biến thành hoa. Thêm vào những trận mưa như hôm nay, chỉ cần một buổi chiều mùa thu đã già, dù thực ra mùa thu chỉ mới bắt đầu, và Lan tự hỏi, không biết trong vòng một tháng nữa mùa thu sẽ ra sao? Những cây phượng mới hôm nào đây còn đỏ hoa, nay chỉ còn lại những cành gầy guộc, đen đủi, các vũng nước mưa còn đọng trên lối đi in bóng những trụ đèn, những bức tường ố hoen, vừa qua mùa nắng, gặp mưa, vôi bong ra từng mảnh, như những vảy xước măng-dô của trẻ con trong mùa nắng hanh, dưới chân tường, trong kẽ rêu, cỏ đâm những lá xanh non lên khỏi mặt đất, những vũng nước xe cộ từ ngoại ô chạy vào, bánh xe có dính bùn đất, khi băng qua các vũng nước làm bắn tung tóe lên mặt tường những vết lem luốc, mấy con phố hơi dốc, mùa mưa đến trông sạch sẽ hơn, có lẽ nhờ nước chảy, rửa, thật ra, cũng có thể vì nhìn từ xa, mặt đường ánh lên cái bóng nước nên người ta tưởng vậy, những con đường vào năm đói, buổi sáng, những thây người nằm gối đầu vào nhau mà chết, bây giờ đi qua, nhìn lại, nhiều khi Lan vẫn còn cảm tưởng ghê rợn, những người chết đó đã được chở đi chôn vùi trong những hố chung, không ai còn nhớ ở chỗ nào, có thể các oan hồn còn lảng vảng đâu đây, biến những khu phố thành di tích buồn thảm, những trận gió may có lẽ cũng chẳng khác những trận gió may các năm trước, nhưng buổi tối, đi trên các khu phố, Lan tưởng chừng vẫn nhìn thấy dưới các gốc cây, các hốc tường, cái vẻ u ám, chết chóc, nàng còn tin chắc rằng, đời sống của thành phố này, cái linh hồn của thành phố này, đã có lúc ngưng lại ở những chỗ đó, trong những cơn gió lạnh buốt bất ngờ thổi tới, Lan còn nghe tiếng lóc cóc của những chiếc xe bò chở xác người trong những ngày thơ ấu nàng đã nghe thấy, đã trông thấy, những cái xác được hốt đi hàng ngày cùng với những đống rác, khi nàng hiểu được nguyên do những cái chết thảm hại đó, hình ảnh của những chiếc xe xưa đã mờ nhạt trong óc, nhưng cái tiếng cóc cách không hề phai nhạt, nó còn rít qua khe cửa trong những trận gió rét mùa đông, hay những cơn gió se lạnh của mùa thu, những trận gió cứ thổi quẩn quanh mãi trong thành phố vừa qua cơn chết chóc vì đói khát lại tiếp đến cuộc chiến tranh, thành phố mà sau một cuộc chạy loạn, tản cư, trở về, đứa nhỏ là Lan, lúc bấy giờ chỉ còn trông thấy những đống gạch đổ nát, trong những buổi chiều mùa đông xám ngắt, được mẹ dắt đi qua các khu phố, Lan đã nhìn thấy những bóng người gò lưng, bới móc trong những đống gạch vụn tìm kiếm những của cải với hy vọng đắng cay còn sót dưới đống tro than, gạch vữa, thêm những hồn ma nữa cho thành phố vừa chôn cất hàng vạn sinh linh, thành phố mà khi tản cư thoát ra khỏi, ngoảnh lại, người ta thấy lửa cháy đỏ rực một góc trời, có những người nhất định ở lại, chống trả với quân thù giữ đô thành, chết trong đống lửa ngất trời đó, những người không chạy kịp bị đè nát dưới đống gạch ngói nổ tung, thành phố vừa sống sót qua trận đói khủng khiếp, đã cống hiến cho lịch sử những anh hùng, những cái chết cao cả hơn.

Bởi vì, trong những ngày bắt đầu cuộc kháng chiến, ở lại Hà Nội có nghĩa là bằng lòng chết với Hà Nội. Và người ta đã chết với Hà Nội. Bao nhiêu thanh miên, sinh viên đã chết. Bao nhiêu Hoàng Diệu đã chết. Máu của họ đã pha vào lửa khói, tro than điêu tàn của thành phố.

Người ta trở về Hà Nội với cõi lòng tan nát, với nhà cửa chỉ còn là đống gạch vụn, người ta cố tìm kiếm lại những kỷ niệm, những hình bóng lờ mờ của quá khứ, tìm cách xây dựng lại nhà cửa, sự nghiệp.

Những người đói rách, lang thang, tò mò xúm quanh những bảng yết thị, chúi mũi trên những mục rao vặt trong các tờ báo, tìm việc làm. Những người không phải là dân Hà Nội, bị chiến tranh xua đuổi cũng lếch thếch bồng bế, dẫn dắt nhau lần về Hà Nội. Những chuyến xe hàng bắt đầu xuôi ngược trên những con đường đầy ổ gà, hầm hố, đang được sửa chữa, mang theo những hàng hoá, bị giữ lại khám xét rất lâu. Chùa chiền, nhà thờ, đền miếu bị bỏ hoang tứ lúc cuộc chiến tranh khởi sự, đã được đèn lửa, khói hương, đồng bóng trở lại. Trường học cũng mở cửa cho cho các học sinh đến học. Những buổi sáng người ta đã có thể nhìn thấy những người đàn ông, đàn bà, lam lũ, đứng đợi ông hiệu trưởng tại các trường để xin cho con cái vào học, dù lúc đó đang ở giữa niên học.

Trong hóc kẹt của những căn nhà đổ, những mái nhà mới được cất dựa vào những mảnh tường còn sót mà ngọn lửa đêm tiêu thổ kháng chiến đã bén cháy làm lở từng mảng vôi vữa, đã tiếp tục rơi lở trong suốt mùa hạ, mùa đông với những trận mưa và giông bão, trong những mái nhà người ta giẫm trên những đống gạch vụn, đổ, ra vào, thành lối đi, cỏ vẫn mọc quanh, người ta đã nghe tiếng trẻ sơ sinh khóc trong những đêm khuya.

Những căn nhà, thực ra phải gọi là những túp lều được dựng lên tạm bợ đó, đã có dấu hiệu của sự sống lâu dài, đêm đêm một ánh lửa nhỏ được thắp lên trong chốc lát, sớm mai đi học qua, lan có thể nhìn thấy một khuôn mặt đàn bà ngó qua những lỗ hổng trên tường ra đường, hoặc đứng phơi quần áo trên những sợi dây kéo ngang qua hai góc tường tróc vữa trơ những hòn gạch đỏ nhợt, những bức tường đứng trơ vơ, sừng sững bên cạnh những bức tường khác đã đổ gục.

Thành phố mà người ta ra vào tại các cửa ô, qua các cây cầu, đều phải xin giấy thông hành tạm, trong khi chờ đợi được cấp thẻ căn cước.

Thành phố mà mọi tiếng động nghe còn đầy vẻ rụt rè, có những căn nhà, những trại lính, những người lính cầm súng gác, hàng ngày người ta đi qua, nhưng không dám nhìn thẳng vào, chỉ liếc mắt ngó và rảo cẳng bước khỏi, tiếng động không phải là không có, nhưng chỉ rộ lên trong chốc lát, thường là vào buổi sáng, rồi trở lại yên tĩnh, các bà mẹ ru con e ngại chính tiếng hát của mình, chỉ ậm ừ trong cổ họng, có một vẻ gì đó nghẹn ngào, ai oán.

Trên những hè phố càng ngày càng thấy nhiều hơn những người khốn khổ, xa lạ, từ đâu đó tìm về thành phố mưu sinh, nhưng hình như phần lớn lại chẳng có nghề nghiệp, sẵn sàng nhận bất cứ công việc gì miễn được trả lương, đi rạc cẳng hết chỗ này đến chỗ khác, ngày nào cũng ra khỏi nhà từ sáng sớm, tối mịt mới trở về, đi như thế có lẽ chỉ để tự trấn an, để khỏi phải nhìn thấy cảnh vợ con nheo nhóc, sợ hãi, những người đàn bà dường như cũng biết chồng đi tìm việc trong tuyệt vọng, nhưng ngày nào cũng thấp thỏm trông chờ chồng đem về một tin vui, niềm hy vọng tắt dần cùng với nỗi lo sợ không biết từ đâu, hình như lúc nào cũng có bóng của tai ương, bởi vì trong những lúc đi chợ, đi kiếm việc làm, đứng ở trong nhà ngó ra, không thiếu gì lúc người ta đã trông thấy những cảnh bắt bớ, một chiếc xe hơi đang chạy đột nhiên ngừng lại, từ trên xe một hai nhân viên công an nhẩy xuống, rút súng dí vào lưng, vào sườn, một người đang đi đường, đi bộ hay đi xe đạp, còng tay đẩy lên xe, chiếc xe đạp bị vứt bỏ luôn ở lề đường, như một nỗi kinh hoàng còn lại, không ai dám nhìn, người bị bắt mặt xanh như tầu lá hay mỉm cười chua chát, bị mang đi mất tích, chiếc xe đạp sau đó cũng được mang đi lúc nào cũng không ai biết, những người bị bắt đó có ai gặp lại chăng, nhưng thỉnh thoảng người ta vẫn thấy những người được thả ra từ phòng nhì, từ sở công an, nằm ho ra máu trong các căn nhà tối ám, trong tình cảnh ấy, những người đàn bà tối tối chờ chồng, những người đàn ông mỗi ngày trở về nhà phờ phạc như một cái xác không hồn, những người không nghề nghiệp, bỗng một ngày trở thành thợ giỏi, thợ sửa xe, trở thành công an, đăng vào lính... Những người, dù đã đôi lần gặp gỡ người ta cũng không thể nào nhớ mặt vì sự thay đổi đột ngột trong cách ăn mặc cũng như công việc của họ, những người từ các phương trời xa lạ đổ về Hà Nội mỗi ngày một đông, thay thế cho những thị dân chính cống đã chết hay còn đang lưu lạc đâu đó, chính những người mới tới này, chịu nhận làm bất cứ công việc nào được thuê mướn, đã mau chóng phục sinh cái thành phố gần như đã kiệt quệ vì chiến tranh, tới hồi các ga xe lửa, xe hàng, hoạt động trở lại, người buôn bán đáp xe hàng ngày đi về, những chuyến xe thỉnh thoảng nghe tin bị mìn trên các nẻo đường, người chết, người bị thương, tàn tật, những người khác lại lăn mình tiếp tục đi trên những con đường đầy nguy hiểm đó để kiếm ăn, buôn muối, buôn dầu hỏa, đá lửa, vải, sợi, thuốc tây, mang về các miền xa bán, đó là những thứ hàng lậu bị khám xét rất kỹ, những cô gái ăn vận quê mùa hay làm đỏm, kín đáo liếc mắt đưa tình với những người lính gác tại các trạm kiểm soát để mang lọt hàng, nhiều khi bị bắt giữ, đã tìm cách ở lại với các sĩ quan người

Việt hay người Pháp, để được tha, để vớt vát số hàng đã mất, cùng lúc dò xét xem có thể tiếp tục đi buôn trên con đường đó nữa không hay phải tìm ngả khác, họ có thể trở thành người đưa tin tức cho cả hai bên tham chiến, những người con gái nhan sắc phai tàn rất mau, chỉ sau một hồi bị bắt giữ trong các đồn, bót, hai gò má hồng hào của tươi xuân đã bớt nhiều sắc đỏ, cái màu xanh nhợt của tuổi già đã hiện trên da, màu của những đêm mất ngủ, lo âu, cay đắng, mệt nhọc, đã làm cho họ trở nên biếng cười, hay chỉ còn những nụ cười vô duyên, nhạt nhẽo, và khi cái duyên không còn nữa, những người con gái ấy cũng bỏ luôn việc buôn bán cũ, kiếm một cách làm ăn khác, đan thuê, làm công cho các tiệm may, lấy chồng.

Thành phố khi ấy phát sinh một công việc mới: nhặt trà cho các tiệm Tầu. Người ta đổ những bao trà lớn thành từng đống trong nhà, những người đến làm công không cần phải xin việc trước, chỉ cần sáng sớm đứng chờ ở cửa tiệm, khi tiệm mở cửa, đi theo những người làm cũ vào trong nhà, chủ tiệm sẽ đưa cho một cái mẹt, đem xúc trà trong cái núi trà đổ giữa nhà, về ngồi ở một chỗ nào đấy trong căn phòng đã được dành để làm công việc này, nhặt những cánh trà xanh để riêng ra, những cánh trà đen còn lại đem đổ vào một căn phòng khác có một người Tầu ngồi kiểm soát, xong, trở lại chỗ cũ lấy một mẹt trà mới và tiếp tục công việc cho đến chiều, chủ sẽ cân số trà nhặt được, trả tiền công. Hà Nội trong những ngày hồi cư đầu tiên, một số người đã sống nhờ nghề này, những công việc nhỏ mọn như thế, những của hàng kẹo bánh thuê người cắt giấy bóng, gói kẹo, các tiệm may thuê người đơm khuyết quần áo, là dấu hiệu của hồi sinh của thành phố. Cho đến những buổi sáng, mọi người đều lo đi làm, những chuyến xe lửa chạy ngang qua con đường cao ngất kế bên phố Hàng Đậu với tiếng máy và tiếng bánh sắt lăn ầm ầm, các người đàn bà từ Ô Cầu Rền quẩy những chiếc bong bóng lợn đựng rượu ngang vào thành phố rao bán, có thể coi như Hà Nội đã thực sự hồi sinh. Hàng ngày đi học, Lan đã gặp những kịch sĩ ăn mặc chỉnh tề hấp tấp bước lên các bực thềm của nhà Hát Lớn để vào phía trong để tập dượt.

Quá khứ của Hà Nội, quá khứ gay gắt và êm đềm, hết thảy đều dần dà tan biến giống như những cơn sóng loạn cuồng trên mặt hồ gươm, cuối cùng rồi cũng trở lại thành một con nước duy nhất, một đời sống kết hợp cả đau thương lẫn hy vọng. Hà Nội qua những ngày tang tóc, thê lương, đã sống lại, các trường học mở cửa, công sở, hãng buôn, bệnh xá, rạp chiếu bóng, rạp hát, các gánh cải lương chiều chiều thuê những chiếc xe bò, xe hơi cũ, buộc bảng quảng cáo vẽ bằng bột màu hai bên hông xe, đi rong qua các khu phố, trên xe mấy đứa trẻ khua trống, đập chiêng, vứt xuống đường những chương trình in bằng giấy màu kể sơ lược các tuồng tích sẽ diễn, những giọng ca, tài tử nào mới hồi cư, mới từ trong Nam ra hát, đó cũng là những ngày đầu tiên người ta được xem những cuốn phim có phụ đề chữ Việt, những cuốn phim thuộc bộ "một nghìn một đêm lẻ", hình ảnh Maria Montez, Yvonne de Carlo, được bày bán trên các hè phố, các cô cậu học sinh mê ciné mua cất trong cặp, lồng sau những miếng giấy bóng bọc bìa sách. Mùa thu trở về cùng với những trái hồng đỏ mọng, những trái hồng ngâm mà cái màu xanh của vỏ đã ửng vàng, màu vàng tươi tựa dưới lần vỏ căng đầy nắng hanh, những người đàn bà làng Vòng gánh những gánh cốm bằng cái đòn gánh cố hữu một đầu cong như cái móng tay út của một thầy đồ xưa.

Cùng với mùa màng thay đổi, người ta có thể nhận ra bằng thời tiết, bằng những thức ăn được rao bán ngoài phố, những gánh nhãn Hưng Yên, rươi, sứa, cá thu, và mùa xuân tới, mùa đông vừa giảm đi một chút lạnh đủ để cho những vườn đào đâm nụ, cái nắng ngây ngất đã vắng bóng bao ngày trong mùa đông dài đặc với những trận mưa giông hung dữ, những đêm lạnh buốt xương da, cái lạnh đã làm cho những đám mây dường đông lại như một biển nước đặc trên cao, mùa xuân tới cái biển nước chưa tan hết, nhưng sự ấm áp đã làm cho khối nước trong đi, và mặt trời rọi những tia nắng đầu tiên xuống rừng cây bát ngát vừa nẩy lộc, những bãi cỏ giống như tơ nõn, những vườn hoa chờ cho đủ hơi ấm để đâm bông, những tia nắng báo hiệu mùa xuân bao giờ cũng có vẻ như đã chiếu qua cái mặt nước trong suốt xuống, rọi trên da người cái hơi mát dịu dàng, mùa xuân đến vừa rộn ràng vừa rục rã trong những tiếng chim kêu hót, nới rộng cái đời sống co ro suốt mùa đông, bây giờ người ta và cả vạn vật mới cử động, hô hấp được một cách thoải mái, nên dường như ngày được gia tăng tốc độ, những tiếng cười trong trẻo nghe thấy trong các câu chuyện, nghe thấy giữa đường, giống như tiếng nắng rơi vỡ tự reo vui, các nữ sinh đi học cậy vào sức khỏe đã cởi bỏ áo len vắt trên tay lái đạp, mặc phong phanh một chiếc áo dài, màu tím của chiếc áo đồng phục bay lộng trong những trận gió thổi tạt tựa những cánh bướm làm rợp thành phố, cái bóng rợp của những tà áo đó còn che rợp một góc trời tươi mát nào đó trong trí tưởng vài người mơ mộng viển vông, của những cậu con trai mới lớn, không gì đẹp cho bằng đẹp trai, hình như Xuân Diệu đã viết như thế, con gái đẹp như hoa, con trai đẹp như lá, nhưng có phải mùa xuân lá và hoa đã kết thành một ?

Khi những đứa trẻ, những cụ già, những người trại từ hàng hoa, từ các vùng lân cận, vác những cành đào vào thành phố bán thì phố xá cũng nhộn nhịp với cảnh tết gần kề, trong các chợ, những chuỗi bóng, mực, tôm khô, măng khô, cũng được đổ ra bầy bán.

Mỗi lần nhìn thấy những đóa đào nở đỏ tươi trên cành là mỗi lần Lan lại thấy lòng rộn rã như có một sự đổi thay trong người mà nàng không thể kìm giữ được. Đó là lúc Lan nhận ra rõ ràng máu trong người luân lưu theo một nhịp rộn ràng, da thịt căng trong những đêm thao thức, những nỗi mong ước vu vơ làm cho giấc ngủ đêm đêm thêm những mộng mị, thêm một chút khó khăn, những sáng thức dậy với cảm tưởng như mạch sống đầy tràn dưới da, nàng muốn ca hát, nhảy chân sáo ra sân, đến trường, nàng có thể cất tiếng cười ròn rã vì những nguyên cớ không đâu, nhưng đôi lúc nàng nhận ra chính vì muốn nhảy nhót nên nàng đã phải lấy điệu khoan thai, muốn cười ngặt nghẽo nàng đã làm bộ nghiêm trang.

Tôi đã lớn chăng, đã hết trẻ con, đã thành thiếu nữ? Mỗi lúc soi gương trang điểm qua loa trước khi ra đường hay làm dáng thực sự trong những buổi đi chơi, tự nhìn ngắm thân thể mình trong buồng tắm, nhìn sự thay đổi vừa sỗ sàng vừa tuyệt diệu hiển hiện trên thân mình, Lan nghe ra một sự phấn khởi, sung sướng pha lẫn lo âu, cả niềm sung sướng và nỗi lo âu đều vớ vẩn, vui sướng chi đây và lo sợ chi đây? Tôi không biết, tôi lớn lên như thế này đây và rồi mai này đời tôi sẽ ra sao?

Những ý nghĩ miên man, những tưởng tượng dắt díu từ chuyện này sang chuyện khác, cảnh tượng này sang cảnh tượng khác, khiến Lan không nghe thấy cả tiếng mẹ gọi xuống nhà ăn cơm, đến nỗi bà Nam phải nhắc lại câu nói một lần nữa, Lan mới mợt giật mình "dạ" một tiếng và tất tả cất chiếc lược vào ngăn kéo, đứng dậy, theo mẹ xuống nhà.

Vừa đi nàng vừa cười bảo :

- Năm nay chắc sẽ rét lắm.

Bà Nam bao giờ cũng giữ bước đi hết sức nhẹ nhàng, thư thái, bà còn tin rằng số phận của một người đàn bà an nhàn hay vất vả thường hiện ra trong dáng đi của người đó.

Lan không tin như thế, có lẽ nàng không tin như thế, bởi, nếu căn cứ vào dáng đi để đoán số mệnh của mọi người thì số nàng sẽ là một cái số vô cùng kỳ khôi, chắc thế. Lan thấy mình không làm sao có được một dáng đi nhất định, mà chỉ đi theo kiểu ... tùy hứng. Tuy nhiên, trong những lúc nàng không chú ý gì cách đi đứng của mình cả, bà Nam cho rằng con gái có dáng đi giống bà, đo là điều bà rất ưng ý.

Bà nói :

- Mùa đông nào mà chẳng rét.

Lan bảo :

- Nhưng mẹ không thấy mùa thu chưa hết mà đã lạnh thế này rồi à?

- Mưa lại có bão không lạnh sao được.

Hai mẹ con xuống nhà. Ông Nam đã về, thay quần áo mặc trong nhà, rồi cả nhà cũng ngồi vào bàn ăn.

Ông hỏi :

- Hai mẹ con làm gì mà không ăn cơm trước ?

Bà Nam nói :

- Con nó cũng mới đi chơi về.

Ông Nam ngạc nhiên :

- Mưa gió thế mà mày đi đâu tới giờ mới về ?

Lan cười bảo :

- Con đi lễ.

Ông Nam càng có vẻ ngạc nhiên :

- Đi lễ ?

Lan nhìn bố :

- Con xin thẻ thử xem có số đi xa không?

Ông Nam bảo vợ :

- Tôi đã dặn bà, nếu tôi về quá giờ thì cứ ăn cơm trước đi, đừng đợi.

Bà Nam nói :

- Tôi không đói. Nhà có mấy người ngồi ăn một mình buồn chết. Con nó ở nhà thì tôi đã ăn với nó rồi.

Ông Nam hỏi :

- Con đi lễ ở đâu?

- Đền Ngọc Sơn. Đền Quanh Thánh nữa.

- Cả ngày mưa gió thế làm sao đi?

- Con đi từng chặng. Lúc nào mưa lớn thì núp.

Xong bữa cơm, trời đã khá muộn. Ông Nam bảo hai mẹ con đi ngủ trước, đêm nay ông có nhiều việc bận phải làm, có lẽ khuya mới xong.

Bà Nam nghe chồng nói vậy, lặng lặng đứng dậy đi xuống bếp, lấy nước sôi, pha cho ông một tách cà phê để uống sau bữa ăn như thường lệ, và pha cho ông một ấm trà để ông dùng trong lúc làm việc.

Trong khi bà Nam loay hoay làm những công việc đó thì Lan cũng đứng dậy đi lấy hũ đường mang tới cho bố, rồi ngồi nán lại ở phòng khách.

Ông Nam bảo con :

- Hôm nay sao con thức khuya thế?

Lan nói với bối :

- Ba cho con uống một miếng cà-phê của ba nhé?

Ông Nam bảo :

- Ừ, uống đi.

Lan cầm tách cà phê của bố lên uống một hụm nhỏ.

Nàng không thích cà-phê, nhất là lại uống vào buổi tối thế này còn có thể bị mất ngủ, nhưng Lan cứ thích uống ké một miếng của bố như thế.

Lan nói :

- Sao ba uống đắng quá thế?

Ông Nam đốt điếu thuốcbảo :

- Ba uống cà phê chứ đâu có uống nước đường.

- Đắng nhưng mà thơm thật.

- Thôi đi ngủ đi, mai còn đi học.

Ngập ngừng một lát, Lan hỏi bố :

- Sài Gòn có xa không ba?

Ông Nam lại thêm một lần ngạc nhiên nữa, nhìn con.

Ông đặt tách cà-phê đang cầm trên tay xuống chiếc diãi trên mặt bàn bảo :

- Con muốn biết nó bao xa, việc gì phải hỏi ba.

Lan cười :

- Con muốn nói cái thành phố thật cơ, chứ nhìn trên bản đồ, trông nó chẳng ra hình thù gì cả, lại kỳ quặc nữa.

Ông Nam nói :

- Xa. Để đến kỳ nghỉ hè này, có dịp, ba sẽ cho con đi theo một lần, nếu con thích.

Lan vẫn cười nhìn bố bảo :

- Con cứ tưởng rồi mọi người sẽ vào trong đó nhưng không phải là đi chơi.

Ông Nam hỏi :

- Ai bảo với con thế?

Lan nói :

- Nếu đất nước chia đôi, ai không muốn ở lại đây nữa, chỉ còn cách đi vào trong đó, phải không ạ ?

Ông Nam nhìn con :

- Con cũng nghe chuyện đó sao?

Lan mở to mắt nhìn bố. Nàng không biết bố nói ra câu ấy là một cách đo lường những sự bàn tán ở bên ngoài về cái biến cố tang thương có thể xảy ra hay chỉ tỏ vẻ khó chịu vì thấy con cũng để ý đến chuyện đó.

Nhưng Lan không thấy bố tỏ thái độ nào.

Lan nói :

- Thì ngày nào con chẳng nghe nói đến việc ấy.

Nhưng đấy có phải là chuyện hai cha con nên nói với nhau sau bữa ăn chiều ? Quả thật, đó là một điều không ổn. Nhưng đó cũng là chuyện nó đã nghe, đã biết. Thật đau lòng. Ông cầm tách cà-phê lên uống thêm một hớp nữa, và ý nghĩ của ông lại bị đứt đoạn.

Ông nghe tiếng quả lắc của chiếc đồng hồ kêu đều đặn trên tường. Rồi ông nghĩ đến cách ăn uống của các thị dân và thấy thật là kỳ cục. Họ có nửa ngày để ăn hai bữa còn nửa ngày và thêm một đêm nữa, nhịn đói. Không biết bao nhiêu người mắc phải chứng bệnh này, bệnh khác, nguyên do chỉ tại cái cách ăn uống vô lý này. Người bệnh khi gặp bác sĩ cũng chỉ mong được chữa khỏi ngay. Y sĩ đâu có phải thần thánh. Khả năng của họ còn tùy thuộc vào thuốc men và căn bệnh mà họ phải chữa trị nữa.

Chính những điều ông không thể nói ra này, đã khiến ông, trong những giờ dạy ở trường cho các sinh viên và những lúc khám bệnh ở phòng mạch, mắc phải cái tật khịt mũi. Khi ông nói một điều gì đó, lúc ngửng lên bắt gặp bộ mặt ngớ ngẩn của một sinh viên, thấy rõ là anh ta chẳng hiểu gì cả, ông khịt mũi. Cho đến nỗi, đã có lần ông nghe đám sinh viên nói lén với nhau trong hành lang rằng, cứ nghe "cha già" khịt mũi là "bỏ mẹ", khịt, nếu chúng học mà giỏi được như trêu chọc người ta thì chúng đã khá cả.

Đối với ông không có gì kỳ diệu hơn sự cấu tạo của cơ thể con người, trong khi giảng dạy, phân tích với đám sinh viên về sự cấu tạo ấy, ông vẫn không ngớt ngạc nhiên, đôi khi ông tin rằng, không có một thứ bệnh nào không chữa được, điều này chỉ tùy thuộc khả năng chẩn bệnh của y sĩ, có lúc ông lại có cảm tưởng hoàn toàn ngược lại, ông run sợ trước sự kỳ diệu của tạo hoá, không thiếu những lần, chính ông lại là người lạ lùng trước những trường hợp bệnh đã được chữa trị, bình phục, ông nói dai dẳng và say mê, quên cả dò xét xem đám sinh viên ngồi dưới giảng đường hay đang đứng quanh ông trong bệnh viện, trong phòng giải phẫu, ông mải mê làm công việc, không biết họ có nghe được gì không, lúc trở lại văn phòng ngồi nghỉ, trên đường về nhà, ông áy náy, khịt mũi đôi ba cái, tự nhủ, phải tìm cách kiểm chứng sự tiếp thu của họ, và ông lại thêm một lần ngạc nhiên nữa, là, ngay cả những người ông cho là ngù ngờ nhất, cũng hiểu rất rõ những gì ông nói, làm được những việc ông cứ lo họ không làm được. Ông đâm ra tự trách mình đã quá lo lắng những điều vô lý, và sau cùng, ông lại cho rằng hình như ông đã quá dễ dãi đối với họ.

Ông gườm gườm nhìn con gái. Đi, lúc nào chúng chẳng nghĩ đến chuyện đi, những ranh con. Mày có biết cái chuyến đi này, nếu xẩy ra, thì sẽ ra sao không ?

Lan nghe bố khịt mũi, nhìn mình, biết bố đang không vui trong lòng. Một nửa Lan muốn đứng lên, đi về phòng, một nửa muốn ngồi lại, xem bố nói gì và nhất là muốn biết liệu rồi có được đi hay không ?

Lan nói :

- Con đi đường thấy nhiều người ở các vùng quê chạy về đây, ba.

Ông Nam bảo :

- Thì đánh nhau, người ta chạy đi đâu được thì chạy chứ.

Nói xong, ông cầm tập giấy để trên bàn giở ra xem. Lan biết đó là dấu hiệu bố không muốn nói chuyện nữa.

Lan lặng lặng đứng dậy, lên gác.

Bà Nam cũng mang ấm trà đặt bên cạnh bàn cho ông cùng với một chiếc tách úp trên đĩa, tắt đèn phòng khách, rồi về phòng.

CHƯƠNG BỐN

Buổi sáng Lan thức dậy, trời còn mờ sương. Trận mưa chiều hôm qua mãi đến khuya mới thực sự chấm dứt, chỉ thực sự chấm dứt trong giấc ngủ êm đềm của Lan.

Những buổi học ở trường nghe cũng đầy vẻ uể oải. Không khí của cuộc chiến tranh càng ngày càng đè nặng lên thành phố, dù đấy là những ngày tương đối Hà Nội ít nghe thấy tiếng súng hơn. Tất cả mọi người, mọi sự chú ý, và có lẽ mọi nỗ lực có thể có, người ta đã đổ dồn cả về cái chỗ được gọi là Điện Biên Phủ và cuộc hội đàm ở Genève. Trên mặt các tờ báo xuất bản hàng ngày, những tin tức loan truyền qua các đài phát thanh, người ta không ngớt thấy các từ hoà bình, ngưng bắn, hy vọng, được nhắc đi nhắc lại, hòa bình chưa phải là thái bình, nhưng hãy mong có được hoà bình đã, những câu chuyện nghe được hàng ngày làm tăng thêm nỗi đe doạ, khát khao, hoang mang, giống như những buổi sáng đứng nhìn ra ngoài cửa sổ, nhìn xuống khu vườn nhỏ bé trước thềm nhà, nhìn ra khu phố phía xa, tất cả chìm trong một làn sương mỏng, dưới những tàn cây che phủ hai bên lề đường, thành phố thức dậy sinh hoạt như thường lệ, xe cộ, công nhân, công chức, người buôn bán, xuôi ngược đến nhiệm sở của mình, tới chợ, những tiếng động nghe thấy, những hình ảnh nhìn thấy, thấp thoáng trong đám sương phẳng lặng, tất cả những điều người ta dự đoán, nghe ngóng, có phải cũng chẳng khác đã nghe thấy, nhìn thấy, qua sự mờ ám tương tự, hoà bình, thanh bình, thái bình, mỗi chữ như âm vang của một tiếng chuông chẳng ai khua được lên, chỉ là nhưng âm vang tưởng tượng, người ta không thể biết nó một ngày một thêm khuất xa hay đang dần dần hiển hiện.

Lan sửa soạn xuống nhà ăn sáng, mở cặp soát lại sách vở, thời dụng biểu một lần nữa, ra đường, đến trường.

Nắng vẫn chưa chiếu qua hết những tầng mây đục, nhưng trên các khu phố hơi nóng đã làm cho nhiều đám sương tan loãng, những hè đường, mặt lộ phơi mở ra vẻ sạch sẽ, tươi mát, những dấu chổi của các người quét đường còn in hằn.

Thành phố luôn luôn dù thức dậy vào bất cứ lúc nào, người ta vẫn có thể bắt gặp những khoảnh khắc giống như một ngày chủ nhật, nghĩa là trong cảnh bận rộn, chen chúc, người ta vẫn nhìn thấy sự thong thả, nhàn hạ, lười biếng, cuối tháng sáu trời bỗng nhiên kéo dài những ngày âm thầm, những buổi chiều đạp xe vòng một vòng ra đường bờ sông, nhìn sang bên kia sông, những bãi ngô, bãi mía, giống hệt như nhau trong một màu xanh bát ngát, cái màu xanh bỗng vàng ửng lên ở những quãng có nắng chiếu, còn khắp bầu trời nghe đường nặng trĩu dưới những đám mây đen mang hình các đám khói cháy rừng, những thây người thối rữa, những con chó chết từ đâu đó trôi giạt về bay lơ lửng giữa trời, thấm loang dần cái màu đen ra khắp mọi nơi, những trận gió thốc mạnh từ mặt sông lên, con sông nước đỏ, phản ánh cái bóng nắng bị che khuất bởi những đám mây màu tro, biến thành màu gạch cua, cuốn reo rì rầm, trên bãi cát, những người đàn bà công nhân của các hãng thầu, các nhà xây cất, mặc quần đen áo nâu, nhưng cả hai màu đều bạc phếch biến thành màu tro, nhìn ngược chiều với ánh loé của mặt trời hắt từ những con sóng phía xa lên, chỉ còn là những cái bóng đen, đội nón tùm hụp, cắm cúi xúc những xẻng cát, tiếng

những chiếc xe vận tải rồ máy chạy trên lối đi đầy cát lún từ
ngoài bãi sông vào con đường nhựa trong thành phố, nơi công
nhân của nhà máy nước đá đang xếp những két bia, nước ngọt,
những cây nước đá bốc khói lên các xe tải sơn màu vàng của
hãng để đi giao cho các đại lý, những chai nước được vác lên,
đặt xuống va vào nhau gây thành tiếng lanh canh lách cách,
làm rộn khu phố. Đường bờ sông là con đường vắng vẻ nhất
thủ đô nhưng người ta vẫn có thể bắt gặp các cặp tình nhân đi
dạo dưới những hàng cây trơ trụi, những cây bàng to lớn, có
những chiếc lá vàng lốm đốm đỏ, những chiếc lá trở thành màu
nâu sậm rơi rớt trên mặt đường được quét dọn sạch sẽ, giống
hệt như những chiếc khăn tay. Các nữ sinh được nghỉ những
giờ bất chợt ra về sớm, không muốn về nhà ngay, cũng rủ nhau
tản bộ, đạp xe đi chơi, đi trên lề đường hay đi hẳn sang mé bên
kia đường, leo lên mặt đê, cười đùa với nhau, một tay cắp cặp,
tay kia nắm giữ vạt áo cho gió đỡ bay tung, nhặt trong bãi cỏ
những bông hoa dại nhỏ, cài lên áo, khi về vứt lăn lóc trên dọc
đường, sợ về nhà sẽ bị hỏi tội đi chơi, cuối tháng sáu trời mưa
là có những cơn bão rớt, nhiều người mặc áo len, những đám
học sinh, mấy cụ già rủ nhau vào nhà bác cổ xem, Lan nhớ ở
đây có trưng bầy một chiếc quan tài cổ, làm bằng nửa thân cây
khoét rỗng, đặt trong một chỗ đã được ngụy trang thành một
cái hang, soi sáng bằng ngọn đèn đỏ, muốn vào xem phải đi qua
một bức màn cũng bằng vải đỏ, công trường trước cửa nhà hát
lớn vắng hoe, nơi đây thỉnh thoảng học sinh toàn thành được
huy động tới dự các cuộc biểu tình, cờ xí, biểu ngữ rợp trời,
có nhiều khi ra khỏi đám đông đúc đó, theo lối bờ sông ra về,
Lan còn có cảm tưởng như những tiếng ồn ào ở đó vang vọng
ra mãi tận mặt sông, và ngược lại, trong những ngày vắng vẻ,
đi qua đây, Lan lại ngỡ nghe thấy tiếng sóng của con sông lẩn
khuất trên mấy bậc thềm đá và các bụi cây được chăm sóc kỹ
lưỡng trước cửa rạp.

Vào mùa nước lớn, ngoài tiếng nước chảy xiết, đứng ở công

trường này, người ta còn có thể ngửi thấy mùi phù sa, mùi gỗ mục và trái cây thối ủng bị cuốn trôi, phảng phất trong gió.Cái mùi vị tanh nhạt đó nhiều khi còn bám mãi trong khứu giác, bởi vì mùa lụt, trời thường đổ mưa liên tiếp, đi đến đâu dường như người ta vẫn không ra khỏi đám hơi nước, và người ta tưởng chừng như cái mùi vị ngửi thấy không hề phai nhạt, cái mùi của rêu phong, cây cỏ bị úng thủy, mùi ẩm mốc của một xó góc nào đó trong nhà, tình cờ người ta bước vào, một chiếc ngăn kéo, một hộc tủ, lâu ngày mới được mở ra, cái hơi mốc đó làm tưởng nhớ lại cả một thời quá khứ, những kỷ niệm mù mờ, không biết bắt đầu từ lúc nào, tin tức về khúc đê bị vỡ ở đâu đó người ta nghe nói, những đoàn hướng đạo sinh, học trò các trường công, tư trong thành phố, các cơ quan từ thiện, ngược xuôi trong các khu phố quyên tiền, xin quần áo, chăn màn cũ để cứu trợ, tất cả những thứ đó cũng thêm vào, làm cho người ta luôn luôn tưởng tới con nước vây quanh, làm lầm lạc cả khứu giác, trời đất ngày này qua ngày khác bị vùi dưới những cơn mưa, hình như chỉ còn lại cái mùi nhạt nhẽo của hơi nước. Những buổi sáng thức dậy bất gặp một cơn nắng bất chợt ùa vào phòng, Lan bàng hoàng như nhìn thấy thời tiết reo vui, nàng bỗng nghe lòng giục giã tự mình muốn thở gấp đôi nhịp thường, để lấy lại những hơi thở hao hụt trong một tuần, một tháng, bị dìm trong đám hơi nước, nàng có cảm tưởng như trong những ngày ấy, không khí nàng thở chỉ thấm nhập được vào nửa phổi.

Những ngày nước lớn, có dịp đi qua cầu Long Biên, Lan thấy chóng mặt vì cường độ của dòng nước, con sông đỏ ngầu phù sa, căng phềnh, đầy củi rều và những thân cây trôi từ rừng về giơ những cành khô lên khỏi mặt nước, giống như những ngón tay của người chết đuối, trôi phăng phăng dưới chân cầu, cả một dòng nước mênh mông băng tới khối chân cầu bằng đá đó, bị ngăn lại, réo sôi thành tiếng hãi hùng, những xóm làng xa gần xanh biếc dưới thấp, dọc theo hai bên bờ sông, trông tưởng chừng như, chẳng còn bao lâu nữa sẽ bị chìm ngập hết dưới con nước. Sự thực, tất cả những làng mạc ở ven sông đều đã chìm trong cơn lụt, đi gần tới đầu cầu phía bên Gia Lâm, nhìn xuống các thôn xóm phía bên này con đê ăn sát với mặt sông, các làng Bồ Đề, Lâm Do, nhà cửa bờ bãi đều một nửa chìm trong nước, nhiều căn nhà nước dâng tới ngang mái, những căn nhà lợp lá gồi, mỗi năm chịu một mùa lụt, vài trận bão, gió mùa, mưa và sương muối tàn phá, bạc phếch, màu bạc của những lớp lá gồi đã bị sói mòn lẫn với mặt nước tràn ngập bên dưới, phản chiếu ánh nắng sớm mai, cái nắng đang làm bốc hơi từng mảng mái nhà làm hiện dần lên cái màu khô bạc mà những trận mưa liên tiếp đã làm cho sũng nước, những cơn nắng giữa mùa mưa giông không kéo dài được bao lâu, thoáng chốc lại biến mất dưới bầu trời âm u, rồi mưa lại mau chóng đổ xuống, lê thê suốt ngày và cứ thế kéo dài có khi cả tháng.

Lan đến lớp học, trí óc lãng đãng, thầy giảng bài như một công việc phải làm, học trò nghe và ghi chép cũng như một công việc phải làm, không khí uể oải, buồn nản. Rõ ràng là mọi người đã cảm thấy có một sự rung chuyển tận cỗi rễ, cái đời sống họ trải qua bao nhiêu năm, một sự rạn nứt, đổ vỡ nào đó lại đang rình rập chụp xuống một lần nữa sau cuộc tàn phá của chiến tranh, người ta đã cố xây dựng lại cái linh hồn tan nát của thành phố dường như mới kết hợp lại được với truyền thống cũ, với quá vãng, vừa hàn gắn được cái khoảng trống tan hoang đã làm đứt rời Hà Nội với lịch sử của nó, giờ đây cái linh hồn đó lại muốn sụm xuống, tệ hại hơn, hình như nó đang muốn bỏ đi, muốn tan biến, những người Hà Nội đã nghe ra sự thúc đẩy của một chuyến đi, có lẽ người ta không thể ở lại được nữa, tại sao mọi người chưa nói với nhau, cuộc chia cắt chưa thực sự xẩy ra, người ta đã có chung cảm tưởng, thành phố này không còn thể là nơi dung dưỡng họ nữa ?

Tan buổi học, trời đổ mưa, Lan mặc áo mưa ra về. Trời mưa lớn Lan còn ngần ngại đứng núp dưới cổng trường.

Buổi sáng đi học mẹ nàng đã dặn hãy đi bộ, ngộ nhỡ tan học

trời mưa có thể đi xích lô về, chứ đi xe đạp sợ ướt hết. Quả nhiên trời đang đổ mưa lớn.

Thay vì đi xe như lời mẹ dặn, Lan lại men theo mái hiên các nhà, lần đi từng quãng, đứng lại ngó mưa. Mưa ướt sũng trên những mái nhà nhìn thấy bên kia đường, những mái nhà vừa được rậm lại, xen vào giữa những hàng ngói rêu đen là màu son của những viên ngói mới được thay cho những hòn đã tróc vỡ, những căn lầu cửa sổ đóng kín hay mở rộng, bên trong tối đen, những song sắt im lìm. Lan dừng lại trước một tiệm tạp hóa ngắm nhìn, chai lọ, thùng thiếc, hũ đất nung, kim băng treo từng chùm trên một sợi dây vắt ngang, những cục băng phiến gói thành từng bao bằng giấy bóng màu, những chiếc lược nhỏ để trong một cái hộp bằng các tông, bàn chải đánh răng, bàn chải giầy, phấn viết bảng, những lọ kẹo, bánh, vợt và những hộp bóng bàn được xếp chồng lên nhau, hộp trên cùng mở nắp đã khuyết mấy quả, một người đàn bà ngồi sau quầy hàng chăm chú đọc một cuốn truyện để trên hai đùi, trong góc nhà, hai đứa trẻ đang chơi đùa với nhau bên một con ngựa gỗ, vài căn nhà được quây kín đằng trước bằng một tấm cót và những mảnh gỗ cũ, bên trong đổ đầy những đống đá vụn, người ta vẫn tiếp tục tái thiết, xây cất thêm nhà cửa, tiếng cười rộn rã vọng ra từ một căn nhà người đứng ngồi chen chúc, một cửa tiệm may trong tủ kính có một bức tượng bán thân đàn ông khoác trên vai những tấm vải, mở mắt ngó ra ngoài đường, một ngôi đền khuất sâu trong một ngõ hẻm đang cúng lễ, tiếng tiu, cảnh, trống, chuông vang lẫn, ngôi nhà thờ với những bậc thềm đá cao, lạnh ngắt, cửa đóng kín, những người đàn bà tay xách làn đứng nép vào cửa một căn nhà núp mưa, vài người khác tất tả chạy qua đường, những nữ sinh tóc bị gió thổi tung vừa đi vừa tìm cách tránh những cặp mắt soi mói của những người ngoài phố, hoặc chẳng có một vẻ sợ sệt nào, họ đi một mình hay đôi ba người dắt díu, cười nói, đi phăng phăng dường chẳng buồn để ý đến mưa gió, những người còn đang nhìn các lối đi chìm ngập dưới mưa bằng đôi mắt xa lạ, họ chắc chắn không phải dân cư ngụ lâu ngày trong thành phố, những người nắm trong tay một cuộn giấy kẻ ô vuông nhỏ thường được dùng để viết đơn, đơn xin việc, khiếu nại, tìm người nhà bị mất tích, những người đang có công ăn việc làm chán nản, lười biếng trốn việc, thành phố đầy những những sự trái ngược ai oán, chiều chiều, dưới những cơn mưa lạnh lẽo, dưới gầm cầu, trong xó tối các căn nhà bỏ hoang, luôn luôn người ta vẫn thấy những người chui rúc, đói rách, như những hồn ma vất vưởng từ năm ất dậu còn sót lại.

Lan đang ngẩn ngơ suy nghĩ, dùng dằng chưa biết nên đi theo lối nào để về nhà, bỗng nghe tiếng gọi :

- Lan, Lan.

Lang quay lại thấy Quang đang dừng chiếc solex bên lề đường, gọi nàng.

Lan chạy ra cạnh Quang.

Quang nói :

- Đi đâu thế ?

Lan bảo :

- Em vừa ở trường ra.

Quang hỏi :

- Sao chưa về ?

Lan nghe một trận gió thổi qua, những giọt nước trên cành cây rớt xuống cùng với màn mưa bị thổi tạt hắt đầy trên áo mưa, trên mặt mũi.

Nàng nói :

- Thì em đang đi về đây. Nhưng mưa thế này ...

Quang bảo :

- Cô ngồi sau xe, tôi đèo về.

Lan lẳng lặng làm theo lời Quang. Chàng cho xe chạy, chiếc xe nhỏ lao vùn vụt trên mặt nhựa ướt, một vài chỗ đường gấp khúc, gồ ghề, trơn, hai bánh nhỏ bị trượt, chiếc xe nẩy lên muốn hắt hai người xuống, nhưng cuối cùng Quang vẫn giữ được thăng bằng, tiếp tục chạy.

Lan một tay ôm cặp, một tay nắm đằng sau yên xe, nói :

- Coi chừng ngã.

Quang nói, tiếng nói của chàng bạt trong gió :

- Không sao đâu.

Lan nghe cái lạnh thấm qua áo mưa vào người, rùng mình. Nàng run lập cập, trên mặt, dù nàng đã đội mũ tùm hụp che kín đầu, và chiếc mũ sụp xuống ngang trán, nhưng mưa vẫn hắt chảy ròng ròng thành hạt trên mũi.

Lan bảo Quang :

- Em lạnh quá.

Quang bảo :

- Kiếm chỗ nào ngồi một tí không?

Lan nói :

- Phải đấy.

Quang rẽ xe vào một quãng đường vắng, ở đó, dưới một gốc cây lớn bên cạnh một bức tường dài quét vôi xám, một ông già căng một tấm vải bạt làm một cái quán cà phê gánh, quán không vách, chỉ có vài chiếc ghế đẩu thấp, hai cái bàn, mặt bàn chỉ nhỉnh hơn mặt ghế một chút. Gánh hàng của ông gồm một bên là chiếc tủ kính hình chữ nhật, một bên là cái bếp được quây kín bằng một miếng tôn khói ám đen sì. Trong tủ kính, Lan nhìn thấy mấy chiếc bánh ngọt, bánh mì, vài thỏi xúc xích và những miếng pho mát bọc giấy bạc.

Quang nói :

- Đây là quán cà phê ngon nhất Hà Nội.

Lan đứng rũ nước trên áo mưa, bỏ mũ ra khỏi đầu, dùng mấy ngón tay vuốt lại mái tóc, bảo :

- Chẳng biết có ngon thật không, nhưng chắc là nhiều gió nhất Hà Nội.

Quang dựa xe vào gốc cây, hai người vào ngồi trong quán.

Chủ quán, người đàn ông tóc lốm đốm bạc, không tỏ vẻ gì mừng rỡ, dù quán không có một người khách nào, và lúc đó trời mưa tầm tã, Quang và Lan là hai người khách hiếm hoi bước vào quán trong quán.

Quang rút khăn tay đưa cho Lan thấm những giọt mưa bám trên mặt và trên tay. Sau đó, chàng cũng dùng chiếc khăn Lan trả lại làm y như vậy.

Trong khi lau tay, Quang nói với ông cụ :

- Cụ cho chúng cháu hai ly thật nóng.

Lan vẫn không nghe ông già nói một tiếng. Ông dùng cái que gạt bớt than ra quanh bếp, đẩy thêm củi vào bếp cho bén lửa, bên trên bếp, ấm nước sôi tuôn khói ra khỏi vòi, đám khói bị gió làm tan ngay.

Ông già lấy hai cái tách, bỏ vào mỗi tách một thìa đường, nhấc chiếc ấm xuống rót vào tách, lúc đó Lan mới biết đấy là ấm cà phê chứ không phải chỉ là nước.

Lan nghe hơi ấm từ bếp lửa toả ra chỗ ngồi, nhưng chút lửa ấm không đủ làm tan hết hơi lạnh của cả buổi chiều mưa tích tụ bên ngoài.

Lan yên lặng nhìn người đàn ông sửa soạn tách cà phê. Ông làm một cách chậm rãi, chăm chú, không cả ngước lên nhìn nàng và Quang.

Ông đặt hai tách nước trước mặt nàng và Quang.

Quang cầm chiếc thìa nhỏ khoắng nhẹ tách cà phê cho Lan trước.

Chàng nói :

- Cô uống thử xem vừa đường chưa?

Lan bảo :

- Anh cứ để đấy cho em.

Người chủ quán để thêm ra trước mặt hai người một chiếc chén nhỏ đựng đường.

Quang cũng khoắng nhẹ tách cà phê của mình rồi cầm lên uống liền.

Chàng bảo Lan :

- Uống đi không có nguội.

Lan làm theo lời Quang. Nàng bưng tách nước nóng lên tay. Hơi nóng thấm ra bàn tay, truyền đi khắp người, cái hơi ấm mỏng manh không hơn chút khói bốc trên miệng tách. Nhưng chén nước vẫn cho nàng cảm tưởng ấm áp thích thú.

Quang hỏi :

- Cô có đói không?

Lan cười bảo :

- Không. Em không đói.

Quang nói :

- Tưởng cô đói, có thể ăn một chiếc bánh mì...

Lan tiếp :

- Ngon nhất Hà Nội.

- Ngày xưa trốn học tôi vẫn ra đây ngồi.

Lan cười :

- Sao anh không rủ em đi với.

Từ lúc tới đây đến giờ Lan mới nghe tiếng ông chủ quán hỏi Quang :

- Vừa đường chưa cậu ?

Tiếng nói của ông trầm và ấm như được đốt lửa.

Quang đang cầm tách nước kề trên môi, vội vàng bỏ xuống, đáp :

- Được rồi, cụ.

Lan nghe quanh mình tiếng gió cuốn, reo, tấm bạt căng làm mái quán giật phần phật, và nàng có cảm tưởng kỳ lạ như đã bị gió bão thổi giạt tới một hải đảo nào, và cảm tưởng này khiến nàng thích thú.

Khu phố trong mưa gió, trông hoàn toàn xa lạ đối với nàng. Lan không thể nhớ đã có lần nào đi qua con đường này, nhưng chắc chắn chưa có lúc nào nàng đã ngồi nhìn từng gốc cây, đám cỏ của khu phố như thế này, những bức tường dài vây kín các căn nhà như những tu viện, những nhà xác, cái mái bằng bạt không đủ che cho người ngồi bên dưới khỏi ướt, bụi nước bay vào bám đầy trên bàn ghế, trên mặt kính của chiếc tủ nhỏ, chỉ có cái bếp được che kín lửa vẫn cháy đều, nhưng ngọn lửa cũng bị gió tạt reo ù ù.

Lan nói :

- Ngồi ở đây như lạc tới nơi nào vậy.

Quang bảo :

- Sinh viên trốn học gọi quán này là quán "Trùng Nhị".

Lan ngơ ngác hỏi :

- Tên gì oái oăm thế?

Quang nói :

- Tên do cụ Nguyễn Trọng Cảo đặt đấy.

Lan càng ngơ ngác không hiểu. Quang kể lại cho Lan nghe chuyện ngày xưa, cụ Nguyễn Trọng Cảo đi sứ sang Tầu. Nghe tiếng sứ thần Việt Nam hay chữ, các ông Tầu "thiên kinh vạn quyển" muốn thử tài, cất một cái quán không vách ở biên giới, khi cụ đi qua họ mời vào vào nghỉ chân và xin cụ đặt tên cho vì quán chưa có tên.

Cụ viết cho họ hai chữ " trùng nhị" rồi bỏ đi. Trùng là "côn trùng", nhị là "hai", ghép lại, chẳng có nghĩa gì.

Người Tầu xúm nhau bàn luận, không ai hiểu ra sao.

Tiếng đồn hay chữ của sứ thần Việt Nam chỉ là hư danh chăng? Khi cụ Nguyễn đi sứ trở về, họ yêu cầu cụ cho biết rõ ý. Cụ cầm bút thêm vào hai nét bên ngoài.

Có mấy nét bên ngoài đó hai chữ "trùng nhị" trở thành hai chữ "phong nguyệt". Chừng đó họ mới hiểu ý cụ, đặt tên cho cái quán là "phong nguyệt vô biên", nghĩa là nơi gió trăng không có gì ngăn cản. Tất cả những người muốn thử tài cụ đều bái phục.

Trời vẫn mưa, nước rơi vỡ giống như những miếng bông nhỏ gió thổi bay lướt trên mặt đường. Con đường gồ sống trâu, dồn nước xuống hai bên lề, từ đó cuốn đuổi nhau trôi tuột vào miệng cống. Tấm bạt trên đầu hai người mưa gõ lộp bộp, những hạt mưa nặng nhẹ khác nhau, khiến Lan ngỡ có thể phân biệt được giọt nào mưa thẳng từ trên trời xuống, giọt nào đọng trên lá rớt xuống.

Tự nhiên Lan thấy muốn băng mình ra ngoài mưa, muốn nhảy nhót như những giọt mưa trên mặt lộ.

Lan nói với Quang :

- Uống hết tách nước, nếu trời còn mưa, mình cứ chạy về nghe anh.

Quang giật mình ngó Lan bảo :

- Ngồi đây thì chịu được, chạy ra ngoài, ướt, rét lắm.

Lan nói :

- Không sao. Mình có áo mưa mà.

Quang ừ hữ cho qua chuyện. Nhưng có vẻ như Lan không đùa bỡn. Nàng muốn về thật. Nàng muốn dầm mưa chơi.

Quang lại ngại việc này, rất ngại nữa là đằng khác.

Chàng nói :

- Áo mưa thì áo chứ, mưa thế này làm sao khỏi ướt.

Lan nói :

- Ướt một tí ăn thua gì.

Quang nói :

- Hai hàm răng đập một bây giờ chứ lại không ăn thua gì.

Lan không nói gì nữa. Nàng ngước mắt nhìn Quang, cái nhìn đầy vẻ năn nỉ.

Quang tảng lờ như không biết. Chàng hướng về phía bếp lửa, nhìn những ngọn lửa vàng tươi ủ quanh cái ấm nước reo sôi. Chàng thèm được hơ hai bàn tay bên ngọn lửa đó, dù chưa phải là mùa đông. Bao giờ Quang cũng nhận ra mình luôn chờ đợi trước những sự thay đổi của thời tiết, và sự chờ đợi này, đôi khi, đã cho chàng cảm tưởng chàng được sống dài hơn cái mùa màng sắp tới.

Khu phố như nổi lềnh bềnh trong nước, những ống cống không thoát đi kịp nước dềnh lên gần kín mặt đường.

Người đàn ông già từ đầu vẫn chỉ hỏi Quang một câu ly nước của chàng đã vừa đường chưa, bây giờ lại yên lặng ngồi ngó mưa. Lan nhìn hai con mắt của ông đã bắt đầu kéo một lớp màng mỏng có những gân máu đỏ, ở trên lòng trắng của con mắt hình như cái lớp màng bọc ngoài có nhiều chỗ đã bị nhăn lại, đôi mắt mỏi mệt, có lẽ vì đã phải mở ra để nhìn mãi khoảng trời rỗng không bên ngoài, đã cúi xuống để thổi bếp, đôi mắt đã bị ám khói, ẩm hơi nước.

Khu phố yên tịnh, Lan không còn nghe một tiếng động nào khác ngoài tiếng mưa gió, và thỉnh thoảng một vài cành cây khô gẫy rơi xuống mặt đường lẫn với tiếng vi vu của gió hút qua những sợi dây điện giăng trên cao.

Tất cả những tiếng động đó, chỉ làm tăng thêm cái yên lặng của buổi chiều.

Lan cảm thấy gai ốc rởn khắp người.

Nàng giục Quang :

- Về chứ anh?

Quang nói :

- Có điên đâu mà ra đường đội mưa lúc này.

Lan bảo :

- Thà chịu ướt một tí, về nhà, chứ ngồi đây mãi lạnh quá.

Quang nói :

- Lại gần bếp cho ấm.

Nói muốn về nhưng Lan thật sự cảm thấy lười biếng đến không còn muốn cử động nữa. Giá có thể được ngồi yên ở đây không phải lo đến giờ về thì thích biết mấy.

Lan nói :

- Bữa qua đã về muộn, hôm nay lại về muộn nữa, ba em mắng chết.

Quang bảo :

- Mưa quá làm sao về.

Lan không biết nói gì, ngồi yên ngó ra ngoài. Nước đọng trên tấm vải bạt rỏ ròng ròng xuống đất, sói thành những cái lỗ tròn nhỏ, giọt sau hắt cạn giọt trước, và cứ thế tiếp diễn. Nhìn một lát, Lan thấy mỏi mắt và dường như mọi vật tối sầm lại, mà có lẽ trời cũng tối thật. Lan ngước nhìn một căn nhà ở tít cuối phố, qua khung cửa sổ, nàng nhìn thấy một ngọn đèn vừa được bật sáng. Cái ánh sáng chói sáng, chiếu qua màn mưa đục, bầu trời lúc đó chẳng khác một tấm chăn ướt, không còn bóng một đám mây nào, trên những ngọn cây cao nhất, các tàn lá mang chung một màu xám tro và đang dần dần đặc lại.

Người chủ quán cũng bắt đầu dọn đồ đạc, nhưng nhẩn nha nói với Quang và Lan :

- Cô cậu cứ việc ngồi. Tôi lo sắp sẵn vậy thôi chứ chưa về đâu.

Nghe tiếng người chủ quán, Quang quay lại bảo :

- Chúng cháu cũng đi bây giờ.

Lan nghe Quang bảo thế, tuy biết chàng chưa đứng dậy đi ngay, nàng cũng lo cài lại mấy chiếc khuy áo mưa, giũ chiếc mũ, vài giọt nước còn sót rớt trên nền đất.

Trận mưa đã nhẹ hạt, đèn đường cũng vừa được thắp.

Ánh đèn sáng trong cái chạng vạng của buổi chiều làm Lan có cảm tưởng đêm đã xuống.

Hai người đứng dậy ra về sau khi trả tiền người chủ quán. Ông ta cũng đã sắp sẵn quang gánh chờ gỡ nốt tấm bạt căng làm mái để ra về.

Lúc ra tới vỉa hè đứng chờ Quang dắt xe ra, Lan quay lại chỉ còn thấy hai con mắt như hai cái chấm trắng trên khuôn đen đủi của ông cụ đang nhìn theo hai anh em.

Một cơn gió hất tung tấm vải bạt lên,làm vũng nước đọng bên trên đổ ào xuống, tấm vải bị vặn vẹo một lúc rồi mới yên.

Quang đẩy xe tới trước mặt Lan bảo :

- Ngồi lên.

Lan làm theo lời chàng.

Nàng nói :

- Coi chừng ngã đấy anh.

Quang quay đầu lại ngó xem Lan đã ngồi yên chưa rồi chàng mới bắt đầu dùng chân lết trên vỉa hè lấy đà đẩy cho xe chạy.

Chiếc xe bị ướt, Quang phải đạp một quãng máy mới nổ. Mưa vẫn chưa hoàn toàn dứt. Mặt đường bỗng rung chuyển, hình như có chuyến xe lửa hay một đoàn xe nhà binh đang vận chuyển sắp chạy qua hay một cây lớn vừa bị đổ.

Quang giơ tay vuốt mặt, bảo Lan :

- Cô bám cho chắc nghe.

Lan kêu :

- Anh chạy châm chậm một tí.

Quang cười. Chàng vẫn cho xe chiếc xe bon theo tốc độ cũ. Xe chạy về lối hàng Bông, đâm sang con đường Gambetta rộng thênh thang và đầy lá rụng.

Những chiếc lá vàng xanh lẫn lộn rụng đầy mặt đường bị nước mưa dán chặt, cành cây khô gẫy rơi ngổn ngang.

Giờ tan sở đã qua, người ta đã ra về hết hoặc còn nán lại đứng trú mưa ở đâu đó nên ngoài đường thỉnh thoảng mới thấy một chiếc xe hơi, đóng cửa kín, chạt vụt qua. Nước mưa làm con đường, từ vỉa hè cho đến các cây cối, đều trở nên bóng loáng trong ánh đèn.

Quang rụt đầu sâu trong cổ áo cắm cúi cho xe chạy.

Lan về tới nhà trời đã sụp tối.

Quang thả Lan trên lề đường trước nhà.

Lan nói :

- Anh lại đi luôn sao ?

Quang nói :

- Đi.

Lan cười hỏi :

- Đi chơi à?

Quang nói :

- Chứ còn đi đâu nữa giờ này.

- Mai gặp anh chứ ?

- Có chuyện gì cần không ?

- Em chỉ muốn gặp anh thôi.

Quang nhìn đồng hồ tay. Gần bảy giờ. Khắp thành phố đèn đã thắp sáng. Cùng với bóng tối bôi xóa, trận mưa đã tạnh từ lúc nào, cả hai người đều không hay, nhưng gió vẫn lồng lộng.

Quang nói

- Tôi phải đi làm. Cô gọi giây nói cho tôi lúc nào cô muốn.

Lan nói :

- Vâng

Không có việc gì cần thật, nhưng Lan cứ có cảm tưởng rờn rợn sắp đến lúc phải chia xa cái thành phố này. Nàng muốn ghi lấy hình ảnh từng khu phố, đi lại, lớn lên trong bóng của nó, nhưng chưa bao giờ nhìn rõ một nơi nào cả, như trong một giấc mơ, nhà cửa, cây cối, nửa thật nửa giả, những buổi sáng trời trong, những buổi chiều u ám, những ngày mưa, những tháng đông lạnh lẽo, tất cả chỉ là sự đổi thay của mùa màng, thời tiết, ở bên ngoài, lòng nàng nguyên vẹn là tấm gương trong sáng nhưng trống rỗng.

Bỗng nhiên trong những ngày gần đây, Lan có cảm tưởng bóng dáng của các hình ảnh nhìn thấy, cái lạnh lẽo, ấm áp của thời tiết cảm thấy, bắt đầu báo hiệu sự đổi thay của nó, trên tấm gương lặng lẽ kia dường như chúng đang dần dần thoát ra khỏi tầm chiếu, tầm nhận ảnh của tấm gương, Lan lo sợ nghĩ rằng, một ngày nào đó, phải xa nơi này, nó sẽ chẳng còn sót lại một bóng hình nào của cái vùng trời bao la, thân ái này, tấm gương tự nó sẽ mờ tối, cái ánh sáng trong đáy sâu tâm khảm nàng sẽ tắt, chẳng còn chiếu rọi cho thấy những hình ảnh của quá khứ, nhìn thấy bằng những con mắt buồn bã, không có thật, nhưng lúc nào hình như cũng ẩn nấp ở đâu đó trong trí tưởng tối tăm, sâu thẳm của mình, nhìn ngó và kể lể với mình những lời thầm lặng, ai oán.

Lan đi vào trong nhà.

Quang gò lưng đẩy chiếc xe cho chạy trở lại.

Lan về phòng thay quần áo, rửa mặt, lòng bỗng thấy trống trải. Lan cũng không trông thấy bố mẹ dưới phòng khách, có lẽ cả hai người đều chưa về.

CHƯƠNG NĂM

Lan muốn bỏ bữa cơm chiều, nhưng dĩ nhiên không dám, vì chắc bố sẽ hỏi lý do, nàng không thể nói vì ốm được, khai bệnh láo với một ông bác sĩ già là một chuyện khôi hài, kêu mệt ắt sẽ bị hỏi tội đi về thất thường mấy ngày liền. Loay hoay mãi không biết làm cách nào, cuối cùng Lan nằm vật xuống giường nghĩ thầm, cứ nằm nghỉ tí đã, bao giờ người nhà gọi xuống ăn cơm hãy hay.

Nàng nhắm mắt yên lặng, cố không nghĩ tới một điều gì nữa.

Đêm bên ngoài cửa sổ nghe mát êm trong những cơn gió dịu dàng. Mưa đã dứt. Những tiếng động rõ ràng là tiếng lá cành va chạm chứ không phải nước rơi nữa.

Lan mở mắt ngó ra ngoài cửa sổ. Phải một lúc lâu nàng mới phân biệt được giới hạn của quầng ánh sáng từ ngọn đèn trong phòng hắt ra tiếp ra với bóng đêm, và từ đó, nhìn sâu lên bầu trời phía xa. Đằng sau những đám mây mỏng giống như những đám khói, gió cuốn bay vùn vụt, vài ngôi sao le lói, ánh sáng của những vì sao cho nhìn thấy một khoảng trời đã khá quang đãng. Phải vậy chứ, Lan nghĩ, mới tháng sáu sao trời lúc nào cũng như sũng nước. Mùa hè chưa chấm dứt, thời tiết đã là thời tiết của mùa khác, đó là điềm không hay.

Lan với tay bật chiếc máy thu thanh để trên mặt bàn ngủ, ngọn đèn xanh sáng sau tấm kính đầy những con số của các băng tần, một tiếng hát cất lên. Bài hát kêu gọi Hà Nội nghe thấy lúc đang nằm trong Hà Nội, có một vẻ gì đó bứt rứt, khó chịu. Cái ánh sáng xanh của ngọn đèn khuất sau tấm kính, mỗi phút thêm chói ngợp trong trí tưởng của Lan. Trong cơn chập chờn, mệt thiếp, Lan thấy mình đi trên các khu phố quen thuộc nào, nhưng ngửng mặt nhìn, lại thấy bầu trời hoàn toàn xa lạ, những bức tường nhìn thấy qua ánh trăng, không phân biệt được màu sắc đích thực, tất cả hình như có chung một màu xám, và cái màu xám đó được tráng một lớp men xanh xao của ánh trăng, cái màu xanh huyền hoặc chảy tuôn trên các ngọn cây, mái ngói, tràn lan trên các hè đường. Lan có cảm tưởng cái chất lân tinh đó thấm nhập vào mọi cảm giác khiến nàng rùng mình sợ hãi.

Cảm tưởng phút chốc làm Lan sợ hãi thực sự. Nàng không thể mường tượng cảnh một sáng nào thức dậy, mở mắt nhìn không còn thấy Hà Nội, thức dậy tại một thành phố nào khác, sẽ ra sao ?

Lan ngồi dậy, xếp lại những đồ dùng lặt vặt để trên bàn, làm những cử chỉ cho đỡ bứt rứt. Hình như cái điều nàng sợ hãi kia không chỉ còn là điều tưởng tượng, nó đang rình rập đâu đó, chờ đợi để hiển hiện. Lan mở to mắt nhìn những vật chung quanh phòng, nhìn ánh đèn chiếu quanh chỗ ngồi, dường như chỗ nào có ánh sáng của ngọn đèn rọi tới, cái mối đe dọa kia bị đẩy lùi xa đi thôi, chứ nó vẫn có đó, cuối cùng Lan sững sốt vì ngay chính sự xúc động của mình. Nàng ngồi yên trở lại trên giường, hai tay bó chân, ngoẹo đầu tựa trên đầu gối. Nàng ngồi yên như vậy và lại lắng nghe cái bài hát đang được phát trong máy. Những hình ảnh thật đang được gợi lên bằng những hình ảnh ảo của giọng hát, tựa hồ tấm gương trả lại bóng, qua những lời kể lể đó, Lan nhìn thấy rõ Hà Nội, những khu phố hàng ngày đi qua, những tiếng động hàng ngày nghe thấy, tất cả đều là những gì có thật, nghĩa là những gì có thể mất, tại sao bao nhiêu năm tháng sống ở nơi này, sống và lớn lên, nàng chẳng hề có một lần lưu tâm để biết như thế ?

Trong trí tưởng của Lan, trong khoảnh khắc nổi kên hình ảnh xanh thẫm của mặt hồ Gươm, có phải đúng cái màu xanh đó đỗ tiết ra từ chất rỉ của mỏ đồng dưới chân Hà Nội, những tia sáng lấp lánh như muôn ngàn mặt nhẫn kim cương trên đầu các ngọn sóng, buổi chiều vui trong tiếng guốc khua, mùa hè cao ngất trên đỉnh trời vàng hoe, trên những cánh phượng đỏ tươi như máu những bông gạo *"nát nhàu như người lính tử thương"* không có một cây gạo nào trong thành phố Hà Nội, nhưng xen vào giữa những chùm phượng vĩ rực rỡ của mùa hè Hà Nội, Lan luôn luôn thấy xuất hiện trong tưởng tượng những cái cánh đỏ dầy tròn trịa của những bông hoa gạo, bởi vì, chỉ cần bước ra khỏi Hà Nội, ngay trên chỗ tiếp giáp của Hà Nội với các cửa ô, trên một quãng đồng nào đó, là người ta sẽ trông thấy những cây gạo đỏ tươi sắc hoa, nơi chim chóc suốt ngày ríu rít bay tới, bay đi, mùa hè, Hà Nội mặt trời hun nóng, ngầy ngật trong tiếng trẻ con khóc đêm, rộn rã vì ao ước được về quê nghỉ hè, ngày hè nơi quê hương xanh bóng lá, lồng lộng gió đồng, bơi trong hồ, ngồi trên cầu ao múc từng gáo dừa nước dội lên mình đêm sáng trăng, nằm trên chõng tre kê dưới gốc cau hóng mát, những trận gió phảng phất mùi thơm của đầm sen cuối làng, của cây lá trong vườn, mùi hăng nồng của những con bọ xít dưới giàn mướp cạnh bể nước, những bông hoa trứng gà thơm đến nỗi có bữa Lan ngắt để bên gối ngủ, sáng hôm sau thức dậy bị nhức đầu.

Nhưng điều thích thú nhất của Lan hiện nay là đi bơi thuyền trên Hồ Tây. Hồ nước như một vũng biển xanh, chiều chiều thả thuyền chèo bằng tay hay giương buồm cho chạy mãi ra xa tít, nhào xuống nước bơi rồi lại leo lên thuyền ngồi, cứ thế vùng vẫy trong tiếng vui đùa của những người khác cũng bơi thuyền đâu đó trên hồ vẳng từ xa lại, có những lúc cả khu hồ rộng lớn vàng óng trong ánh nắng, cái nắng tẩm đầy hơi nước, trở nên quyến rũ, và người ta muốn đẫm mình trong cả hai thứ, bơi lội và hứng nắng như thế, hết mùa hè, Lan cảm thấy da dẻ hồng hào, thực sự khoẻ mạnh hơn một chút, có hôm mải chơi, chiều hết lúc nào không hay, nhìn quanh thấy bóng tối đã chạng vạng trên mặt hồ, ngó về phía bờ, lùm cây xanh chỉ còn là một khối đen lờ mờ và đã dường như khuất sau đám sương mỏng, Lan giật mình sợ hãi, giục Quang trở lại bờ, hai người ra công chèo lái, nương theo hướng gió cho thuyền chạy mau hơn, Lan cuống quýt làm Quang bực mình gắt nhặng xị, nhưng Lan mặc kệ, vẫn luôn mồm giục anh nhanh tay lên.

Lan thường nghĩ, sống ở Hà Nội là sống với những kỷ niệm đổi thay về thời tiết. Người ta thở chung cái hơi thở của mùa màng, ấm lạnh theo từng nhịp biến chuyển của khí trời, đôi khi Lan có cảm tưởng huyễn hoặc chừng như mình có thể vươn vai chạm tới trời, đôi lúc nàng thấy mình tan biến trong quãng không của khu vườn mùa đông lạnh ngắt. Có những buổi chiều Lan không biết rõ mình thức hay ngủ, bỗng nghe chuông nhà thơ rền vang từ phía xa, nàng run lật bật ngỡ như khắp người đang bị dư âm của tiếng chuông làm rung lên, Có đêm giao thừa theo bố me đi lễ trong đền Ngọc Sơn, khói hương của những người chen chúc lễ trong đền và cả ở ngoài sân, thắp lên dày đặc làm thành một đám sương bay thẳng lên các đỉnh cây, tiếng chuông trống ép trong ngực, khói hương làm cho ngây ngất, có lúc Lan tưởng không thở được, nàng chới với níu lấy tay mẹ, hai chân bước líu ríu gần như không chạm tới mặt đất nữa, Lan thấy hệt như mình đã biến thành một đám khói.

CHƯƠNG SÁU

Sáng chủ nhật trời ấm áp. Những ngày mưa kéo dài đến nỗi, buổi sáng đẹp trời như thế, Lan vẫn tự hỏi, không biết từ giờ đến trưa, trời có mưa nữa hay không ?

Rõ ràng là trời không vẩn một áng mây, xanh lơ, và cái đám sương mỏng che kín dưới khu vườn, cai đám sương mùa hè hiếm hoi, chỉ có thể có vào những ngày mưa ướt, nhhũng ngày thời tiết đổi thay đột ngột, những ngày cuối tháng sáu sang tháng bảy, nghĩa là, dù vẫn còn đang ở mùa hè, nhưng mùa hè cũng đã sắp chấm dứt, và mùa thu lẩn khuất ở đâu đó, trong một cánh rừng, trên một dòng sông, một cánh đồng, đã len lén tỏa cái hơi lạnh xâm nhập vào mùa hè, tạo thành những đám sương mỏng manh, cũng có thể đó chỉ là những đám thán khí do lá cây thở ra trong đêm, vậy thì chút khói mờ nhạt đó, sáng nay cũng chẳng còn thấy vương vất ngay trong những tàn cây rậm rạp nhất, không khí như thế, báo hiệu một ngày đẹp trời.

Lan lo đánh răng, rửa mặt xong, xuống nhà ăn sáng, đã thấy bố ngồi đọc báo, bên cạnh ly cà phê.

Lan đứng lại đằng sau ghế của bố, ngó vào tờ báo, hỏi:

- Ba ăn sáng chưa a ?

Ông Nam khịt mũi một cái không nói gì.

Lan không thấy mẹ đâu, nhưng nhìn cái ghế đối diện với bố thấy cũng có một ly sữa còn bốc khói và một phần ăn có dấu lam nham, đoán chắc mẹ vừa đứng dậy vào bếp làm gì đó.

Lan ngồi xuống chỗ có để sẵn phần ăn của mình.

Ông Nam nói :

- Sao độ này con hay đi chơi thế.

Lan nhìn bố, vẫn thấy ông cắm cúi đọc tiếp tờ báo.

Lan nói :

- Hôm nào tan học cong cũng bị mưa.

Ông Nam cầm ly nước lên uống một hớp nhỏ, mắt vẫn không rời khỏi cột báo.

Ông nói :

- Để mai ba bảo nó đưa xe đón con.

Lan nói :

- Nhưng mà giờ giấc các lớp học hè của con thất thường lắm, sẽ phiền cho ba những lúc cần di chuyển.

Ông Nam nói :

- Thế thì con phải tìm cách nào đó di về cho đúng giờ, chứ chiều nào mày cũng lếch thếch ở ngoài đường sao được.

Lan lặng thinh sau câu nói của bố.

Bà Nam từ dưới bếp lên, ngồi vào chỗ cũ của mình, tiếp tục ăn nốt bữa ăn sáng.

Bà hỏi Lan :

- Con có muốn pha một chút cà phê vào sữa cho thơm không ?

Lan nói :

- Vâng. Mẹ cho con một tí.

Ông Nam hỏi :

- Sáng nay hai mẹ con có việc gì không ?

Bà Nam nhìn chồng xem ý ông định nói gì, nói :

- Tôi có vài việc lặt vặt thôi.

Lan nói :

- Hôm nay con được nghỉ.

Ông Nam bảo :

- Hai mẹ con sửa soạn đi chơi.

Đó là việc hãn hữu. Ít khi nào ông Nam rủ vợ con cùng đi với ông như vậy. Ông làm gì có thì giờ. Công việc ở trường, ở nhà thương, khiến ông nhiều khi về đến nhà, chỉ còn đủ thời gian nghỉ ngơi chốc lát, dùng bữa, sau đó lại chúi mũi vào công việc soạn bài, chấm bài.

Hôm nay bỗng nhiên nghe ông bảo sửa soạn đi chơi, hai mẹ con đều ngạc nhiên.

Lan hỏi :

- Đi đâu thế ba?

Ông nói :

- Ba có chút việc phải lên Sơn Tây. Cho hai mẹ con đi chùa Thầy. Thế thì tuyệt đối với Lan rồi.

Chùa không cách Hà Nội bao xa, nổi tiếng là một thắng cảnh, vậy mà Lan chưa có dịp nào tới cả.

Lan ăn vội cho xong bữa ăn sáng, sau đó lên phòng thay quần áo, lúc trở xuống, thấy bố mẹ đã sẵn sàng.

Ông Nam tự lái xe đưa hai mẹ con đi.

Xe chạy bon bon qua những khu phố đông đúc, ra ngả Ô Cầu Giấy, từ đó băng theo con đường lên Phùng. Chỗ tiếp giáp giữa cửa Ô và đường lên Sơn Tây cũng có một bến xe hàng thông thương nối liền hai tỉnh. Bến xe khá đông, Lan nhìn thấy những chiếc xe hàng cũ được sơn phết lại, hầu hết các xe đều được sơn hai màu, nửa trên vàng, nửa dưới xanh.

Dọc đường Lan còn bắt gặp những chiếc xe vận tải chở đầy đá xanh đã được xay nhỏ từ phía trên chạy ngược lại.

Lan hỏi bố :

- Xe chở đá ở đâu ra thế ba ?

Ông Nam đáp :

- Phùng. Ở đó có một nhà máy say đá.

Lan nói :

- Con xuống xem được không ?

Bà Nam gạt đi :

- Đi chưa xong việc mà xem cái gi.

Ông Nam bảo :

- Để lúc về, nếu còn sớm ba sẽ cho xuống xem.

Đó là lần thứ nhất Lan nhìn thấy sông Đáy, nhìn thấy núi Ba Vì. Những bài hát, những câu thơ của một quá khứ chưa qua hết, lần khuất trong trí nhớ, như dòng sông lấp lánh nắng, một quá khứ hiển hiện nặng nề như ngọn núi Ba Vì giữa trưa mà trông như phủ đầy sương khói, dưới và quanh chân núi là những xóm làng nối tiếp sau những riềm cây, những ruộng mía xanh dầy kéo dài ngút tầm mắt, những gương hồ phẳng lặng có những cạnh sần sùi, giữa cánh đồng một con đất đỏ ngoằn ngoèo băng ngang một thung lũng vắng vẻ, một cây gạo cao ngất đỏ rực hoa.

Trước cảnh núi non hùng vĩ, cảnh chùa tịch mịch, sau khi theo bố mẹ leo lên được tới cổng chùa, đứng từ đó nhìn xuống những cánh đồng tràn ngập nắng và lúa ửng vàng, Lan có lúc thấy mình tan biến đâu mất, chỉ còn lại đôi mắt, chỉ còn lại cái nhìn không thể nào chứa đựng hết quang cảnh trước mặt.

Trong khi bố nói chuyện với sư cụ trụ trì, mẹ lo thắp hương lễ Phật theo sự hướng dẫn của một chú tiểu nhỏ.

Lan đi quanh quẩn xem cảnh chùa, và một lát sau lại tha thẩn đi ra trước cổng chùa. Chân dẫm trên những tảng đá ong khô cứng, khi đó Lan mới giật mình nhìn xuống và nhận ra những tảng đá có những vết lỗ chỗ như tổ ong, như dấu của những giọt nước rơi xói.

Trong cái vắng lặng mênh mông, Lan nghe tiếng một con chim chào mào kêu trên cành cây trên đầu, nghe vang động ở phía bên kia dãy núi, bên kia những cánh đồng, bên kia những làng mạc, bên kia con sông, có lẽ còn xa hơn nữa, những tạp âm mơ hồ, giống như âm vang của chính sự yên lặng.

Lan cúi xuống một lần nữa, nhìn rõ những vết lỗ chỗ trên các tảng đá, và nàng giật mình vì nghe thấy mấy tiếng nổ lớn trong dãy núi vọng tới.

Tiếng nổ làm cho lũ chim đang ríu rít trên cây kêu ré lên,

bay tán loạn ra xa rồi lại quay lại, nhẩy nhót, chuyền cành này sang cành khác.

Một đám mây trắng vừa bay qua khỏi mặt trời, cả cánh đồng tưởng chừng sáng rực, Lan nhìn đâu cũng thấy chói mắt.

Lan được chú tiểu do sư cụ cho ra mời vào uống nước.

Lan hỏi chú mới hay, tiếng nổ vừa rồi là người ta bắn mìn lấy đá chứ không phải đánh nhau.

Lan vội vã đi vào.

Dù ông bà Nam đôi bà Nam đôi ba lần xin cho Lan được phép từ chối chén trà do sư cụ rót mời, viện cớ Lan còn nhỏ không dám nhận, sợ thất lễ với sư cụ. Nhưng sư cụ vẫn giữ nụ cười hiền hậu trên môi bảo, không sao, nhà chùa không có gì ngon để mời cô, đây là trà pha bằng nước giếng lấy trên núi, mời cô nhắp thử.

Trước lời mời ân cần của sư cụ, ông bà Nam cho phép con gái nhận chén trà.

Lan đỡ chén nước sư cụ ban cho bằng đôi tay run vì cảm động, lí nhí ngỏ lời cảm ơn.

Sư cụ nhìn Lan đưa chén nước lên môi, ý tứ quay sang tiếp tục câu chuyện với ông bà Nam để Lan có thể uống một cách tự nhiên hơn.

Hương thơm của chén trà phảng phất trong đám khói mỏng. Cũng trong chén trà Lan còn nhìn thấy cái ánh sáng xanh mát hắt từ ngoài khu vườn đầy bóng cây qua khung cửa vào.

Lan uống từng hớp nhỏ và mường tượng lại trong trí nhớ những tảng đá nhìn thấy lúc đứng ngoài cổng chùa *"đất đá ong khô nhiều ngấn lệ, em có bao giờ lệ chứa chan"*, những câu thơ lọt vào ký ức bao giờ không hay, đột hiện trong đầu, giống như những tăm cá sủi từ dưới sâu lên mặt nước. Lan cũng nhớ, có lần Quang đã kể cho nàng nghe, trên lối lên chùa, quanh đây, có một tảng đá bắc qua một con rạch, trên tảng đá có vết lõm và dấu hai bàn tay, do quỷ thần đội đến để làm cầu, thật vậy không anh Quang, cầu đá ấy ở chỗ nào nhỉ, Lan thầm nghĩ và mỉm cười một mình.

Lúc từ chùa về, ông bà Nam có dừng xe ở Phùng cho Lan xuống xem cái máy say đá và các công nhân làm việc. Quản lý công trường, một thanh niên có nước da vừa bị cháy nắng chưa xóa hết vẻ thư sinh, đã vui vẻ dẫn nàng và ông bà Nam đi xem.

Máy có một hệ thống dây xích lớn, mỗi mắt là một thùng sắt hình tam giác, chạy vòng tròn theo chiều dốc từ thấp lên cao. Công nhân đứng ở bên dưới, khuân đá bỏ vào các thùng, khi thùng tới đỉnh của vòng quay, đá tự động được trút vào máy say. Đá sau khi được cán nhỏ, chảy ra một đường máng, trút thành đống hoặc trút thẳng xuống thùng một chiếc xe vận tải chờ sẵn ở đó.

Chung quanh công trường bột đá bay tạo thành một lớp bụi, nhà cửa, cây cối, cả đồn binh kế cận nhà máy, đều trắng xoá phấn đá.

Ở đây cũng có một ngôi chùa nhỏ, phía bên kia đường cái, sân chùa lát gạch Bát Tràng, được quét dọn rất sạch sẽ.

Ông bà Nam cũng được đưa đi xem một cái cầu gẫy, còn ngâm mình dưới dòng sông, phần đầu cầu còn lại vẫn gắn liền với mặt đất. Cầu đã bị phi cơ Mỹ oanh tạc hồi đệ nhị thế chiến. Phần cầu còn lại trên mặt nước, tuy đã lâu, nhưng nhiều chỗ sơn còn đen bóng.

Lan theo người thanh niên, bám vào những thanh sắt trên thành cầu men ra tít ngoài xa, tháo dép ra, thò chân xuống nước, rửa.

Ông Nam nói :

- Coi chừng ngã nghe Lan.

Lan tươi cười bảo :

- Nước mát lắm ba ạ.

Mặt trời lúc đó đã nghiêng hẳn về phia những dãy núi ở phia Tây. Nắng vẫn còn đầy trên sông, nhưng hơi nồng nực đã giảm bớt.

Lan nghe da mặt khô se, có lẽ vì suốt một ngày nắng gió và bụi bậm, nhưng không muốn vớt nước lên mặt, chỉ khoắng chân cho sạch bụi và rửa hai bàn tay. Nước mát và hơi mát truyền cả lên người Lan.

Lúc cúi xuống rửa tay Lan muốn soi mặt trên dòng nước, nhưng sóng làm Lan chỉ thấy cái bóng của mình chứ không thấy rõ một chi tiết nào.

Người thanh niên thấy Lan chăm chú nhìn cái bóng của mình trên mặt nước, chàng bật cười thành tiếng.

Chàng nói nhỏ, vừa đủ cho Lan nghe thôi :

- Rửa chân tay thôi, đừng rửa lông mày, chết cá sông của tôi.

Ông Nam có nhìn thấy người thanh niên nói chuyện với con gái, nhưng không nghe được chàng nói gì.

Nhưng cái hình ảnh con gái níu tay trên thành cầu thò chân xuống rửa dưới sông, cái cây cầu gẫy, đã gợi lại trong ông bao nhiêu chuyện cũ, ông hằng tưởng nó chẳng còn ảnh hưởng gì tới ông nữa.

Đã từ lâu lắm ông mới lại bắt gặp trong lòng mình cái tình cảm xa lạ giống như một sự ghen tuông, nó làm cho ông tự nhiên thấy se lòng.

Cái tình cảm không rõ rệt lắm, ngay khi ngồi lái xe từ chỗ nhà máy say đá, đã thấy gợn lên trong lòng một sự xao động kỳ quặc, khiến ông đã đôi ba lần khịt mũi, tự xua đuổi, bởi vì ông không tin rằng, qua mấy chục năm lòng ông phẳng lặng như tờ, ngay những ngày ông còn thanh xuân, cái tình cảm ông phỏng đoán là sự ghen tuông đó còn chẳng có khi nào hiện tới với ông cả, vậy thì không lý đến lúc mái tóc đã bạc quá nửa, đến lúc mà ông cho rằng mọi chuyện đã yên cả rồi, cái tình cảm quái gở đó lại đến với ông.

Khi ông và con gái từ bờ sông trở lại xe, bà Nam vẫn ngồi yên tại chỗ trong xe, kêu lên rằng, hai bố con làm gì mà lâu thế, và nghe con gái khoe với mẹ cái chùa nhỏ rất đẹp nó vừa trông thấy, dòng sông nước mát rượi nó vừa rửa chân tay, ông thấy rõ ràng, cái tiếng nói của người đàn bà ông vừa nghe thấy đó, đã phát ra từ trong lồng ngực của ông, từ một cái chỗ tối tăm nào đó, và ông biết chắc là ông đã tái mặt.

Cái giọng nói đã gây chấn động khắp người ông, thật là

một điều không ngờ, và cả một quãng đời xa lắc xa lơ bỗng lướt qua trí tưởng của ông, từng đoạn một, hình ảnh nào cũng rực rỡ, dường như được soi chiếu bằng một mặt trời vàng, ánh sáng thừa sức soi rõ từng chi tiết tất cả những hình bóng ông nhìn thấy đó.

Ông ngồi vào chỗ, đặt tay trên bánh lái ông nhận ra hai tay ông rung rẩy. Đó là hiện tượng khó coi. Ngay trong những lúc cứu chữa các con bệnh nguy kịch nhất, ruột gan mở tung dưới dưới ánh đèn, trong những lúc khẩn cấp như thế, mặc dầu đã tập trung cả tâm trí vào công việc, mặc dầu ông hiểu rõ hơn ai hết, chỉ một chút sơ xẩy, muộn màng, là cái mạng người đang nằm chình ình kia, sẽ chẳng còn cơ hội nào nhìn thấy ánh sáng của đời sống nữa, ngay chính vào những lúc đó, thỉnh thoảng ông vẫn nghe thấy tiếng thì thầm từ trong tiềm thức, một ngày nào đó, tuổi già sẽ cướp mất của ta sự cứng cáp, hai bàn tay này sẽ run rẩy và trở thành vô dụng, mồ hôi thấm ra trên trán ông, một nữ sinh viên hay một nữ y tá, dùng khăn thấm cho ông, đối với họ ắt hẳn đó chỉ là những giọt mồ hôi của sự mệt nhọc và cố gắng quá sức của ông, riêng ông, ông biết rằng nó còn pha lẫn những giọt mồ hôi của sự sợ hãi nữa, tuy nhiên chắc chắn chưa một lần tay ông thật sự run rẩy. Vì thế, nhìn thấy hai tay mình, khi không, run thế này, ông ngạc nhiên và sau đó lo lắng. Nó như dấu hiệu chứng tỏ ông không còn kiểm soát được sự xúc động của mình nữa, và điều đó có nghĩa là ông đã già thật ?

Ông lái xe và thỉnh thoảng ngó vợ trong tấm gương chiếu hậu. Người đàn bà vô tình, và làm sao bà có thể ngờ ngọn lửa đã tắt rụi từ bao nhiêu năm lại có thể còn được khơi lại trong lòng ông, nên nét mặt bà thản nhiên chỉ pha dấu một chút mệt mỏi vì suốt một ngày đi lại.

Trong cái ánh sáng của buổi chiều bắt đầu trên quãng đường hắt từ những cánh đồng đầy bóng cây xanh vào cái khung gương nhỏ, giống như một cánh cửa mở vào dĩ vãng, cái dĩ vãng chẳng còn một một bóng hình nào thật nữa, vậy mà tất cả còn đảo lộn, lướt qua, đến nỗi ông không kịp nhận ra một chi tiết nào, trên tấm gương ấy, hình ảnh người đàn bà mỏi mệt bỗng hiện ra, tươi cười, trẻ lại, bằng nhiều dáng điệu khác nhau, cúi xuống, ngửng lên, trò chuyện, cái hình ảnh hoạt động đó đột nhiên ngưng hẳn lại, ông Nam nhìn thấy những nếp nhăn giữa hai hàng lông mày của người đàn bà, cái hình ảnh của đêm Hà Nội bốc cháy, nàng có lẽ đã lo âu cho một người còn bị kẹt trong đám khói lửa ngụt trời đó, Hà Nội đỏ rực trong ánh lửa, cái ánh lửa sắp bóng lên tận những tầng mây cao, và khi đó, ông tưởng chừng như nó chiếu tới tận cái khuôn mặt đầy đặn của vợ ông, nàng cúi xuống nhìn những ngọn cỏ ướt ở dưới chân, nhưng ông biết chắc nàng đang lo lắng, khi đó ông không mảy may tức giận, ông còn đủ bình tĩnh, trêu chọc nàng, Hà Nôi của em đang cháy, em có muốn trở về kiếm gì không, nàng ngửng phắt đầu lên giận dữ nhìn ông, nhưng ông đã thản nhiên quay nhìn về phía góc trời đỏ lửa, ầm vang tiếng nổ, nghĩ thầm, có lẽ cũng nên đốt cháy hết những tàn tích khốn nạn cũ đi, một ngày nào đó, mọi người sẽ trở về xây cất lại một Hà Nội mới, một cuộc sống mới với hy vọng đồng đều cho tất cả mọi người. Trong lòng ông lúc ấy cũng nổi lên bao tình cảm rối ren, những bóng đen vụt qua, chẳng khác những hình ảnh phản ánh trong tấm gương chiếu hậu của chiếc xe vừa xuất hiện vừa trôi tuột mất. Ai có thể vui khi nhìn gia sản của mình đang bị cháy rụi thành tro than? Người đàn bà bậm môi run rẩy bên cạnh ông, đứa con nhỏ đang ngủ trong một góc đình, cuộc phiêu lưu kỳ thú hay đây chỉ là bước khởi đầu của những ngày vô định, chưa biết sẽ dẫn tới đâu ?

Hà Nội cháy, cháy như cháy bằng ngọn lửa hào hùng của những người ở lại giữ Hà Nội. Cái kẻ mà vợ ông đang lo lắng nghĩ tới kia, hắn đã chịu thua ông trong cuộc chạy đua chiếm người đàn bà đang đứng cạnh ông đây. Nhưng có lẽ hắn đang chiếm lại nàng bằng ngọn kửa kiêu căng cháy đỏ một góc trời kia. Hắn cũng là người bạn thân nhất của ông những năm học y khoa. Cả hai cùng yêu nàng, họ không giấu nhau điều đó và cùng mọi cách chinh phục nàng. Mơ ước của họ khi ấy là, ra trường và lấy được nàng. Hắn đã thua ông cả hai việc.

Đúng ra, hắn đã bỏ dở cả hai việc.

Hắn đã cười ngất bảo ông "ta nhường cho nhà ngươi cả sự nghiệp lẫn hạnh phúc".

Trong ánh lửa ngất trời kia ông còn như nghe thấy tiếng cười ngạo nghễ của hắn.

Lửa sẽ đốt cháy cả sự riễu cợt, anh hùng và ngu xuẩn của hắn. Nhưng ông cũng nghe cháy rát trong lòng cái ngọn lửa của cuộc tiêu thổ kháng chiến, cháy rát trong lòng cái da thịt của những kẻ như hắn, biết bao nhiêu người như hắn, đang bị thiêu trong cái biển lửa kia.

Cái việc ông đang đứng ở đây không phải vì ông muốn, mà ông đã được gửi tới để chờ đợi để cứu chữa cho những người bị thương được khiêng ra từ cái vòm trời đỏ lửa kia.

Nhưng lòng ông thật không yên ổn chút nào. Ông có cảm tưởng ngọn lửa rừng rực kia đang cháy tạt trên da ông, dù ông không đồng ý đấy là cách đúng nhất, nhưng đáng lẽ giờ phút này ông cũng phải đang sống chết với mọi người trong đó.

Ông hỏi vợ :

- Lửa cháy ở phố nào nhỉ ?

Người đàn bà ngửng nhìn về phía Hà Nội, và, vào cái phút kỳ ảo đó, khuôn mặt nàng bỗng đẹp một cách rực rỡ lạ thường, khiến ông chợt có cảm tưởng vừa ngông cuồng vừa đau đớn rằng, ông không mất gì cả, mang được nàng đi là ông đã mang theo được hết Hà Nội, dù cho Hà Nội có cháy thành tro than.

Nàng nói :

- Lửa lớn thế kia thì cháy hết Hà Nội rồi còn riêng phố nào nữa.

Con sông dưới chân hai người cuồn cuộn chảy, thoát ra từ cái vùng đỏ ối đó, đáng nhẽ phải chất đầy tiếng thét, chất đầy nước mắt, đầy xác chết, nhưng ông chẳng hề trông thấy một vật gì, ngoài cái ánh bập bùng xa rít, cái ánh sáng mờ của sao đêm trên những ngọn sóng, lấp lánh và nặng nề như được đội lên bởi một đám ma quỷ bên dưới. Vài giọt mồ hôi rướm ra hai bên thái dương, ông phải nắm chặt bàn tay trong túi quần dằn cơn xúc động, nghe trong tiềm thức đứt tung nhiều mối dây ràng buộc, ngỡ như có muôn ngàn tia lửa bắn vỡ trong trí não. Ông bỗng có những ý nghĩ hết sức hung bạo, ông phải cố sức dằn lại, trong những cơn gió tầm đẫm hơi nước thổi thốc từ cái mặt sông mênh mông lên, tóc người đàn bà bay phất phới, ông đã muốn cởi bỏ nàng ra khỏi mọi sự che đậy, muốn trải nàng trên những ngọn cỏ lấp lánh ánh sao, muốn yêu nàng cuồng bạo như một tên vô lại. Ông muốn thấy nàng hoang vu như bãi cát, tràn đầy như dòng sông, rậm rạp như cỏ. Ông thấy rõ ràng chỉ có cái phút duy nhất đó, nếu ông có thể làm tình với nàng, tình ái mới có thật, nếu không, sẽ chẳng bao giờ ông chạm được tới nàng bằng tình ái thâm sâu trong lòng ông.

Cuối cùng, ông khám phá ra rằng, trong cơn dục vọng kỳ quái của ông, có lẫn một chút ghen tuông.

Ông biết chắc rằng, trong cái vẻ băn khoăn của người đàn bà, có chất chứa sự lo âu cho kẻ đang còn mắc lại trong thành phố kia.

Cái gì đã khiến cho hắn có thể bỏ tất cả tương lai một cách hết sự nhẹ nhàng để nhận lấy cái chết như vậy ?

Ông muốn yêu nàng ngay lúc đó như một cách biện minh rằng, đời sống là một một cái gì tuyệt diệu và không gì có thể thay thế được.

Và, thật là oái oăm, ông còn nhận ra lòng ông dường đang nhỏ lệ, ông muốn làm như thế để chứng tỏ một cách thống thiết rằng, kẻ chết sẽ không làm việc đó được nữa.

Cái ánh lửa của thành phố bốc cháy mỗi lúc một lan rộng hơn, đến nửa khuya cả một vùng trời tựa bị nhuộm đỏ. Cái màu đỏ của phấn hồng, của một bình minh, và vì đó không phải là một bình minh, nên vẻ rực rỡ biến thành vẻ thê lương. Tại sao hắn đã chọn cái chết dễ dàng như vậy ?

Câu hỏi thầm lặng cứ âm vang mãi cái tiếng kêu bí đáy sâu

tâm khảm ông, cái màu hồng phản ánh trên mây trở thành ánh máu, và nhìn ra dòng sông trước mặt, ông thể không thể không có cảm tưởng có lẫn máu chảy trong đó. Và cảm tưởng này phút chốc làm cho cơn rạo rực trong người ông giảm đi dần dần.

Ông bỗng nghe ra giọng nói của mình hết sức bình thường, khi ông bảo vợ quay về chỗ trọ, kẻo khuya sương xuống lạnh.

Nàng lặng lẽ làm theo lời ông.

Đêm hôm đó, ông vẫn thực hiện ý định của mình lúc đứng ngoài bờ sông với nàng. Nàng không từ chối, nhưng nàng chỉ tham dự một cách thụ động. Cơ hội đã qua đi. Cho đến lúc soi gương, thấy mái đầu đã lốm đốm bạc, ông chẳng bao giờ gặp lại một dịp tương tự, và hai người đã sống với nhau bằng cái tình vợ chồng bình thường, hết sức bình thường. Những sớm mai thức dậy, những sáng mùa đông sương lạnh bám quanh các khung kính cửa, hơi sương đôi khi làm ông khiếp đảm tưởng đôi mắt của mình đã bắt đầu mờ, nhưng đó chỉ là những đám khói lạnh, song dù cho đó có chỉ là những đám khói lạnh, đôi mắt kia còn tinh tường được bao lâu? Ông đã phải mang nặng một mối mặc cảm buồn thảm, ông đã chẳng làm cho nàng trở nên phì nhiêu được, và việc đó hoàn toàn do lỗi ông. Trong đôi mắt đôi khi đã có bóng mờ của hơi sương, có lúc ông còn có cảm tưởng có một kẻ nào đó, nấp kín trong ông từ bao giờ, ngó ông bằng đôi mắt của chính ông.

Suốt đời, có lẽ chẳng bao giờ ông có thể quên được cái đêm ân ái buồn thảm đó. Mỗi lần nghĩ lại, ông còn như cảm thấy cái lạnh lẽo thấm vào tận trong sương tủy, muốn làm ông run lên, ông còn nhìn thấy mảnh trăng khuya đêm ấy, chiếu chếch qua mái hiên đình, qua cái bóng rậm rạp khổng lồ của cây đa, trong đầu ông cái hình ảnh đỏ rực của Hà Nội bốc cháy còn nguyên vẹn, và cơn ước muốn điên cuồng tự nó lụi đi, dần dà được thắp lại, đó là dấu hiệu không hay, một việc như thế mà ông đã phải cố gắng mới làm được, sau khi tháo gỡ ra khỏi nàng một cách mau lẹ, một dấu hiệu không hay khác nữa, nằm xuống chiếc chiếu trải trên đầu thềm lạnh lẽo, mùi vị kham khổ đầu tiên trong những ngày kháng chiến, người mềm nhũn, dường như tất cả những đầu mối của cảm xúc vừa bị đứt tung, chùng xuống, ngửa mặt nhìn qua khe hở một góc mái đình và một cành đa lên mảnh trời đen, giữa mảnh trời đó nổi lềnh bềnh mảnh trăng nhợt nhạt như một miếng nước đá, cái tình cảm ông nhận thấy trong lòng ông lúc đó là một thứ tình cảm cay đắng, cái lần cất cánh đã không thực hiện được, chỉ còn cách kéo lê cuộc quay cuồng là là trên mặt đất, cho tới mãn kiếp, tận trong thâm tâm, lúc đã nằm thẳng căng như một thân chuối trôi trong cơn lụt, ông ân hận vì đã không đề nghị với nàng lúc đứng bên bờ sông, không đủ hung bạo để thực hiện ước muốn không cần biết ý nàng, chán chường hơn nữa, ông còn cảm thấy oán nàng, oán cái vẻ nghiêm trang, đức hạnh của nàng, đã trở thành một thứ thành trì vô dụng, ngăn cản, không biết bao lần không thể nào hòa hợp được với nàng tới tận cùng niềm khao khát, thân mật.

Quả nhiên cái sự bình lặng đã đã kéo dài trong suốt mấy chục năm vợ chồng chung sống. Cái vẻ nghiêm trang của người đàn bà dần dà thấm nhập vào ông, trở thành sự lạnh lẽo, ông cùng vợ lưu lạc mấy năm qua bao nhiêu rừng núi, bến sông, làng mạc, bao nhiêu đền chùa, miếu mão, lang bạt trên những chuyến đò ngang, đò dọc, trên trên chiến khu, dưới hầm hố, nhưng chẳng khi nào ông còn thấy lại cơn ước muốn bỏng rẫy, của cuộc hoả hoạn xưa nữa, Hà Nội cháy một lần, tuổi trẻ cũng chỉ có một lần, cơ hội cũng chỉ có một lần, đã qua cả mất rồi. Bây giờ là những mùa đông lạnh buốt xương da, hơi ấm bình yên của bếp lửa, hồi tưởng, những đêm mưa trên sông vắng, những cuộc trốn chạy trong rừng thiêng nước độc, trú ẩn dưới hầm hố, rồi ngày lần mò trở về Hà Nội, về Tề, Hà Nội nhìn thấy lại trong điêu tàn, đổ nát, tan hoang, khiến ông rợn tóc gáy khi bước những bước đầu tiên vào Hà Nội. Ông hiểu rằng đã quá muộn màng, những ước mơ đã tắt, đã bị vùi sâu dưới những gạch ngói, thời gian cũng đã quá dài, đủ để cho những từng cỏ dại chết đi, mọc lại, phủ che trên những nấm mồ, người chết không sống lại được, những ước mơ bị vùi dập cũng không thể tái sinh.

Không phải trong mấy chục năm chung sống vợ chồng không có những phút vui buồn, nồng mặn, nhưng chính trong những phút vợ chồng đạt được đến đỉnh cao nhất của hạnh phúc, những lúc ông tưởng đã hòa hợp được với nàng một cách hoàn toàn, thì đó cũng là phút, ông nhận ra ông đã bỏ lỡ buổi nguyên đán của tình rồi, và cái hạnh phúc ông đang thụ hưởng với nàng, thật chẳng khác thời khắc tương tư cái ngày đã mất đó. Mùa xuân vẫn còn nhưng nguyên đán đã qua. Đôi khi ông nhìn ngắm nàng và muốn kể lại cho nàng biết chuyện cũ, nhưng chẳng bao giờ thực hiện ý định ấy cả. Ông nói với nàng bằng những tiếng thầm lặng chỉ mình ông nghe, mình ông váng vất và buồn cười một mình. Ôi cái phút đắng cay như vậy mà sao lắm lúc ông lại thấy nó nhuốm đầy vẻ khôi hài. Trong ông đã có một trận hỏa hoạn và bây giờ chỉ còn dấu vết tro than. Hệt như Hà Nội ông nhìn thấy lại, với mùa đông đã khiến cây lá xanh hơn và dường như không già đi được vì bị ướp lạnh, những buổi sáng sau giờ giảng dạy, ngực khô nóng vì ông đã phải nói quá nhiều, đứng trong phòng giải lao của trường, với chén trà nóng trong tay, nhìn qua tấm kính cửa, tấm kính đã bị hơi thở của ông bám thành một đám khói mỏng, nhìn suốt ra những hàng cây vắng lặng bên ngoài, một đôi khi ông thử mường tượng lại cái đêm Hà Nội bốc cháy, nhưng cái màu xanh đặc của các hàng cây và bầu trời lạnh giá khiến cho tưởng tượng của ông trở nên yếu ớt, trong ký ức của ông chỉ còn lại cái ánh hồng của bầu trời đỏ lửa, không còn nghe một chút hơi nóng nào, dù chỉ là cái hơi mờ nhạt của ảo tưởng. Hà Nội dần dà đông đảo trở lại, công việc tái thiết tấp nập, nhưng trong sự khang trang, tươi đẹp trở lại, dưới chân Hà Nội vẫn thấp thoáng cái hình ảnh của một nghĩa trang điêu tàn của chính nó. Không biết có bao người Hà Nội, trong giớ phút ông nghĩ như thế, còn nhớ đến Hà Nội vỡ tan như thế, nhưng một mình

100

ông cứ phải mang nặng mãi cái vết tích thảm thương đó. Có lẽ chẳng ai ngờ rằng, đã có những khi ông nhìn thấy nhà cửa trong thành phố này lảo đảo chẳng khác những hồn ma bước đi. Phải mất một thời gian khá lâu ông mới làm quen lại được với Hà Nội, Hà Nội mà ông bỏ đi chẳng bao lâu, nhưng đã bị suy sụp hoàn toàn. Sau cùng ông cho rằng, không phải ông cảm thấy xa lạ với Hà Nội, chính Hà Nội không chịu nổi nỗi thảm thương bị tàn phá, đã biến dạng, cũng chẳng phải ông đang làm quen lại với Hà Nội, mà thực ra, ông chỉ đang tập chấp nhận cái mối thương tâm kia thôi. Liệu Hà Nôi còn có thể phục sinh, khi nó đã bị làm cho bật rễ lên chính Hà Nội không chịu nổi nỗi thảm thương bị tàn phá, đã biến dạng, cũng chẳng phải ông đang làm quen lại với Hà Nội, mà thực ra, ông chỉ đang tập chấp nhận cái mối thương tâm kia thôi. Liệu Hà Nôi còn có thể phục sinh, khi nó đã bị làm cho bật rễ lên như vậy? Giữa thành phố và con người có chăng một linh hồn có thể trò chuyện, cảm thông? Thành phố không chỉ là những gạch ngói, kẻ, điều này ông có thể nhận ra một cách rõ ràng, đôi khi đang đi trên đường, tản bộ từ nhà thương về nhà, sau một ngày làm việc mệt nhọc, nghe gió may thổi xào xạc trên lùm cây, rắc lá vàng xuống lối đi, ông bỗng thấy hai chân run rẩy vì cảm tưởng mình đang giẫm trên một cái gì đó của Hà Nội. Nhìn những chiếc lá vàng khô bị gió cuốn lê trên lề đường, ông rợn người tưởng như những oan hồn còn vương vất, những người đã chết trong trận đói khủng khiếp nhất lịch sử vừa qua, những người đã chết sau đó trong đêm ở lại bảo vệ Hà Nội, gọi là bảo vệ Hà Nội, thật ra là để chết với Hà Nội, ông nghe cái quá khứ điêu linh gần gũi ấy còn lẩn khuất đâu đây, những buổi chiều trong bóng tối chạng vạng chụp xuống các vỉa hè, rớt xuống từ các cành cây cao, đôi khi ông giật nảymình tưởng mình chạm trán với một linh hồn từ trong một hốc tối, một ngõ hẻm chạy ra, đâm sầm vào ông. Vẻ nhợt nhạt, thất thần khi ông về tới nhà, khiến người đàn bà lo lắng vặn hỏi, ông phải trả lời qua loa, vì trời lạnh, vì đói bụng, ông cũng ngạc nhiên vì ngay chính sự xúc động của mình.

Trở về Hà Nội, ông có cảm tưởng trở về trong những nỗi ám ảnh. Hắn đã chết. Hắn chết như thế nào? Hắn đã tự chọn cái chết đó. Cái chết của hắn cũng đầy bí mật như thân xác hắn đã tan biến thành cát bụi của Hà Nội. Không ai biết hắn nằm ở đâu, bị vùi dập nơi nào. Cát bụi của thân xác hắn đã bị mưa gió cuốn trôi đi tới đâu. Hắn tươi cười nhận cái chết đó, vậy mà quái lạ, chính ông lại là người không quên được cái chết của hắn, không quên được tuổi trẻ của hắn, nụ cười của hắn, không chọn mà ông đã trở thành kẻ cất giữ kỷ niệm cho hắn, giống như một cái chết oan khiên. Bây giờ ông nhận ra, ông mắc chứng khịt mũi vì những cái nguyên cớ không ngờ đó, bởi vì, dường như làm như thế, ông trục xuất bớt được ra khỏi ông cái không khí mờ ám, những nỗi ám ảnh tưởng tượng bám trong khí quản ông, như những cục đờm, có lúc làm ông lợm giọng. Ông không thể biết, nàng trong suốt bao nhiêu năm, đã có bao lần nhớ tới hắn, và nhớ vào lúc nào, cũng có những hôm nàng mang đầy vẻ buồn bã,nàng trở nên thẫn thờ khi đứng ngó qua cửa sổ, nhìn những người gồng gánh bồng bế nhau hồi cư.

Chính trong những buổi chiều mùa thu, trời vừa bắt êm ả sau những tháng hè nóng nực, đã làm cho mọi người có cảm tưởng hơi sai về thời tiết, trời chưa lạnh nhưng sương bám quanh những ngọn đèn điện kéo thành dây dài suốt các khu phố, khiến nhiều người đi đường thỉnh thoảng ngừng nhìn trời tìm bóng những cơn mưa, sự thay đổi của thời tiết đã như giục người ta rảo cẳng hơn. Cũng trong nỗi bất an tương tự, ông Nam trở về nhà, bắt gặp trong đôi mắt vợ cái vẻ thờ thẫn, nàng dường như bị cuốn hút bởi cảnh sắc u ám bên ngoài, bị xâm chiếm bởi những kỷ niệm, ông tưởng như đọc được trong mắt nàng nỗi ám ảnh của một cái chết, của nhiều cái chết lẫn lộn, trong đó có một cái chết đã không rời bỏ nàng, nàng đã không thể quên được, nhưng làm thế nào ông có thể nhận ra một hình bóng trong muôn ngàn hình bóng lờ mờ lướt qua đôi mắt nàng, đôi mắt đã bị cái nhá nhem của buổi chiều làm cho u tối ?

Khi ông về đến nhà với nỗi háo hức hiếm hoi vì sự giục giã của cái lạnh lẽo, cái ngọn lửa hắt hiu của tuổi trẻ còn sót, nàng đã mở mắt nhìn ông như một kẻ xa lạ, dù cái nhìn chỉ kéo dài một vài giây, nhưng ông, với tâm hồn náo nức của người tình xưa, ông cảm nhận thấy ngay, và một nỗi đau đớn truyền nhanh khắp cơ thể ông như một luồng điện. Người đàn bà sau phút bàng hoàng đã vội vã mỉm cười như một cách tạ lỗi, nàng tựa vừa tỉnh một cơn mơ, hoặc cái cơn mơ đang vây chặt lấy nàng, xâm chiếm hoàn toàn tâm trí nàng, vừa rời khỏi nàng như một đám mây bay qua khỏi mặt trăng, và ánh trăng lại rạng rỡ sáng trở lại.

Nàng hỏi :

- Mình về đấy à ?

Tiếng nói của nàng làm rung tất cả cái im vắng của buổi chiều trong căn phòng, nghe đục khàn, hệt như nó đã nhuốm lẫn cái bóng tối nhá nhem quanh hai người.

Ông lại gần vợ, cúi nhìn người đàn bà thân yêu bỗng nghe tuổi già đã đè nặng trong ngực. Ông muốn làm với nàng một cử chỉ âu yếm nhưng bỗng thấy lố bịch phải ngừng lại và ông phải tự trấn tĩnh mọi xúc động để giọng nói khỏi run.

Ông hỏi :

- Mình làm gì trong tối vậy?

Nàng nói :

- Em vừa may cái áo, mỏi mắt, ngồi nghỉ, quên khuấy đi mất.

- Con đâu ?

- Nó chưa về. Ngoài đường có lạnh không.

- Hơi lạnh.

Ông muốn nói, sự lạnh lẽo ông cảm thấy thật chính là cái phút ông nhìn thấy nàng ngồi co ro một mình bên cửa sổ, nhưng ông không nói được. Có gì ngăn cản ông đâu ngoài nỗi đau đớn chợt gợn lên trong lòng, một nỗi đau đớn không nguyên cớ rõ rệt, ông giận nàng chăng, không phải như vậy, nỗi đau đớn của ông hình như đã có sẵn trong lòng, không phải nàng gây ra, nó giống như sự tuyệt vọng não nùng của tuổi già, năm mươi tuổi, cái già đã thảm sầu với ta tới thế này sao, đó là một điều không thể sửa chữa, mọi sự cho đến lúc này chẳng còn chi có thể sửa chữa được nữa.

Sự nghi ngờ, lòng yêu thương, giận dữ, nỗi tuyệt vọng của tuổi già, ngần ấy thứ tình cảm đột nhiên làm ông choáng váng mất hết cả ý thức về thời gian, về ngay cái chỗ ông đang đứng, ông chỉ còn nhìn thấy cái bóng mờ tối của buổi chiều đang bị bóng đêm lấn át, khuôn mặt của người đàn bà vẽ trên cái nền đen ấy một nét nhoè nhạt, ông ngồi xuống một chiếc ghế đối diện với vợ, và cùng một lúc, ông cảm thấy mình cũng tan biến vào cái khoảng tối đen lênh đênh trước mắt.

Ông nói :

- Mình khâu mà không chịu bật đèn, hại mắt chết.

Bà nói :

- Đâu có, tối chẳng nhìn thấy gì, em đã ngừng từ nãy.

Ông chăm chú ngó vợ qua khoảng cách cuả chiếc bàn nhỏ, chiếc bàn có mặt đá trắng vân đen, nơi mỗi khi khâu vá gì, bà Nam thường mang cái hộp đồ kim chỉ của bà để trên đó. Ông thấy thèm một ly trà nóng, nhưng ngại không đứng dậy đi lấy, cũng không muốn gọi người làm mang lên, sợ sự có mặt của nó sẽ làm khuấy động cái cảnh êm đềm này.

Không có một bằng cớ nào khiến ông có thể nghi ngờ là bà đang mơ tưởng tới chuyện xưa cũ, nhưng ông vẫn cứ thấy lòng se thắt lại, ông nhận ra rằng, kẻ chết đi và ông đang còn sống đây, chưa chắc ai đã hạnh phúc hơn ai, đó là một điều cay đắng đối với ông, đã bao lần chính ông, trong những lúc đắm chìm vào cơn mơ tưởng một mình, cặm cụi với công việc, hân hoan khi nhìn thấy những người bệnh từ từ mở mắt nhìn lại cuộc đời, giữa những lúc nhập với nàng làm một trong hân hoan âu yếm, ông thường cho rằng, hạnh phúc chân thật chính là đời sống, cho đến lúc xế bóng này, tại sao, bỗng nhiên ông lại thấy dường như khoảng cách giữa đời sống và cái chết là một điều không đáng kể. Có phải đó chính là dấu hiệu của sự già nua đích thực? Ông nhận ra trí óc ông bây giờ giống như một cuốn phim cũ kỹ, luôn luôn quay ngược trở lại, chiếu trên cái nền buồn thảm của kỷ niệm những bóng hình của quá khứ, trong đó có những cái ông tưởng mình đã quên mất, nhưng không phải như vậy, trong những điều ông mường tượng lại đó, có thể chúng thiếu đi một vài chi tiết, nhưng chính vì vậy, trí tưởng tượng của ông lại có dịp bày đặt thêm ra, kỳ quặc hơn nữa, tất cả những những điều ông nhớ lại, những hình ảnh được quay lại trong cái đầu đầy những chuyện lộn xộn vô ích của ông, lúc nào hình như chúng cũng toát ra một làn ánh sáng, cái ánh sáng làm ông chói mắt, mặc dầu đó thường là lúc mắt ông đang nhắm, những hình ảnh trôi lướt theo một nhịp rõ ràng, từ xa lại gần, rất gần, trở nên to lớn, choáng ngập tất cả trí tưởng của ông, như một đám mây, rồi trôi khuất về phía xa, khiến ông phải cố gắng trông theo, bằng con mắt vô hình của tưởng tượng, và cái nhìn với đó, làm ông thấy hai con mắt thật, dưới hai mu mắt nhức mỏi, ông phải giơ tay lên dụi, đó là lúc cuốn phim ngừng lại, hoặc ông làm một việc gì đó để chấm dứt cơn mơ tưởng, hoặc ông lại thả mình vào cuộc dẫn dắt khác của muôn vàn hình ảnh bay lượn qua cái vòm đen tối của trí tưởng ông như một bầy ong, cái tiếng vo ve làm ông xây xẩm mặt mày, ông phải tìm cách hãm bớt tốc độ, xếp đặt lại cho những hình ảnh đỡ quay cuồng, đảo lộn, và cứ như vậy, cái trò chơi bất đắc dĩ này, diễn đi diễn lại trong ông, ngày này qua ngày khác.

Ông nói :

- Tôi thấy mình độ này hơi xanh đấy.

Bà Nam cười :

- Tại trời lạnh đấy. Em không sao.

Tiếng nói của người đàn bà, giọng nói hết sức bình tĩnh của nàng, trong giây phút, thắp lên ngọn lửa ấm áp giữa hai vợ chồng. Đến một tuổi nào đó người đàn bà không còn đẹp nữa, nhưng có những lúc nhan sắc vẫn ánh lên cái vẻ quyến rũ của buổi xế chiều, như bông hoa đang tàn đẹp cái vẻ tàn tạ của nó, những lúc nhìn thấy vợ mỏi mệt, héo hon, bị xâm chiếm bởi tuổi già, như bóng chiều đang chậm chạp tắt đi, ông thấy ruột gan thắt lại, và chính ông, ông cũng đang bị cái bóng chiều đó đè nặng trên đầu, nó đang biến mái tóc của ông thành nửa trắng nửa đen, nó làm ông quên hết những lời nói đủ thắp nàng sáng lên trong đêm khuya, chuyện của hai người bây giờ là chuyện về những ngày thời tiết lạnh lẽo, về bữa cơm hàng ngày, về ly cà phê buổi sáng, tách trà buổi chiều, chuyện về đứa con gái duy nhất đã đi học, đi chơi, đòi may áo quân, xin thứ này thứ nọ, chuyện về những hôm trái nắng trở trời, đau xương đau cốt, ông tự tay kiếm cho bà những thứ thuốc, chỉ dẫn cách dùng, dặn dò con gái tiêm cho mẹ những ống thuốc vào giờ nào, những đêm thức giấc chuyện trò về những ngày tháng đi theo kháng chiến, những ngày chiến dịch Cao Bắc Lạng được phát động rầm rộ, người chết trong những trận đánh, chết rét trên độ cao các vùng biên giới, những ngày ông đã phải chữa chạy cho thương binh, bệnh nhân, có những người không đáng chết đã phải chết, vì thiếu thuốc men, vật dụng, những người chết đó đã trở thành nỗi ám ảnh ghê rợn đối với một y sĩ như ông, những trường hợp phải cưa, mổ, không có thuốc mê, những bệnh nhân được giải phẫu và khỏi bệnh khiến chính các y sĩ ngạc nhiên, làm việc như thế ông khám phá ra một điều, sức chịu đựng của con người thật kỳ lạ, và đời sống không dễ bị hủy diệt. Tuy nhiên, sau những ngày đêm làm việc trong những điều kiện kinh khủng như thế, lương tâm của một y sĩ ray rứt ông không nguôi, phép lạ không thể xẩy ra mãi được, trong tình trạng nào đó, không đủ phương tiện chữa chạy, một bệnh nhân, một thương binh phải chết, họ đều đã chết, dĩ nhiên đó không phải lỗi ông hay các đồng nghiệp của ông, nhưng chịu đựng một hoàn cảnh như thế không phải việc dễ dàng. Một y sĩ không thể giải phẫu trong tinh thần của một kẻ sát nhân. Sốt rét không phải là căn bệnh khó chữa, nhưng người chết vì thứ bệnh này như sung rụng mỗi ngày. Cái bàn tay đã chùn trước những công việc biến ông thành một kẻ gần như vô dụng, bàn tay ấy ông cũng khó khăn khi cầm giữ hạnh phúc của mình, vẻ bạc nhược đã hiện rõ trên nét mặt ông buổi chiều khi ông từ cơ quan về nhà.

Giây phút hạnh phúc và không hạnh phúc, cái tình của tuổi già đôi khi ông thấy nó cũng chẳng khác đời sống và cái chết, đời sống treo lơ lửng trước cái chết bằng một hơi thở, cái chết ẩm ướt tản mạn khắp mọi nơi, thút nút trong hai lỗ mũi ông mỗi ngày nắng hanh, trời sáng chói trong nắng, nhưng cái lạnh vẫn đủ làm cho người ta tê cóng. Ông đã khổ vì chứng ngạt mũi, nếu là một bệnh nhân do ông điều trị ắt ông đã đề nghị một cuộc giải phẫu nhỏ để chữa tận gốc, một việc có khó khăn và mất bao nhiêu thì giờ đâu, nhưng để tự chữa, ông lại lười biếng, khất lần. Tình ái trong tuổi của ông với bà bây giờ cũng hiếm muộn như những ngày ấm áp trong mùa đông, mọi sự diễn ra trong lặng lẽ, có khi ngay sau phút rời khỏi nàng, ông đã nghe cái lạnh lẽo truyền đi khắp người, một cảm giác kiệt quệ, khô cạn, không phải là lúc chiều tà nữa mà là thời khắc trời đất đã nhá nhem, sự giá lạnh làm ông thấy mình thu nhỏ lại, cứng ngắc trong nỗi cô đơn, sợ hãi ngay cả sự tưởng tượng tới lần kế tiếp. Nhưng không phải vì thế không có những ngày ông nhận thấy lại lòng phấn khởi, yêu đời, tựa hồ mình có thể sống thêm một trăm năm và còn sống thêm một trăm năm nữa, ông trở về nhà với nỗi hân hoan giấu kín, chuyện trò vui vẻ với vợ con, nhưng nàng dường như không còn đủ nhạy cảm để nhận ra sự vui mừng kín đáo của ông nữa, cũng có thể nàng nhận ra, nhưng nàng không còn thể hoà nhịp với ông nữa, và nàng giữ vẻ lặng lẽ bình thường. Nàng như vậy. Ông đã không thể biến nàng thành một người khác được. Bây giờ cái vỏ đã quá cứng, ông không còn cách nào đập vỡ cho nàng nữa. Ông cũng đã quá già, không thể và cũng không muốn làm đứa trẻ ngồi đập những hột bàng, dù ông không hề quên hình ảnh đứa nhỏ vai đeo cặp, tay xách giầy, chạy nhẩy trên đường đến trường, lê la dưới gốc bàng nhặt những trái chín rụng, những trái bàng còn nguyên cùi đỏ tươi, khi bị ghè dập ứa ra một chất nước thơm ngọt, nhưng đứa trẻ vẫn thích cái nhân béo ngậy nằm trong hột bàng hơn, phải đập hột cho khéo để cái nhân còn nguyên hạt, hột bàng khô đập dễ hơn, hạt có một lớp màng nâu mỏng nhăn nheo bao bên ngoài, nhưng cái nhân bên trong trắng nõn, đập một lượt năm bẩy hột, bỏ những cái nhân vào túi, vừa đi đường vừa ăn, nhân bàng bị nhai vỡ lọt trong khe những chiếc răng sún, vào lớp phải lấy ngòi bút, cái ngòi bút đầy mực tím, khẽ lùa vào kẽ răng khều ra, mực bị dính nước bọt chảy tèm lem hai bên mép và trên môi, và cứ thế mang cái miệng đầy vết mực về nhà, bị mắng, bị hỏi vặn, nhưng nhất định không chịu nhận tội đã xia răng bằng ngòi bút.

Khi xe về đến Ô Cầu Giấy, nắng chiều cũng đã hết, nhưng trời vẫn còn đủ sáng để mọi người và xe cộ đi lại trong thành phố chưa cần đến đèn.

Đó là lúc ông Nam cũng nhớ ra đã đi với vợ con suốt một quãng đường dài như vậy mà ông không hề mở miệng nói một tiếng nào.

Ông nhìn lại vợ một lần nữa trong tấm gương và nhìn lại vợ một lần nữa bên ngoài.

Người đàn bà không hề biết chút gì về cái sự nhìn ngó và suy nghĩ của chồng. Bà bình thản và chỉ có vẻ hơi mệt vì chuyến đi.

Ngồi trong xe, Lan có trông thấy bố nhìn mẹ, có để ý đến vẻ mặt lặng lẽ và thỉnh thoảng hai hàng lông mày bố cau lại, nhưng cho rằng có lẽ vì ông phải chú ý lái xe thôi.

Xe chạy về tới chợ Cửa Nam vừa đúng giờ tan sở, khu phố chợt nhốn nhốn nháo người xuôi ngược. Xe điện giật chuông leng keng. Một đám học sinh đồng phục áo trắng quần xanh, đạp xe từ phía Hàng Bông xuống, len lỏi, vượt qua mấy chiếc xích lô và mấy chiếc xe hơi, bị một chiếc xe vận tải nhà binh, từ ngã ga Hàng Cỏ băng tới, lính quýnh ép vào nhau rạt vào lề đường, một người bánh xe đạp bị lọt xuống khe đường rầy xe điện, ngã lăn chiêng, người lính Pháp đạp phanh gấp, chiếc xe chồm lên, nghiến nát chiếc xe đạp, người đi đường rú lên kinh hãi, câu học sinh bị văng ra xa nay mắn thoát chết. Người lính Pháp nhảy xuống xe chửi bới om sòm, bạt tai cậu học sinh, vài người bu lại can thiệp. Khu phố phút chốc bị nghẽn lối. Cảnh binh tới lập biên bản. Cậu học sinh mặt tái mét, đứng run lập cập.

Bà Nam chứng kiến cảnh này được dịp nhắc lại lời dặn dò con, đi đường phải để ý xe cô, cứ nghếch mắt lên có ngày chết.

Lan không kịp nghe những lời mẹ nói, nàng khó chịu khi nhìn thấy người học sinh bị người lính Pháp đánh, thay vì một lời hỏi han, xin lỗi.

Phải một lát đường mới lưu thông lại được.

Xe chạy qua nhà một người bạn, một cửa hàng bán bánh kẹo. Người bạn nổi tiếng đẹp ở trường. Lan ngó vào bên trong, không thấy bạn đâu. Những dãy hũ, lọ bằng thuỷ tinh, đựng bánh kẹo được xếp trên mấy chiếc bục gỗ đóng thành tầng, kê đâu lưng với nhau. Người bạn trùng tên với Lan. Lan ít bạn và đó là người Lan thấy thích hợp để chơi với nhau, học hành, trò chuyện trong những giờ ra chơi, bơi thuyền, đi xem chớp bóng, dạo phố, và đôi khi bàn phiếm về những chuyện tương lai. Bạn Lan tin rằng nó có thể định trước được tương lai mình. Đó là điều Lan vừa có vẻ phục vừa muốn riễu cợt. Bạn nàng cho rằng, nếu người ta không dự liệu được tương lai của chính mình, người ta sẽ chẳng làm nên trò trống gì khác.

Một buổi trưa hai đứa đã đi bộ từ nhà bạn Lan ra đường Gambetta, băng qua một con đường nhựa nóng bỏng trước ga Hàng Cỏ, vào hẳn trong ga ngồi chơi.

Nhà ga, trông bên ngoài có vẻ to lớn, với những bức tường dài và lối kiến trúc giống như một nhà bưu điện, tất cả được quét vôi vàng, màu vàng của vôi đã bị mưa nắng làm phai gần biến thành màu trắng, mà có thể thực ra nó là màu trắng đã bị ố vàng, nhiều chỗ vôi tróc từng mảnh, rêu bám đen. Ga khá lớn thật, mái cao, đi vào phía trong tiếng guốc vang vang vui tai, cùng một lúc gió mát và hơi nóng lùa thổi từ khoảng sân ga tráng xi măng và những con đường sắt ngòng ngoèo, làm áo hai người bay tung, vào lúc không tầu đi, đến, sân ga không hành khách, trong các nhà kho, thỉnh thoảng vọng tiếng búa đập chát chúa, người ta đang sửa chữa một cái gì đó. Trong quầy bán vé, một người đàn ông đội mũ kết ngồi cúi gầm trên mặt bàn, Lan không thể biết chắc ông ta ngủ hay đang làm việc. Một vài người lao công, mặc quần áo cụt, mang những vật dụng trong một cái túi nặng và một sô nước. Lan và bạn tìm được một chỗ ngồi vắng vẻ trong góc sân ga, bên một thùng gỗ lớn bỏ không. Hai đứa tò mò chui hẳn vào bên trong thùng. Trước họ, chắc cũng đã có nhiều người làm như vậy. Trên thành gỗ thông trắng sạch có những hình vẽ và những dòng chữ, vài cặp tình nhân đã đưa nhau vào đây hú hí, hẳn vậy, những cái tên được viết bằng mực, bằng than, chồng lên nhau, một hình đàn bà khỏa thân uốn éo trong một dáng điệu hớ hênh tục tĩu. Hai đứa ngượng đỏ mặt nhưng vẫn lần mò xem hết các hình vẽ, đọc hết các dòng chữ.

Lan nói :

- Tương lai của nhiều kẻ đã được sắp sẵn trong thùng cả.

Người bạn ngồi xuống cạnh Lan, nhìn ra phía con đường sắt nằm phơi dưới nắng, bảo :

- Tao có cảm tưởng chính những người lớn đã làm cho mình nghi ngờ tương lai.

Lan nói :

- Đó có thể lại là những lời chỉ dẫn đích thực không chừng.

- Mày nói cái gì?

- Mày trông thấy hình mụ đàn bà gớm ghiếc trong cái thùng này chứ?

- Liên quan gì tới mình?

- Rồi cả tao lẫn mày đều bị đóng dính vào tương lai như vậy.

- Cái đầu mày làm sao thế? Mày phải biết, trước hết, tao sẽ chẳng bao giờ là người hẹn hò trong một cái thùng thế này.

- Làm sao mày biết trước ?

- Không biết điều đó thì mày còn biết cái gì ?

- Nếu có hẹn thì dù có ở trong một cái ống cống tao cũng sẽ đến.

Lan bao giờ cũng hình dung một đời sống bao la và đúng như người ta vẫn thường nói, không đóng cửa ai bao giờ, nhưng cũng không hứa hẹn gì, và mỗi người phải làm cái việc gõ vào cánh cửa may rủi của đời mình.

Lan hỏi :

- Mày muốn làm gì sau này?

Người bạn nói :

- Tao muốn trở thành luật sư. Tao tin ở công lý.

Lan cười bảo :

- Thật kỳ lạ.

- Kỳ lạ?

- Tao không hiểu làm thế nào người ta xét xử người khác được.

- Phải có lẽ phải chứ.

- Đó chính là cái tao sợ nhất, ngộ nhỡ lẽ phải không ở phía người xử thì sao ?

- Nhiệm vụ của luật sư là làm sáng tỏ điều ấy.

- Hoan hô. Nhưng tao chỉ mong một điều gì.

- Đừng bao giờ bị đưa ra tòa.

- Nếu mày không muốn bị công lý chẹt phải thì tốt nhất hãy tránh đi chỗ khác.

Ông Nam lái xe băng qua Hàng Gai chạy thẳng ra bờ hồ.

Cái mặt nước xanh lơ đó, luôn cho Lan cảm tưởng dịu dàng. Nó giống như tấn gương trang điểm của thành phố.

Lan nói với bố :

- Sao ba không ngừng xe xuống đây uống nước ?

Ông Nam có vẻ ngại. Nhưng nghe con nói, ông tự nhiên cho xe chạy chậm lại.

Bà Nam nói :

- Thôi về nhà cho rồi.

Ông Nam hỏi vợ :

- Mình có mệt không?

Bà Nam nhìn ông, bảo :

- Cũng hơi mệt.

Ông Nam nói :

- Hay xuống ngồi chơi một tí?

Bà Nam ngó ra phía mấy cái quán bên hồ. Bà hiểu rằng, ông muốn phá lệ thường, vì ít khi nào hai người có dịp ngồi với nhau ở một quán nước bên đường như thế.

Bà trả lời một cách lưỡng lự :

- Tùy ông.

Ông Nam đỗ xe lại. Cả nhà xuống xe. Lan thích lắm.

Vì khi nói, Lan không mong được bố mẹ bằng lòng.

Chiều đã dịu hẳn, chỉ còn sót một chút nắng trên lưng chừng các hàng cây, thực ra thì chỉ còn cái ánh vàng trên những đọt lá non.

Ba người ngồi quanh một chiếc bàn nhỏ kê dưới một gốc phượng.

Ông Nam sau khi hỏi ý vợ con, gọi cho mỗi người một ly nước chanh.

Lan nói :

- Bây giờ con mới thấy dễ chịu.

Gió từ dưới hồ thổi lên làm cho không khí nhẹ nhàng hơn thật. Lan đã phải thở gần suốt một ngày cái không khí gần như bị hun nóng dưới nắng tháng sáu dọc con đường từ Sơn Tây trở về đây, cái nồng nực dường còn vương vất trong người. Mấy ly nước được thả bên trong những cục đá trong suốt và vài khoanh chanh sắt mỏng, thơm ngát.

Lan uống một hơi hết nửa ly nước.

Bà Nam nhìn con, cười bảo :

- Con gái mà chẳng có ý tứ gì cả.

Ông Nam yên lặng, cầm chiếc thìa nhôm chuôi dài, khoắng nhẹ cốc nước của mình. Có những lúc ông mất hẳn ý thức về mình như vậy. Ông quên cả tuổi già đang lấp đầy ông một cách chậm chạp, nhưng dầu sao cũng đã gần xong cái công việc của nó. Có những lúc, tự nhiên ông nhận ra trong lòng chất chứa khá nhiều cái thứ tình cảm giống như sự ghen tuông. Cái tình cảm không khác một áng mây bay qua bầu trời bỗng làm cho mọi cảnh sắc đột nhiên trở nên u ám, một nỗi ám ảnh tuy rất nhẹ nhàng, nhưng quả thật nó có đủ sức biến đổi ông thành một người khác hẳn cái phút trước đó, và khi cái giây phút ngắn ngủi ấy qua đi, mọi sự trở lại bình thường, khiến chính ông cũng ngạc nhiên.

Buổi chiều tàn lụi mau lẹ, những đám mây bị cái nắng xua đi đâu mất trong suốt một ngày, đang nương theo những cơn gió từ bốn phía về tụ lại giữa bầu trời trên thành phố. Trong các tàn cây, sương đã đủ dầy để người ta không phân biệt được màu sắc thật của những đám lá. Màu xanh của nền trời, màu xanh của khói sương và màu xanh của nước hồ, lẫn với nhau thành một màu xanh bát ngát làm mỏi mắt. Không, không phải chỉ có màu xanh, những tàn đã sẫm lại, trông nhấp nhô tựa sườn của một mỏ than đá lộ thiên và mặt hồ có sắc xám của một khối thạch.

Lan hỏi mẹ :

- Mẹ mệt không?

Bà Nam nói :

- Đi từ sáng đến giờ không mệt sao được.

Ông Nam nhìn vợ, không nói gì.

Lan dùng thìa múc một miếng chanh bỏ vào miệng nhai.

Miếng chanh ứa nước chua làm Lan phải nhắm mắt lại, su đó vị đắng của vỏ chanh làm dịu bớt chất chua và tỏa mùi thơm gắt trong cuống họng.

Lan nói :

- Suốt cả ngày nắng thế, bây giờ lại sắp mưa.

Bà Nam uể oải nhìn ra mặt hồ, bảo :

- Mưa gì. Đêm lại nóng chết ấy chứ.

Ông Nam bưng ly nước lên uống một hụm nhỏ rồi lại để xuống bàn. Ông chẳng có vẻ gì để ý đến vị của ly nước cũng như sự m6ẹt nhọc của một ngày đi đường.

Ông bảo con :

- Uống đi rồi về.

Lan nói :

- Hãy gượm ba, ngồi chơi một tí đã.

Bà Nam nói :

- Sắp tối rồi đấy.

Ngoài đường, những chuyến xe đã thưa bớt. Đèn lộ đã được thắp. Trong cái chạng vạng của chiều chưa đi hết và đêm chưa xuống hẳn, những ánh đèn trông nhợt nhạt không ra màu trắng mà cũng chẳng ra màu vàng.

Thoáng chốc, đèn khắp nơi đều được bật lên, màu sắc của những ánh đèn kéo dài theo những con sóng răn reo và chen chúc trên mặt hồ, tựa như dưới đáy sâu có một hôi hoa đăng.

Ông Nam nói :

- Thôi, về. Hôm nay ba mời hai mẹ con đi ăn.

Ông gọi nhà hàng tính tiền, rồi ba người ra khỏi quán.

Lan hỏi :

- Ăn ở đâu ba?

Ông Nam nói :

- Cứ về thay quần áo đi đã.

Tới nhà, Lan chạy lên lầu, vào phòng lấy quần áo, nhảy vào phòng tắm.

Một ngày đi đường xa, da khô vì nắng và bụi, nước tuôn, Lan ngỡ như mình là một cái cây được tưới và cảm tưởng này làm Lan vui thích. Tắm rửa, thay quần áo xong, Lan xuống nhà chưa thấy bố mẹ đâu.

Bà Nam từ trong phòng nói vọng ra :

- Lan xong rồi hả?

Lan nói :

- Vâng.

Bà Nam từ trong phòng bước ra, bà vừa đi vừa cài nút áo dài, bảo :

- Mày chỉ được cái lo đi chơi là nhanh thôi.

Lan cười hỏi mẹ :

- Ba đâu rồi ạ?

Vừa lúc đó ông Nam cũng ra tới chỗ hai mẹ con. Ông mặc sơ-mi trần, nhưng thắt cà-vạt.

Ông nói :

- Bà không bảo chúng nó chải cho tôi đôi giầy đen.

Bà Nam nói :

- Tôi có bảo rồi đấy chứ. Chắc chúng nó quên.

Ông Nam đi đôi giầy nâu. Trông ông bỗng nhiên có vẻ trẻ trung, nhanh nhẹn.

Ông hỏi :

- Hai mẹ con xong cả rồi chứ ?

Lan nói :

- Chỉ còn chờ ba thôi.

Ba người ra xe. Lan ngửng nhìn trời, không còn thấy một chút ánh sáng nào, mây chỉ còn là những đám mây đen.

Lan nói :

- Chắc không mưa đâu, mẹ.

Bà Nam và Lan lên xe. Ông Nam cho xe chạy.

Ông nói :

- Ra Hàng Buồm.

Lan không rõ bố sẽ cho đi ăn ở đâu. Hàng Buồm, con phố Lan và bạn thỉnh thoảng có dịp đi qua thường buồn cười vì mùi vị của các món ăn bốc thơm lừng cả một góc phố.

Ngoài các tiệm bán thịt quay, bán trái cây, nhà hàng Đông Hưng Viên, còn có các hàng cơm tám giò chả. Bạn Lan đã có lần nói đùa, chỉ cần mỗi ngày đi qua phố này một lần đủ béo rồi.

Lan hỏi bố :

- Ăn cơm Tầu hay cơm Ta hả ba ?

Ông Nam hỏi lại :

- Con muốn sao ?

Lan nói :

- Cơm Tầu đi ba.

Ông Nam đưa vợ con lên lầu nhà hàng Đông Hưng Viên, ở từng dưới là rạp chiếu bóng, khi ba người bước vào còn nghe thấy trên máy phóng thanh của rạp chiếu bóng đang phát một bài hát Tầu.

Lan liu ríu đi theo bố mẹ, khoái chí khi bước qua bực thang đầu tiên có gắn mấy chữ bằng đồng màu vàng bóng loáng *"escalier d'or"*.

Ở tiệm ăn ra, Lan nói với bố, rẽ qua ngõ Sầm Công. Ở đó có một tiệm cháo rất ngon. Nhiều buổi sáng mùa đông theo bố đi học sớm, trước khi đưa Lan đến trường, thỉnh thoảng ông Nam cho Lan đến đây ăn cháo. Lan mê thứ cháo bò nóng hổi thả vào đó mấy miếng dầu tra quẩy cắt nhỏ, vừa thơm vừa béo ngậy. Trong tiệm khói bay mù mịt, ngoài phố sương muối cũng che khuất mặt người. Những trận gió lạnh buốt sớm mai dường làm hai vành tai cứng lại, nhiều lúc Lan có cảm tưởng có thể cầm tai mình bẻ gẫy như một cái bánh tai voi. Trước khi ăn, Lan loay hoay tìm cách chạm hai bàn tay lạnh cóng vừa tháo ra khỏi găng vào thành bát, hơi nóng làm cho bàn tay mềm mại trở lại, Lan dùng hai bàn tay đã ấm đó ấp lên tai, nghe hơi ấm truyền qua, và hình như chỉ từ lúc đó Lan mới có cảm tưởng thật sự nghe thấy những tiếng động một cách trực tiếp, trước đấy, âm thanh nào nghe được, dường chỉ đến tai nàng một cách gián tiếp, vẳng qua một làn hơi lạnh đã đông thành một lớp màng che bên ngoài hay trong lỗ tai. Con đường họ đi qua ở giữa rạp hát Kim Phụng và rạp chiếu bóng Trung Quốc.

Vào giờ này, các rạp đều sắp khai diễn. Chiếc loa quảng cáo của rạp Kim Phụng mắc trên một cột đèn đang phát một bài hát đã cũ, sen lẫn trong tiếng nhạc và giọng hát có những tiếng nổ lôp bộp, nhưng đó là bài hát đã ảnh hưởng nhiều nhất đến trí tưởng của Lan ít năm nay, bài hát Lan đã được nghe lần thứ nhất trong một rạp chiếu bóng, Nhắn Gió Chiều của Nguyễn Thiện Tơ, do Mạnh Phát hát, rạp hôm ấy vắng khách, dẫy ghế Lan ngồi chỉ có một mình nàng, đằng trước đằng sau không có ai, Lan có cảm tưởng cả cái buổi chiều tối ám, lạnh lẽo, nàng vừa nhìn thấy ởngoài phố, hiện lên trong bài hát :

Chiều nay sớm về với sắc thu đăm u buồn
Cùng gió vàng với sương thu mờ buông

Xe băng qua phố Cầu Gỗ ra bờ hồ. Tới khu vực này xe cộ bắt đầu đông. Xe từ các ngả Hàng Bông, Hàng Đào ra, từ phía Hàng Trống, phố Huế lên, đan với nhau, rồi lại chia đi các ngả đó.

Lan hỏi mẹ :

- Tháng sáu mà sao sương mù dữ vậy, hả mẹ?

Bà Nam nhìn qua tấm kính xe ra bên ngoài, nhìn xuống mặt hồ phía xa, bảo :

- Làm sao tao biết được.

Ông Nam cho xe chạy tới nhà Thủy Tạ, qua quán Mụ Béo, nơi Lan đã có lần vào ngồi với bạn, uống cái thứ nước cam vàng nhờ nhờ, đáng lẽ phải được gọi là nước vỏ cam mới đúng vì hăng toàn mùi vỏ cam.

CHƯƠNG BẢY

Ông Nam đưa vợ con người vào nhà Thủy Tạ. Đây có vẻ là một cái câu lạc bộ của văn nghệ sĩ nhiều hơn là một nhà hàng. Dãy cửa sổ ăn ra phía mặt đường thường đóng kín, chỉ dãy cửa phía mặt hồ được mở thôi. Nhưng cả những cánh cửa được mở ra đó, Lan cũng chỉ nhìn thấy từ xa, từ bên kia bờ hồ, thành thử căn nhà vẫn còn hoàn toàn xa lạ đối với Lan. Bước vào đây Lan có cảm tưởng được nhập vào một cái góc, trước đó, chỉ nhìn thấy từ xa.

Ông Nam chọn một chỗ ngồi sát bên cửa sổ trông ra hồ, gọi cho con một ly nước ngọt và cho hai vợ chồng mỗi người một ly rượu.

Bà Nam bảo :

- Rượu làm sao tôi uống.

Ông Nam nói :

- Tôi đã trông thấy bà uống rượu ở đây một lần rồi mà.

Câu nói của ông làm con gái mở to mắt nhìn cả hai người.

Riêng đối với bà Nam câu nói của ông, như âm vang từ một cái hành lang sâu thẳm nào, làm rung rinh rung rinh đầu óc, nhưng chính bà cũng chưa nhận ra, nó vọng tới từ chỗ nào.

Bà lính quýnh ngừng nhìn chồng. Bao nhiêu năm sống,

cái chàng thanh niên vui đùa, cười cợt, nhanh nhẹn xưa, bỗng biến đâu mất, chỉ còn lại một người đàn ông trầm lặng, đôi lúc cau có, phiền muộn, nên có nhiều khi bà cũng mất hết ý niệm về thời gian, bà quên hết dĩ vãng, quên tưởng nhớ cả những ngày còn trẻ, tệ hơn, quên cả những giờ phút hiếm hoi dành để tưởng nhớ lại chuỗi ngày cũ. Thật ra thì hình như chính bà, đã tự tìm cách ngăn chặn lại, mỗi khi một vài hình bóng của quá khứ, lảng vảng trong đầu. Bà không có trách nhiệm gì về cái chết của một người, của chàng, người bạn của ông Nam xưa, nhưng cái chết đó vẫn chiếm một góc đen tối trong trí tưởng của bà. Tưởng nhớ lại tất cả những điều ấy để làm gì? Chàng đã chết. Cái người thanh niên hoạt bát nơi ông Nam cũng đã chết. Chỉ còn lại những hình bóng lờ mờ của quá khứ. Cái quá khứ bà không đủ sức làm cho hiện lại, không đủ sức làm cho biến hẳn đi. Nó dường như đã hòa lẫn thành tuổi già của cả hai vợ chồng bà, tan biến chậm chạp từng ngày, từng tháng, nhẹ nhàng và lặng lẽ như cái màu trắng chiếm đoạt từng sợi tóc của ông Nam, cả mái tóc của bà nữa.

Cái hình ảnh còn sót trong trí nhớ của ông đó, có còn chăng trong trí nhớ của bà ? Bà phải lục lọi lại cái trí nhớ mòn mỏi của mình.

Lan háo hức ngồi không yên. Nàng muốn đứng dậy đi ngay ra phía lan can ngoài hồ để nhìn ngắm chỗ này chỗ khác, nhưng lại sợ mẹ rầy, nên chưa dám.

Nhưng bà Nam đã có để ý đến chuyện đó. Bà đang bị câu nói của ông Nam làm cho bàng hoàng. Hai mươi năm, kẻ sống, người chết, đã lẫn lộn trong quên lãng, nhưng đồng thời bà cũng nhận ra, có những giây phút tưởng chừng chỉ thoáng qua lại bền bỉ khác thường. Bà như ngửi thấy cả mùi hương của kỷ niệm, cái mùi thơm nhẹ nhàng toát ra từ chính tuổi trẻ của một người con gái, mùi thơm của phấn son, của lụa là, của mùa thu đã làm cho những đám lá đầu tiên bắt đầu khô héo, mùi khói sương và hơi nước trộn lẫn với nhau trong những cơn gió rì rào, lạnh tê, và có thể có cả nùi thơm của khói hương từ những đền miếu đâu đó tản mạn trong sương.

Hà Nội vừa trải qua một trận thiên tai, một nạn đói khủng khiếp, tất cả những ai đã nhìn thấy, đã trải qua, sẽ chẳng thể nào quên, những buổi sáng đi qua các khu phố, các ngã tư đường, đôi khi người ta còn rởn người vì cảm tưởng những đám sương che mờ trước mắt không phải chỉ là những đám sương thông thường, mà trong đó pha đầy tử khí, vương vất hơi thở của những kẻ hấp hối, mỗi buổi sáng ra đường người ta đều có thể bắt gặp những chuyến xe bò hốt xác người chết trong đêm nằm la liệt trên các lề đường, cái tiếng lạch cạch của những bánh xe gỗ bọc sắt lăn trên mặt nhựa, trở thành nỗi ám ảnh rùng rợn trong tâm trí nhiều người, đến nỗi hàng năm sau, khi trận đói đã chấm dứt, nghe thấy lại tiếng bánh xe lăn lách cách đó, người ta còn thấy sợ, sau trận đói khủng khiếp là những ngày cả nước bừng lên trong ánh sáng huy hoàng của cuộc đấu tranh giành độc lập, những chữ tự do, dân chủ, giải phóng, giống như những trận cuồng phong quét sạch những đám mây u ám trên bầu trời thảm đạm, gom tất cả những ngọn lửa phấn khởi trong lòng hết thảy mọi người, thiêu hủy hết những tàn tích cay đắng cũ, thắp sáng tới những xó xỉnh tối tăm nhất, đổi một đời mới, trong cái đêm trung thu tuyệt vời nhất thế kỷ của đất nước, đêm trung thu trời mưa, thiếu nhi toàn thành đã được lệnh rời cuộc rước đèn đến ngày hôm sau, không còn cái lệnh nào đáng yêu hơn, đó cũng là cái tết trung thu tưng bừng nhất trong đời bà Nam được nhìn thấy, trẻ con trong thành phố, trong các vùng phụ cận, từ ngoài năm cửa ô, đổ về vườn hoa Ba Đình, hàng vạn thiếu nhi, hàng vạn lồng đèn, hàng vạn nụ cười, thắp sáng Hà Nội, cũng chẳng phải chỉ có thiếu nhi mới vui mừng, bà Nam khi ấy đã là một cô gái dậy thì, cũng bị cuốn theo làn sóng trẻ thơ vào đêm hội, các em đã chơi trò ném hột bưởi, hột nhãn, đánh đắm tàu Tây bằng giấy, bằng thiếc, thả trên mặt hồ, tiếng reo hò vang dậy một góc trời làm chảy nước mắt.

Lan chờ cho người bồi mang nước để trên bàn, nàng cầm lên uống một hụm, rồi mới để ly xuống bàn bảo :

- Con ra xem hồ một tí.

Bà Nam nhìn con không nói gì.

Ông Nam hỏi vợ :

- Bà có muốn lấy một chút đá cho vào rượu không ?

Bà Nam mỉm cười bảo :

- Thôi.

Ông Nam nói :

- Bây giờ mới thấy mệt.

Bà Nam bảo chồng :

- Mệt sao không ở nhà nghỉ, còn đi chơi.

Ông Nam nhìn ra phía lan can, nơi con gái đang đứng trông ra hồ. Bà nhìn theo ông và giật mình thấy dáng con gái đứng đó, giống như hình ảnh của chính bà thu nhỏ lại, lùi lại, từ cái khoảng cách mấy chục năm, cái hình ảnh không cách bà bao xa, nhưng cách bằng một chiều dầy trong suốt, cứ tưởng tượng rằng, mỗi năm buông xuống giữa bà và cái ngày bà còn là một thiếu nữ mười bảy tuổi đứng đó, một lá chắn bằng thủy tinh, cái hình ảnh nhìn thấy, không thể không biến dạng, khác xa sự thật, tự dưng bà cũng thấy lòng ngậm ngùi. Bà cúi xuống nhìn ly rượu nhỏ để trên bàn, bà có cảm tưởng chuếnh choáng tựa trong đầu có tráng sẵn một lớp men. Bà nhìn lại con gái, bỗng rùng mình vì sợ. Chỉ trong thoáng chốc, từ một cô gái, bà đã trở thành người đàn bà có tuổi thế này, và đứa nhỏ từ đâu đến thay thế, một sự biến đổi vừa kỳ ảo vừa khôi hài, khiến bà thấy lạnh xương sống.

Bà cười bảo với ông Nam :

- Vậy mà đã mấy chục năm.

Ông Nam hình như cũng đang nghĩ một điều gì đó rất gần với điều bà vừa nói ra, nên bà thấy chồng nhìn lại mình, bằng cái nhìn bà có thể cảm thấy sự ấm áp truyền trên da mặt.

Ông Nam nói :

- Bà thấy mấy chục năm qua mau thôi, còn nhớ gì nữa không ?

Bà Nam cười. Câu nói không đủ sức làm cho hai người trẻ lại, nhưng cũng làm cho bà cảm động.

Bà Nam nhìn chồng, nhìn bằng đôi mắt của quá khứ đã lọt sâu trong tuổi già. Bà thấy buồn cười, cái ghen tuông của đàn ông nhiều khi vô lý và dai dẳng một cách kỳ cục.

Bà cầm ly rượu lên uống, vị cay nồng làm tê đầu lưỡi, bỗng nhiên bà thấy lòng phơi phới, cảm tưởng đã từ lâu, bà không thấy trong lòng mình nữa . Đời sống của bà được ủ kín trong sự êm đềm, ngay cả khi hai vợ chồng lang thang trên đường loạn lạc, những ngày cả hai còn trẻ, nhiều lúc đi ngang qua những cánh đồng mênh mông lúa non, bà đã thấy mình chẳng còn phải là những ngọn lá xanh phơ phất trong gió nữa, bà đã phẳng lặng như mặt đất bên dưới, mặc dầu không phải không có những lúc bà thấy cái tình vợ chồng đầy tràn như những khúc sông.

Để dằn cơn xúc động, bà Nam đứng dậy, đi ra ngoài hành lang, đứng chơi với con.

Bà nhìn ra khoảng hồ chìm trong sương, lấp lánh ánh đèn màu chiếu rọi từ các căn nhà bên bờ hồ chiếu và từ dưới mặt hồ hắt lên, lẫn trong gió có tiếng nhạc, có lẽ từ chiếc loa của phòng thông tin thành phố, hay từ rạp chiếu bóng Philharmonique, vẳng tới.

Bà Nam hỏi con :

- Đã muốn về chưa?

Lan vẫn chăm chú đứng nhìn hồ. Nàng có cảm tưởng kỳ lạ là sương mù vừa dường làm cho mặt hồ rộng ra vừa co hẹp lại. Có lẽ vì gió xô đẩy những đám sương làm thị giác nhầm lẫn, Lan nghĩ.

Lan nói :

- Con muốn ở lại chơi thêm một lát.

Bà Nam bảo :

- Lạnh đấy.

Lan chỉ sang bên kia hồ nói với mẹ :

- Chuyến xe điện cuối cùng đang chạy lên kìa mẹ.

Bà Nam nhìn theo tay chỉ của con. Chuyến xe điện gồm ba toa, thắp đèn sáng, đang chạy qua nhà bưu điện, trong mỗi toa chỉ có vài người khách. Đêm lạnh, chuyến xe nhìn thấy từ xa, len lỏi giữa rừng cây và sương mù, như nhìn thấy ở một nơi xa lạ nào chứ không phải Hà Nội. Ánh đèn nhấp nhánh trên đầu những con sóng cũng biến khu hồ thành một thế giới kỳ ảo, lộn ngược.

Bà Nam kể lại cho con gái cái tết trung thu thần tiên cũ, thành phố đã cúp điện trong chốc lát, để trẻ con chơi trăng.

Lan cười bảo với mẹ :

- Hà Nội được nhớ đến nhiều quá, nên trông lúc nào cũng lờ mờ.

Bà Nam hỏi Lan :

- Con không thấy Hà Nội đẹp sao ?

- Đẹp chứ ạ.

- Sao con cười ?

- Vì con thấy người ta có vẻ mơ ngủ quá, nên Hà Nội không thức dậy được.

Bà Nam nghe tiếng con gái cùng với một cơn gió lùa từ dưới hồ lên. Câu nói thoảng qua tai, nhưng bà vẫn nghe thấy một cách rõ ràng. Lời nói có một vẻ gì đó trách móc.

Máu của lứa tuổi thanh niên hiện nay, đã chảy theo một nhịp khác chăng? Riêng bà, bà lại thấy Hà Nội phải như thế, không thể khác được.

Tuy nhiên, nếu những đứa trẻ ở vào lứa tuổi của con bà muốn thế, chắc Hà Nội phải đổi khác.

Bà Nam nói :

- Tại vì con không được chứng kiến cái lúc thành phố thức dậy.

Đối với Lan, có thể câu nói của mẹ đúng sự thật.

Nhưng cái sự thật ấy cũng đã ngủ vùi trong dĩ vãng, ngủ vùi trong trí nhớ của những người như mẹ nàng.

Một thành phố cũng như những người trong thành phố đó, không thể chỉ có những phút thức tỉnh, nó phải luôn luôn thức tỉnh, nếu không, nó sẽ chậm khôn lớn.

Lan nghĩ vậy, nhưng không dám nói với mẹ.

Bà Nam bảo con :

- Thôi vào rồi đi về luôn.

Lan thong thả đi theo mẹ. Nàng có vẻ tiếc vì còn muốn đứng lại nhìn trời nhìn đất thêm một chút nữa.

Ông Nam vẫn ngồi một mình tại chỗ.

Bà Nam ngồi xuống chỗ của mình, nói :

- Về chứ, ông ?

Ông Nam bảo :

- Về.

Lan líu ríu theo bố mẹ ra đường.

Nàng thầm nghĩ, đây là chỗ ngồi chơi rát thích, nhưng lần đi chơi này không phải của mình, nàng không được thoả thích. Một ngày nào thuận tiện, nàng sẽ bảo Quang đưa đến đây một lần nữa.

Ngồi trên xe, Lan không nghe bố mẹ nói một câu nào.

Lan ngả đầu ra phía nệm xe đằng sau che miệng ngáp và cảm thấy buồn ngủ.

CHƯƠNG TÁM

Quang đứng kiễng chân nhìn qua cánh cửa thấp vào trong nhà Lan, căn nhà như thường lệ đóng cửa kín, nhưng sau những tấm kính lớn, căn phòng thắp đèn sáng.

Quang định bấm chuông gọi người ra mở cửa, nhưng khi chàng giơ tay đẩy nhẹ cánh cửa sắt, cánh cửa không bị cài chốt, mở ra.

Quang đi thẳng vào trong nhà.

Tiếng chân chàng giẫm trên những viên sỏi nghe lạo xạo.

Quang mở cửa vào phòng khách, không có ai bên trong.

Quang đứng ở chân cầu thang, ngó lên gác, gọi :

- Lan. Lan.

Lan từ trong phòng chạy ra, đứng từ trên cao nói vọng xuống :

- Chờ em một tí.

Quang đi lại phía bàn khách, ngồi xuống ghế, cầm tờ báo lên đọc.

Tin tức chiếm gần hết trang nhất tờ báo, vẫn là những tin về trận đánh Điện Biên Phủ và cuộc hội đàm tại Genève, mọi sự đều như ngưng lại trên một cái lò lửa, người ta càng sợ nó càng kéo dài. Thành phố dường bị ngã trong một căn bệnh, mỗi ngày thêm èo uột, xơ xác, người ta trở nên lầm lì, ít trò chuyện với nhau hơn. Những nhà giầu có, những cửa hàng lớn đã được bán lại, sang lại, đóng cửa trong một vài ngày, các chủ mới mở cửa buôn bán trở lại trong một vẻ tươi sáng mới, nhưng không dấu hết được vẻ e dè, ngơ ngác, các trường học vẫn tiếp tục, nhưng học sinh cũng như các thầy giáo, đi học, đi dậy, thất thường, vắng mặt dần, người ta đã bỏ đi khá nhiều, thành phố sinh hoạt trong một không khí tạm bợ, nản lòng, người ta nơm nớp chờ đợi một biến cố gần như biết chắc không thể tránh, chờ đợi như chờ đợi một thảm họa.

Lan ở trên gác chạy xuống.

Nàng hỏi Quang :

- Anh ăn sáng chưa ?

- Chưa.

- Anh muốn ăn ở nhà hay ra ngoài ?

- Tùy cô.

- Ăn ở nhà đi. Để em bảo nó mang lên.

Lan đi xuống bếp. Nàng đi khỏi Quang còn ngửi thấy mùi nước hoa Lan bôi.

Một lát Lan trở lại với một chiếc khay nhỏ đựng ly tách, cà phê.

Lan bầy biện thức ăn cho Quang và cho mình. Nàng làm công việc này một cách nhanh nhẹn khéo léo. Quang ngồi yên lặng nhìn Lan.

Trong lúc ăn Lan hỏi :

- Sáng nay anh dậy sớm hả?

Quang nói :

- Không. Cũng như thường lệ thôi

- Đêm qua em thức khuya, nên sáng nay dậy hơi muộn.

- Thức làm gì?

- Chẳng làm gì cả. Em không ngủ được.

- Cô chú đi đâu cả ?

- Ba mẹ em đi từ sớm. Có việc gì đó dưới Hải Phòng.

- Buổi sáng tưởng trời sẽ mưa. Nhưng chắc sẽ không mưa.

- Em có thấy nắng mà.

- Lúc tôi ra đường trời còn âm u. Lại thấy gió lạnh nữa nên không chắc. Bây giờ thì có thể yên trí rồi.

- Anh đi bằng gì tới?

- Xe mô tô.

- Thích nhỉ. Mình sẽ tha hồ đi.

- Cô muốn đi đâu cũng được, miễn đừng ra ngoài trái đất.

Những câu nói vu vơ, nói cho có chuyện, nhưng cũng làm Lan cảm thấy lòng ấm áp pha một chút vui tươi trong bữa ăn sáng.

Lan hỏi :

- Mình đi đâu?

Quang hỏi :

- Cô đổi ý à?

- Không.

- Sao tự nhiên lại hỏi thế. Đã định rồi mà.

- Vì em thấy có cả một ngày, không đi hết nó phí đi mất.

Quang cười. Lan luôn có vẻ bồn chồn trước những buổi đi chơi, làm như sợ bị lỡ vậy.

Quang nói :

- Yên chí đi. Có nhiều việc vô ích để cô tiêu cái ngày vô ích của cô mà.

Lan cũng cười bảo :

- Cả tuần rồi mình không đi bơi.

- Mưa gió thế bơi gì được.

- Hôm nay chắc sẽ nắng.

- Chiều, nếu mình về sớm sẽ lên trên đó tắm luôn.

Lan đẩy đĩa đồ ăn của mình sang bê cạnh, lấy khăn chậm miệng, cầm tách cà phê lên uống. Quang đã uống hết tách của mình lúc Lan còn đang ăn.

Lan hỏi :

- Xa không anh?

Quang nói :

- Cô sẽ biết ngay bây bây giờ mà.

Lan bảo :

- Em cứ nghe tụi bạn kháo nhau hoài về đền Voi Phục, hôm nay mới được đi.

Quang nhìn Lan. Chàng chợt nhận ra Lan có một nhan sắc kỳ lạ, dễ thay đổi, hôm qua hình như khác ngày hôm nay, lúc nàng mặc áo dài khác hẳn khi mặc Âu phục, có những buổi đi chơi với Lan, cùng nàng chèo, giong buồm, cho chiếc thuyền nhỏ trôi tít mãi tới góc hồ phía xa, chung quanh chẳng còn một bóng người nào, những buổi đi xem chớp bóng, nghe nhạc, lang thang qua các phố, những lần đi chơi xa chỉ có hai anh em, trở về, đôi khi Quang có cảm tưởng lo sợ là chàng đã yêu Lan, rồi có lúc chàng lại vui mừng thấy sự thật không phải vậy.

Hai người ra đường lúc mặt trời vừa rọi những tia nắng đầu tiên xuống trước thềm.

Lan hỏi :

- Mình có phải mang đồ ăn theo không?

Quang nói :

- Tôi có vài thứ để sẵn trong túi xe rồi.

Lan nói :

- Cần mua thêm gì, anh chở em tới chợ.

Quang đưa Lan tới một chiếc bình bịch hiêu Terrot màu đen còn mới tinh, để ngoài lề đường.

Lan hỏi :

- Anh mang những gì mà nhiều thế ?

Trong cái túi đựng đồ phía sau xe, Quang nhét một cái giá vẽ đã được gỡ rời, gấp lại, một hộp màu, một chiếc cặp bìa cứng đựng giấy vẽ, một khung vải.

Quang nói :

- Để vẽ chơi.

Lan chờ cho Quang đạp nổ máy rồi leo lên ngồi phía sai xe, bảo :

- Vậy có lẽ mình sẽ đi lâu. Anh đèo em ra chợ Đồng Xuân mua mấy quả gì đó.

Chiếc xe chạy êm ru, lao đi vun vút.

Quang bảo :

- Cô đeo kính cho khỏi cay mắt, đội luôn mũ vào.

Sáng chủ nhật, chỉ những buổi sáng chủ nhật, những ngày nghỉ, ra đường, Lan mới thấy Hà Nội đúng là Hà Nôi, những ngày khác trong tuần, thành phố như ngụy trang dưới một bộ mặt khác.

Quang đưa Lan tới chợ.

Lan dặn :

- Anh đợi em ở tiêm sách nhé.

Nàng đi vào trong chợ. Quang cho xe chạy lãi phía tiệm sách, dừng lại, xuống xe, đứng dở mấy cuốn sách bầy trên sạp xem trong khi chờ Lan.

Hai vợ chồng người chủ tiệm sách vui vẻ hỏi thăm Quang vẫn khoẻ mạnh chứ, sao lâu không thấy đâu ?

Quang cười hỏi lại :

- Ông bà có cuốn nào mới không ?

Người chồng, theo thói quen, đưa mắt nhìn về phía mấy cái kệ, rồi quay lai nhìn Quang bảo :

- Cậu coi thử xem có cuốn nào đọc được. Vẫn đi làm thường chứ ?

Có hai câu bé đèo nhau tới tiệm, đổi một cuốc sách thuê, hỏi thăm bộ truyện in từng kỳ đã có số mới chưa? Một người đàn ông đứng tuổi, ăn mặc có vẻ một tư chức nghèo, quần ka ki vàng, áo trắng, độp mũ phớt, cũng dừng lại trước quán hỏi mua một cuốn sách của Trần Trọng Kim.

Người chủ quán lục lọi một lát, bảo :

- Hết mất rồi.

Quang được tự do ngắm nhìn những hình vẽ, những cuốn sách mới in bầy, treo la liệt trên sạp và chung quanh quầy hàng.

Lan từ trong chợ ra.

Người đàn bà không biết có nhớ ra Lan là khách quen, hay vì thấy nàng đi với Quang nên mỉm cười gật đầu chào.

Lan hỏi :

- Anh có kiếm được cuốn gì mới không.

Quang nói :

- Không.

Lan bảo :

- Anh tìm cho em một cuốn, lát đi có buồn thì đọc.

Quang ngẫm nghĩ một lát, bảo với người chủ lấy một cuốn cho Lan. Lan nhìn hớt qua rồi ất cuốn sách vào giỏ xách tay.

Lan đưa gói cam vừa mua cho Quang bỏ trong túi sau xe, bảo :

- Xong rồi. Đi đi anh.

Quang đạp máy, vào số cho xe chạy.

Chàng ngoái đầu, dặn Lan :

- Cẩn thận không có ngã.

Xe ra khỏi thành phố.

Lan bắt đầu ngửi thấy mùi đất, mùi cây cỏ bị hơ nóng, lẫn trong gió. Nàng lấy kính đeo lên mắt, tì cằm lên vai Quang cười vui thích.

Quang nói :

- Hôm nay thế nào cũng đẹp trời.

Lan ngó lên bầu trời nghiêng trước mặt phía xa. Nền trời xanh lơ vẩn những những đám mây trắng nõn, trông vừa có vẻ mới tinh, tươi sáng, vừa có vẻ cũ kỹ.

Lan hỏi Quang :

- Tại sao người ta gọi là đền Voi Phục.

Quang nói :

- Lát nữa tới cô sẽ biết.

Xe bon bon chạy. Hai bên lề đường, những cánh đồng cỏ xanh và thôn xóm thấp thoáng sau các rặng cây, các lũy tre, những mặt ruộng trông xa phẳng lì trong màu lúa non.

Quang nói :

- Cô ngồi cho chắc nghe.

Lan hỏi :

- Chi vậy ?

Quang không nói, rồ máy cho xe lao nhanh như mũi tên. Lan đeo kín mà gió còn làm xót mắt, tóc quất vào mặt đau rát.

Lan sợ nhưng vẫn thích.

Nàng nói :

- Đi xe với anh, phải đứng được xuống đất mới biết chắc mình còn sống.

Quang cười bảo :

- Đừng lo. Tôi là tay lái cừ mà.

Tới nơi, Quang dựng xe sắt lề một bức tường trên lối đi vào đền. Bức tường quét vôi trắng, nhiều chỗ rêu đã loang đen.

Hai người lấy những đồ mang theo đi vào trong đền.

Đường từ cổng vào trong đền lát gạch Bát Tràng. Trên khuôn tường hai bên cổng vào có đắp mỗi bên một con voi trong thế quỳ gối, châu đầu vào lối đi.

Có lẽ vì cái hình ấy mà người ta gọi là đền Voi Phục ?

Lan thầm nghĩ nhưng không hỏi Quang.

Hai người đi men theo hông đền ra phía sau. Đó là một vườn cây rậm rạp với những khóm tre dầy, những bụi trúc, những cây nhãn và nhiều cây ăn trái khác. Vườn giống như một khu rừng nhỏ. Dưới các gốc cây là những lối đi len lỏi, mấy cặp tình nhân ngồi kề sát nhau trò chuyện.

Lan cười bảo Quang :

- Chắc hai con voi ngoài cổng đền nghe được nhiều chuyện lạ lắm, nên không đứng dậy được nữa.

Quang cũng cười nắm tay Lan nhẩy qua một cái rãnh khô, nhỏ.

Mặt trời đã lên khá cao. Cả khu vườn sáng lên trong gái ánh sáng xanh của nắng chiếu qua lá.

Quang nói :

- Leo qua mảng đất này ra cánh đồng phía sau.

Lan hỏi :

- Có cái gì ở đó?

Quang bảo :

- Có cái chỗ có thể đứng lên được.

Hai anh em cùng cười.

Lúc leo xuống triền dốc Lan muốn tháo giầy ra cầm tay đi chân không, nhưng sợ dẫm phải gai không dám, nàng phải lần từng bước một.

Quang bảo :

- Đưa đồ đây anh xách cho.

Lan giao túi đồ ăn cho Quang.

Nàng nói :

- Khó đi quá.

Quang xuống trước để đồ đạc dưới chân dốc rồi trở lại dìu cho Lan xuống.

Họ kiếm được một chỗ tốt, dưới tàn một cây si cành lá xum xuê.

Lan lấy một tấm vải nhựa trải trên cỏ làm chỗ ngồi.

Quang cũng ngồi xuống bên cạnh Lan.

Nắng làm hai má Lan đỏ hồng, nàng lấy khăn tay thấm mồ hôi lấm tấm trên trán, trên cổ.

Lan nói :

- Không có một tí gió nào.

Nói vậy, nhưng Lan vẫn nhìn thấy những thửa ruộng trước mặt rập rờn, ở một vài chỗ lúa còn bị gió ép bẹp xuống.

Quang nói :

- Vẫn có gió đấy.

Đúng vậy. Lẫn trong hơi gió, Lan còn ngửi thấy mùi thơm từ các ruộng lúa bay tạt tới nữa.

Quang lấy giấy, phấn màu ra vẽ.

Lan nghe thấy tiếng những thỏi màu cà trên mặt giấy.

Một lát, lan hỏi Quang :

- Anh vẽ cái gì đấy, cho em coi với.

Quang nói :

- Vẽ cô. Giá cái mũi cô đừng nhỏ thế thì cô cũng không đến nỗi xấu đâu.

Lan liếc nhìn mắt nhìn qua bức tranh, hỉ mũi một cái bảo :

- Tại em không có tính ưa nịnh. Chứ không, mũi đã to hơn thế nhiều rồi.

Quang bảo :

- Cứ yên trí, tôi sẽ ban cho cô một cái mũi vừa ý hơn.

Lan nằm lăn ra trên tấm vải bảo :

- Vứt đi anh.

Quang vẫn tiếp tục bôi thêm màu lên bức hình.

Lan nằm ngửa, nhìn lên tàn cây trên cao. Nắng lóe qua khe lá những tia sáng làm chói mắt. Vài con chim nhảy nhót trên cành bên cạnh mấy con khác nằm im như những cục than. Lan cười một mình, xoay người nằm nghiêng, hỏi Quang :

- Anh đói chưa ?

Quang đưa cho Lan coi bức tranh.

Lan nói :

- Anh mới vẽ trông còn giống. Càng sửa trông càng chẳng ra ai cả.

Quang nhìn Lan bảo :

- Thế mới biết tôi có rộng lượng với cô cũng chẳng ích gì.

Lan hỏi :

- Bộ tại cái mũi này hả ?

Quang lại tiếp tục sửa lại bức vẽ.

Nhìn cái hình ảnh mình trên miếng giấy mỗi lúc hiện ra rõ ràng hơn, hoặc sai lạc hơn, thốt nhiên Lan ớn lạnh khắp người.

Cái việc Quang đang làm đó, giống như sự liên lạc giữa hai người, Quang vừa vẽ Lan vừa xóa bỏ bức tranh, như Lan tự bôi xóa những tình cảm của mình, những đường nét sai hỏng, và chỉ vào lúc làm cái công việc xóa bỏ đó, nàng mới nhận ra nó sai hỏng, trước đây, nàng vẫn tưởng không có gì quan trọng. Sự khám phá này làm Lan sững người. Một luồng ớn lạnh chạy suốt sống lưng làm Lan muốn cong người chống đỡ.

Quang ngửng lên nhìn, bắt gặp khuôn mặt đột nhiên nhợt nhạt của Lan và trông dáng điệu nàng như bẻ cong để chịu cơn đau, chàng giật mình hỏi :

- Lan sao thế ?

Lan có cảm tưởng đường viền của hai my mắt mình cứng xót, đến nỗi không chớp mắt được.

Một lát, nàng mở mắt trừng trừng nhìn Quang.

Cái nhìn đó làm Quang bối rối.

Chàng tưởng đọc được trong mắt Lan một niềm oán hận. Nhưng Quang không tin như vậy. Bởi vì, giữa hai người không hề có chuyện gì có thể khiến Lan có thứ tình cảm như thế đối với chàng.

Lan hỏi :

- Anh xoá hết bức hình chưa?

Quang nói :

- Tôi vẽ chơi thôi mà.

Lan nói :

- Không có gì rùng rợn hơn thấy mình hiện hình từng nét như thế.

Có lẽ vào lúc khác Quang sẽ không tin lời nói của Lan.

Nhưng vẻ kinh hoàng trên mặt Lan lúc này, khiến chàng thấy, đó là điều Lan cảm thấy thực không chừng, và một sự xúc động kỳ quặc bỗng làm hai tay chàng run lên.

Quang yên lặng gỡ tấm giấy ra khỏi giá vẽ, xé bỏ.

Chàng ném tung những miếng giấy nhỏ. Những mảnh giấy bị một trận gió lướt tới cuốn bay lả tả làm Lan chói mắt.

Quang nói :

- Không vẽ nữa.

Lan ngồi dậy, mang đồ ăn ra sửa soạn bữa ăn. Ăn xong, buổi trưa nắng đã đứng thẳng bóng trên cao.

Quang nói :

- Yên lặng đến nỗi nghe như bốn bề nước sắp đổ xuống.

Lan bóc cam đưa cho Quang. Những múi cam đỏ hồng mọng nước được bóc sạch cả những sợi xơ nhỏ lọt giữa những ngón tay cùng một màu của Lan khiến Quang không muốn ăn nữa. Chàng cảm thấy có một hơi thở nghẹn ở ngực. Cái hơi nghẹn đó, Quang đón một trận gió tạt từ cánh đồng tới, trận gió phảng phất mùi cỏ lá, lúa non, thở thật mạnh cho bay hết, nhưng không được.

Lan nói :

- Anh ăn hết đi, em bóc quả khác.

Quang kê nghiêng cái hộp đựng màu để gối đầu. Chàng nằm hé mắt theo dõi mấy ngón tay Lan, mấy ngón tay thuôn, dài, móng để mộc, Quang thấy nó đẹp đến não nùng. Những ngón tay ấy, khi chàng nhìn lên khuôn mặt Lan thấy hình như không có liên hệ gì cả. Hai bàn tay xa lạ, xa lạ có lẽ vì Quang nghĩ rằng, đó là thứ chàng có thể yêu được, khuôn mặt là khuôn mặt chàng không thể yêu được, hay thật ra, chàng không được quyền yêu như thế. Và hai điều trái ngược này đã tạo ra sự não nùng chàng đang cảm thấy trong lòng.

Quang nhắm mắt, chàng cố tìm cách để cho những điều mình cảm thấy, đang nghĩ tới, trôi qua trong đầu, như những đám mây trắng trôi trên nền trời xanh thẳm kia, trôi qua rất nhẹ nhàng không một tiếng động.

Quang nghe vẳng từ xa, rất xa, không biết từ một bụi cây nào bên bờ ruộng, hay tại góc vườn đền, tiếng một đôi chim cu gáy ở hai chỗ khác nhau, như đua tiếng hay đang đối đáp với nhau.

Tất cả những tiếng động đó, tựa dư âm của một thuở thanh bình nào trôi trở lại cùng với những đám mây trắng. Bỗng một đàn bốn chiếc khu trục cơ ầm ầm bay qua, tiếng động cơ xé trời, rồi tất cả lại trở lại yên tĩnh.

Quang mở mắt thấy Lan có vẻ bải hoải. Cái vắng lặng của khung cảnh dường như nhập cả vào hai mắt Lan.

Trong một phút chính chàng cũng không định trước, Quang cầm lấy bàn tay Lan đang bóc múi cam, lật ngửa, múi cam lọt giữa lòng bàn tay nàng. Quang nâng cả bàn tay Lan đưa lên miệng, hớp lấy múi cam. Lan yên lặng để cho Quang làm việc này, không có một phản ứng nào.

Quang nói :

- Đây là múi cam ngon nhất đời anh.

Lan không kịp phản ứng, không kịp suy luận để hiểu cái cử chỉ ấy của Quang, thậm chí, cho tới lúc múi cam không còn trên tay, Lan cũng không biết kéo rụt cánh tay lại thế nào, nàng như chết khựng.

Tuy nhiên, suốt buổi chiều còn lại sau đó, hai người ngồi chơi, nói chuyện với nhau bình thường.

Nhưng đêm về nhà, nghĩ lại chuyện ấy Lan bỗng hoảng hốt. Lan có cảm tưởng bàn tay mình đã thay một lần da. Tại sao, anh Quang, anh đã làm như thế ? Anh yêu em chăng ? Đó là những câu hỏi Lan không dám hỏi cũng không dám nghe trả lời, nghe Quang trả lời và nghe lấy những tiếng trả lời thì thầm của chính mình trong đầu.

Câu nói của Quang đã làm tổn thương Lan trong nhiều năm. Tại sao, sự tổn thương đó? Lan không biết. Có lẽ vì, nếu đó là tình đầu của một người, nó chẳng thể chỉ được biểu hiện có thế. Có lẽ vì Quang đã lạm dụng tình cảm của nàng. Có lẽ vì Quang đã chỉ dám lạm dụng tình cảm của nàng có một nửa. Có lẽ chính vì Lan đã không khuyến khích được Quang làm hơn thế. Có lẽ vì Quang đã làm mất đi sự bình thường giữa hai người.

Và sau cùng, có lẽ vì những gì Lan viện dẫn để giải thích với mình chưa đủ, còn thiếu một điều gì đó nàng không gọi tên ra được.

Lan thầm nghĩ, chỉ còn cách bói để hiểu tình cảm của Quang, bói để quyết định thái độ của mình. Chẳng hạn, Lan nghĩ, nếu sáng mai trở dậy trời mưa, có nghĩa là trong cái tình của hai người có tình yêu. Hoặc trong một lúc bất chợt, Lan sẽ đến nhà người bạn trùng tên dưới Cửa Nam, nếu bạn có nhà, có nghĩa là Lan có yêu Quang, ngược lại là không. Nếu Lan có yêu Quang, nàng sẽ tìm cách để cho mọi chuyện sáng tỏ giữa hai người, dù có ra sao chăng nữa.

Nhưng Lan chưa kịp thực hiện được ý định, ngày hai mươi tháng bảy đã tới.

Hiệp định Genève được ký kết.

Cả thành phố trong phút chốc tưởng được treo ngược trên một sợi dây.

Thực ra, trong suốt mấy tháng ròng, thành phố như đã được buộc sẵn trên đầu dây, bây giờ sợi dây mới được kéo lên.

Lan nhận thấy rõ ràng bố uống hớp cà phê buổi sáng đã bị nghẹn khi mắt ông nhìn thấy những dòng chữ báo cái tin khủng khiếp đó trên báo. Ông đã phải cố gắng lấy hơi nuốt hụm nước đó.

Những tin tức về cuộc di cư vĩ đại cùng với những tia nắng đầu tiên của một ngày, cùng với giờ mọi người ra khỏi nhà, tiếp tục những công việc hàng ngày bỗng nghe rào rào như tiếng ong bay.

Trong suốt một ngày, trong suốt một tuần, không còn nghe tiếng bom, tiếng súng, đêm bỗng trở nên nặng nề. Người ta nhớn nhác hỏi thăm nhau chuyện đi hay ở lại.

Những nhà có thân nhân lưu lạc ngoài hậu phương, thấp thỏm nghe ngóng xem người đi có còn để trở về ?

Người ta mong gặp lại nhau.

Người ta tìm cách tránh mặt nhau.

Mùa hè chấm dứt vội vã như trong cơn sốt cấp tính cùng với những trận mưa thác lũ trong đêm khuya trút xối xả trên mái, cái lạnh lẽo, hoang mang, chụp xuống khắp mọi nơi.

Lan thật sự không hiểu cuộc chia cắt đất nước rồi ra sẽ như thế nào.

Nhưng bà Nam lo lắng thấy rõ.

Bà hỏi ông :

- Nước chia đôi thế, đi rồi không về được nữa sao ?

Ông Nam nói :

- Nếu đi lại được sao còn gọi là chia cắt .

- Vậy sẽ cấm đoán trong bao lâu ?

- Có trời biết.

- Cả trong ấy và ngoài này đều biệt vô âm tín à?

Ông Nam không trả lời câu hỏi này của vợ. Ông mải miết đọc hết tờ báo.

Bà Nam cầm thìa khoắng mãi ly nước của mình dù Lan chắc không còn một hạt đường nào trong đó chưa tan.

Lan hỏi bố :

- Bến Hải có phải là sông Gianh xưa không ba?

Ông Nam nói :

- Cũng là một.

Như thế Lan bắt đầu có chút ý niệm về cái ranh giới này. Nó nằm trong một bài học thuộc lòng Lan đã học năm còn ở lớp nhất.

Ôi sông Gianh nơi nồi da nấu thịt

Con sông ngày xưa đã là nơi chia cắt đất nước trong cuộc Trịnh Nguyễn phân tranh kéo dài hai trăm năm. Tại sao lại có con sông định mệnh buồn thảm đến thế ?

Ông Nam đứng dậy, đội mũ, đi làm.

Chỉ còn hai mẹ con trong nhà. Tin tức vừa được loan truyền trên báo và trên các đài phát thanh làm cho không khí người ta thở hình như cũng đổi khác.

Lan nói :

- Con ra ngoài phố một tí xem sao.

Bà Nam ngước mắt nhìn con hỏi :

- Xem cái gì?

Lan cười bảo mẹ :

- Con đến nhà bạn con xem nhà nó quyết định thế nào.

Bà Nam nói :

- Đi mau rồi về. Tình hình này ngoài đường lắm chuyện lắm đấy.

- Con về ngay mà.

Nói xong Lan đi liền.

Bà Nam cầm tờ báo ông để lại trên bàn, đọc.

Bà bưng cốc nước lên uống thấy chân tay run lẩy bẩy.

CHƯƠNG CHÍN

Mẹ bạn ngồi sau chiếc quầy nhỏ làm chỗ thu tiền, bảo Lan lên lầu, bạn ở trên đó.

Lan mỉm cười chào bà và hơi nghiêng mình khi đi qua chỗ bà ngồi như một cách xin phép trước khi bước vào nhà.

Lan lên gác, gõ cửa phòng bạn, nghe tiếng bạn bảo vào.

Lan mở cửa, thấy bạn ngồi trước bàn học, nhìn ra ngoài cửa sổ.

Lan khép lại cửa phòng, hỏi :

- Học bài hả?

Lan thấy mặt bạn thoáng vẻ vui mừng khi thấy mình.

Bạn nói :

- Hôm nay mà học hành gì.

Lan tới gần bạn, ngồi xuống thành chiếc giường kê sát bàn học.

Bạn hỏi :

- Nhà mày đi chứ?

Lan nói :

- Chưa biết.

Người bạn bảo :

- Tao muốn ở lại.

Lan không nói gì, chỉ thầm nghĩ, hắn ở lại hay đi thì có nghĩa gì?

Lan nói :

- Sáng nay ra đường trông khác hẳn.

- Khác gì ?

- Một sự việc như thế làm sao người ta bình thường được ?

Người bạn nói :

- Đối với tao đây là ngày chiến thắng.

Lan bắt đầu nghe lạ tiếng người bạn cùng tên với mình. Tao đến đây không phải để nghe câu nói hóng hớt đó. Không hiểu sao đã có lúc mình thân được với nó, Lan mân mê một cuốn sách để trên bàn, thầm nghĩ. Nhìn một bóng nắng hắt trên tấm kính lót bàn của bạn, Lan chợt nhớ, hình như đêm qua sau lúc đi chơi với Quang về, nàng đã có ý muốn thử bói tình cảm của mình đối với Quang bằng cách đến nhà bạn, nếu bạn có nhà, có nghĩa là nàng có yêu Quang.

Lan đã gặp bạn, và điều này làm Lan choáng váng.

Lan gặp bạn, nhưng trước khi đi nàng không hề nhớ ra ý định bói tình cảm của mình, buổi sáng lại thức dậy với một biến chuyển làm thay đổi cả đất nước, trong suốt mười năm chiến tranh, mười năm không một ngày nào người ta không nghe thấy tiếng nổ, nhưng lại chưa có một ngày nào khủng khiếp hơn cái ngày không còn tiếng súng này, mọi sự đều như bị lật ngược, biểu hiện một bộ mặt khác, bắt đầu ngay bằng cái tia nắng sớm thay vì nóng bức lại nghe lạnh lẽo.

Lan nghe cái lạnh lẽo đó bao phủ khắp người mình, trên vai áo, trên hai chân xỏ trong đôi giầy hở mũi, trên những ngón tay đang cầm cuốn sách, khiến Lan có cảm tưởng ghê gai như mình sắp không cử động được nữa.

Người bạn thấy Lan không nói gì, quay lại nhìn. Nhưng trước cái nhìn của bạn, Lan không có gì thay đổi, không có gì khác lạ, Lan vẫn là Lan, chỉ không nói chi thôi.

Đúng thế, ngày cũng vẫn bắt đầu bằng mặt trời đang dần dần lên cao, nhưng có phải tất cả mọi người đang đổi thay, đổi thay một cách thầm lặng và rùng rợn, dù người ta biết hay không biết như thế, như Lan và người bạn trước mặt đây.

Tự nhiên Lan thấy lòng bối rối, và, cũng như sự xúc động nàng không hề dự đoán có thể xẩy đến với mình, Lan bỗng ứa nước mắt.

Hai giọt nước mắt chảy ra quá nhanh Lan không kịp giữ lại, không kịp giấu bạn.

Người bạn ngạc nhiên mở to mắt nhìn Lan. Nàng định hỏi xem Lan có chuyện gì buồn, nhưng lại nhìn thấy Lan mỉm cười lấy khăn tay thấm nước mắt.

Bạn hỏi :

- Mày ăn sáng chưa?

Lan nói :

- Rồi.

Bạn đề nghị :

- Tao với mày ra phố chơi một lúc.

Lan bảo :

- Tao không muốn đi đâu nữa.

- Coi chừng mày bị cảm đấy. Nằm tạm xuống đó một chút, tao đi lấy thuốc cho.

- Không có đâu. Sáng nay trời lạnh, tao lại ra đường sớm, bây giờ hơi bị rét thôi.

- Nắng rồi. Mày không đi, tao đi một mình.

Nói câu sau cùng, hai mắt người bạn long lanh hòa lẫn với buổi sáng trong suốt ngoài cửa sổ.

Lan chờ cho bạn thay quần áo xong, cùng xuống nhà.

Mẹ bạn hỏi :

- Hai chị em định đi đâu đấy ?

Lan cười, chưa kịp đáp, người bạn đã nói :

- Con ra ngoài một lát.

Lan nhìn thấy những lọ kẹo bánh đã vơi không được tiếp thêm hàng mới, như dấu hiệu của sự trì trệ, buồn nản, trong việc buôn bán.

Mẹ bạn hỏi :

- Sao, nhà cháu có định đi không?

Lan nói :

- Thưa, cháu cũng không biết ạ.

Đi hay ở, đó là việc mọi người dù muốn dù không, cũng vẫn phải chọn một quyết định, quyết định ấy sẽ đổi thay cái đời sống người ta ao ước hay chẳng hề muốn như thế.

Mẹ bạn cười tiếp :

- Ba mẹ cháu chắc là đi hả?

Lan cười không nói gì. Nàng loay hoay đứng lại trước mặt mẹ bạn, chờ xem bà có nói gì nữa không, nhưng bà có vẻ như không còn lưu tâm đến sự có mặt của nàng nữa.

Lan lí nhí nói :

- Xin phép bác cháu về ạ.

Mẹ bạn ngửng lên bảo :

- Có rảnh thì lại chơi.

Ra ngoài cửa Lan chia tay với bạn, đi ngược lên phía Hàng Bông.

Lan ngơ ngẩn đi qua những vỉa hè, những hàng quán quen thuộc. Người vẫn đi lại, buôn bán, sinh hoạt như thường. Tại vài góc phố vắng, mấy bác phu xe ghếch xe của mình lên vỉa hè, túm tụm đọc báo, bàn tán với vẻ mặt vênh vang, thông thạo hay lo lắng. Trong những căn nhà đi qua ghé mắt nhìn, Lan cũng thấy nhiều người chăm chú đọc báo, các cụ già, những người đứng tuổi, các bà rảnh tay sau quầy hàng, quả thật cái tin khủng khiếp đang lan tràn như một cơn lụt.

Chút nắng Lan nhìn thấy sau khung cửa sổ lúc đứng trong phòng bạn, bây giờ đã biến thành cơn nắng gắt làm đổ mồ hôi. Lan một nửa muốn đi tìm Quang, một nửa muốn về nhà, thế nào Quang cũng đến, để xem gia đình nàng quyết định ra sao.

Lan vẫy một chiếc xích lô đạp ở đầu Hàng Gai để về nhà.

Người phu xe từ bên kia lề đường định quặt xe sang liền, đã phải vội vàng quay ngay trở lại ép sát lề đường để tránh một chiếc xe vận tải nhà binh từ phía Cầu Gỗ chạy tới, trên xe có mấy người lính ngồi cù rù, tất cả có vẻ chẳng buồn để

144

ý đến chiếc xe của họ vừa vặn vẹo tránh chiếc xích lô tiếp tục rồ máy chạy, khiến họ đổ rụi người nọ vào người kia, sau đó, mỗi người lấy lại thế ngồi cũ, nắm chặt cây súng chống trước mặt như một cái gậy.

Lan về đến nhà đúng lúc nhân viên sở bưu điện tới phát thư. Lan nhận thư và hơi ngạc nhiên vì thấy ngoài phong bì đề tên riêng của mẹ nàng. Tên người gửi cũng lạ hoắc. Bức thư khá dầy và hình như có cả ảnh ở bên trong.

Lan vào nhà đưa bức thư cho mẹ.

Bà Nam đang ngồi sắp lại mấy bộ quần áo trên sập. Bà cũng lộ vẻ ngạc nhiên khi thấy lá thư đề rõ tên bà. Sự ngạc nhiên của bà biến thành bối rối khi bà nhìn tên người gửi. Bà lẩm bẩm một mình :

- Lạ thật.

Lan lặng yên theo dõi mẹ. Nàng đang lưỡng lự không biết có nên lánh mặt cho mẹ đỡ bối rối chăng thì nghe mẹ bảo :

- Con ngồi xuống đó.

Bà hơi nhích người để Lan ngồi xuống bên cạnh. Bà bóc thư ra xem, dở đi dở lại mấy trang giấy hình như không muốn đọc, hoặc không thể yên tâm đọc.

Cuối cùng bà vẫn đọc hết lá thư. Mắt bà lướt trên những dòng chữ, lông mày hơi cau lại. Đúng, thư có kèm theo một tấm ảnh thật. Bà cầm tấm ảnh lên ngắm nghía một chút rồi đưa cho Lan bảo :

- Con có nhận ra ai không ?

Tấm hình gồm ba người, một thiếu nữ và hai thanh niên.

Người con gái giống Lan đến nỗi Lan giật nẩy mình, một người thanh niên hao hao giống ba nàng, người thứ hai hoàn toàn xa lạ.

Họ đứng chụp với nhau ở chỗ lan can nhà Thủy Tạ, nơi nàng đã đứng hôm cùng với bố mẹ đến đấy chơi.

Lan chưa kịp nói với mẹ điều gì, bà Nam đã bảo :

- Chắc con không biết ai cả, phải không.

Lan nói :

- Vâng.

Bà Nam tiếp :

- Mẹ và ba con đó.

Lan chợt hiểu tại sao người con gái trong ảnh giống nàng và người thanh niên giống ba nàng.

Còn người thứ ba?

Chắc là bạn của hai người, chỉ có thể là như thế.

Bà Nam cũng không nói gì với Lan về cái người thứ ba đó.

Lan đưa trả lại mẹ tấm ảnh, bà Nam cầm lấy nhìn lại một lần nữa rồi cất tất cả vào trong chiếc phong bì, để trên bàn.

Buổi trưa, trước bữa cơm, Lan thấy bố cầm bức thư và tấm ảnh lên coi.

Lan nghe bố nói :

- Thế ra hắn vẫn còn sống ?

Ông đọc hết lá thư rồi về phòng nghỉ.

Buổi chiều, Lan thức dậy hơi muộn. Bố đã đi làm, mẹ cũng ra khỏi nhà từ lúc nào.

Nàng đi qua, đi lại một mình trong phòng không biết làm gì.

Nàng thấy lá thư vẫn còn để trên bàn. Lan tò mò mở ra đọc.

Tuy ngoài phong bì đề tên mẹ nàng, nhưng thư viết chung cho cả ba nàng nữa.

- Người viết thư hỏi thăm về sức khỏe của hai người, nói rằng cũng biết tin hai người đã có con, người viết cũng nói một cách xa xôi, ngày hòa bình sắp tới, mọi người sắp gặp lại nhau, "nhưng không biết chúng ta có gặp lại nhau chăng"?

Thư cũng có nhiều câu khó hiểu, như giọng một người tình nhắc nhở với người cũ, chuyện xưa, nhưng lại không nói thẳng ra.

Lan coi lại tấm ảnh một lần nữa.

Người thanh niên trong ảnh đã khác xa với ông Nam hiện giờ. Chỉ có mẹ nàng vẫn giữ được đôi mắt giống như trước, dù khuôn mặt đã thay đổi. Giá không được nói trước, chắc Lan không thể nhận ra bố mẹ mình.

Tại sao có việc lá thư này được gửi tới tay mẹ nàng? Lan không thể đoán biết được.

Đúng vào lúc đó Lan nhìn thấy Quang bước lên thềm nhà, chàng tự mở cửa vào nhà.

Quang hỏi Lan :

- Cô không đi đâu hả?

Lan đưa cho Quang xem bức ảnh.

Quang hỏi :

- Ai vậy?

Lan hỏi :

- Anh nhận ra ai không?

Quang không nói gì.

Lan tiếp :

- Ba mẹ em đấy.

- Ở đâu ra thế ?

- Vừa nhận được.

Quang nhìn Lan như có ý hỏi xem, chuyện gì đây?

Nhưng Lan biết gì về chuyện này?

Lan nói :

- Người viết thư này hình như quen biết ba mẹ em từ ngày còn trẻ. Từ bao lâu nay ba mẹ em tưởng ông ta đã chết. Nhưng ông ta vẫn còn sống, chỉ lưu lạc đâu đó ngoài hậu phương.

Việc đó liên quan gì đến Quang, liên quan gì đến ngay cả Lan ?

Quang hỏi Lan :

- Lan có nghe ba mẹ nói sẽ đi hay ở lại không ?

Lan nói :

- Chưa, chưa thấy ba em nói gì cả. Nhưng em chắc ba em sẽ đi.

Nàng hỏi lại Quang :

- Còn anh ?

Quang mở to mắt nhìn Lan, cái nhìn thăm thẳm khiến Lan chợt nhớ buổi sáng Lan đã đến nhà bạn để thử bói một điều gì đó về chàng ?

Quang hỏi :

- Em muốn đi hay ở lại ?

- Ý muốn của em không đáng kể.

- Sao không ?

- Em phải theo ba mẹ em.

Quang không nói gì.

Tháng bảy rồi tháng tám qua mau lẹ như những trận mưa đổ xuống không giờ giấc trong những đêm khuya, những buổi chiều. Người Hà Nội bỏ đi và chỉ trong một thời gian ngắn, Hà Nội giống như một cơ thể mắc chứng hoại huyết. Từ những vùng quê xa, từng đoàn người lam lũ, lầm lũi, ngày ngày gồng gánh, lếch thếch dắt díu nhau kéo về Hà Nôi., nằm la liệt tại các công viên, xó xỉnh, vỉa hè, đầy ắp trong Tòa Thị Chính, chờ để được đưa di tới các phi trường, bến tầu, di cư vào Nam.

Gia đình Lan cũng đã sửa soạn xong xuôi chỉ còn chờ ngày lên đường.

Chiều chiều Lan thường ngồi trên bao lơn nhìn xuống khu phố đôi lúc vắng vẻ, đôi lúc chen chúc những đám dân quê níu áo nhau đi như chạy, nhìn những tàn cây trước nhà, cây gần nhất có những cành xoè tới sát bao lơn như những cánh tay, những hàng cây xa dọc theo các khu phố, một ngày, một buổi chiều, bao nhiêu lá đều vàng hết, rồi cũng trong một ngày nữa, tất cả lá như tấm áo khoác của thành phố ấy phai thêm một lần nữa, trút khỏi cành như những giấc mơ rời khỏi vầng trán khô cằn, những sợi tóc rụng khỏi cái đầu đau ốm.

Trong nhiều ngày, Lan có cảm tưởng cơn bệnh của thành phố, của những hàng cây lây sang nàng, Lan thấy chân tay nặng nề không muốn cử động, hơi thở khó khăn.

Nàng mong đợi ngày đi để đi cho xong, cầu nguyện cho ngày khởi hành đừng đến vội, để còn được ở lại đây thêm nữa, ở lại Hà Nội, chia xẻ nỗi đau đớn của Hà Nội, sống với Hà Nội, chết với Hà Nội, rũ rượi với Hà Nội, rõ ràng là Hà Nội đang kiệt sức, những giọt mưa đọng trên các cành cây, ngọn lá, chẳng khác Hà Nội khóc.

Lan cũng mong mỏi một buổi chiều nào, ngồi ở bao lơn, Lan sẽ trông thấy Quang đi tới, Lan không gọi, nhưng Quang cũng ngửng đầu lên và trông thấy nàng. Họ sẽ phải gặp nhau một lần như thế trong Hà Nội, rồi có sẽ gặp lại nhau ở nơi xa xôi nào khác nữa không là việc sau.

Tưởng tượng mạnh đến nỗi, có lần Lan nhét mấy ngón tay vào miệng và nàng có cảm tưởng chúng cháy bùng như những cây nến.

Nguyễn Đình Toàn

Con Đường

An Tiêm
1967

1

Từ ngày tự biết mình là một kẻ tật nguyền thì thế giới của tôi chỉ còn thu hẹp trên cái bao lơn này. Không phải tôi không còn tiếp xúc với ai trong nhà hay ngoài đường nữa, nhưng những lúc ấy tôi sinh hoạt, cử động như sắm một vai kịch, tôi không phải là tôi. Chỉ những lúc ngồi đây, trên cái bao lơn này, với bóng tối vây quanh, tôi mới thật là tôi, không phải e ngại, áy náy. Tôi mang mặc cảm bước ra khỏi thế giới của mình, tôi bị quan sát chứ không được nhìn ngắm. Đây là điều khiến tôi gần như phải sống thường trực trong sự bất an. Tôi cho rằng sở dĩ mẹ tôi đi lấy chồng cũng chỉ vì tôi là đứa con độc nhất bà có với ba tôi, lại là một đứa con gái không bình thường.

Bà đi lấy chồng và để tôi lại cho cái gia đình chằng chịt những người này, những người không ai yêu tôi hết, nhưng người nào cũng tự cho có bổn phận phải xét nét tôi.

Tôi không oán trách ai hết, bởi chính những người đáng lẽ phải yêu thương tôi hơn cả thì một chết đi, một người bỏ tôi, nói chi những người khác ? Trẻ con lúc bị đòn tủi thân thì khóc, tôi bị đủ các người trong nhà đánh nhưng tôi không bao giờ khóc, hay ít ra khóc trước mặt mọi người. Sau trận đòn, tôi đi tìm một chỗ kín trong khe cửa, trong cái hộc đựng củi dưới bếp, trong nhà tắm, để khóc. Hình như bao nhiêu sự tủi thân của tôi, mẹ tôi đã mang đi hết, tôi không còn được tủi thân với ai nữa. Vẻ lì lợm của tôi khi bị đòn, ngày còn bé, khiến mọi người trong nhà càng tức giận đánh đau hơn, thường hơn. Có một điều người nhà không ai biết được là, thường lúc bị đòn, trí óc tôi lại hết sức bình tĩnh dù tôi vật vã như con sâu, nhưng đó cũng là lúc tôi nhớ đến mẹ tôi với đủ các dáng điệu lúc bà đi ra, đi vào, ngồi khâu, hoặc những ngày ba mẹ tôi còn sống với nhau, tôi còn bé, bà hát ru tôi ngủ, hai cánh tay bà mặc áo cánh ngắn, trắng, mát. Tôi quên tội người đánh kẻ, và những roi đòn vì thế cũng bớt đau. Còn điều này nữa là chỉ những lúc bị đòn như thế tôi mới biết tôi là ai trong gia đình, thấy lại sự vắng mặt của những người đã bỏ đi.

Năm mười bảy tuổi tôi được phép ông bà nội về nơi cư ngụ của mẹ tôi, thăm mẹ, với sự nói ra nói vào của một đàn các ông chú, bà bác, bà thím và sự im lặng của một số những người khác, sự im lặng ở đây cũng là một cách nói.

Ngồi trên chuyến xe đò tôi nghĩ thầm : "Tôi không có chỗ. Tôi đến với mẹ như một cuộc viếng thăm dù tôi không phải là khách"

Tôi đã nói với bà hôm đến nhà "Con ở với mẹ vài ngày rồi con về. Con không thể ở lại với mẹ, vì đây cũng không phải nhà là nhà con"

"Bây giờ con cũng đã lớn khôn. Con phải hiểu mẹ không không muốn bỏ con ở lại một mình. Có nhiều lý do khiến mẹ không ở lại đấy được"

"Mẹ muốn chứng minh việc mẹ bỏ đi là chính đáng ?"

"Không, mẹ không muốn nói như thế"

"Con hiểu rồi, cái phần của con như vậy, không ai có lỗi hết, mẹ không có lỗi, ba con càng không có lỗi, làm sao có thể bắt lỗi một người đã chết ?"

"Con oán mẹ lắm sao?"

"Không, con thiếu tình yêu thương chứ không thiếu lòng thù oán. Con không được yêu mẹ thì thôi, lòng nào dám oán mẹ".

"Con có biết, ngồi trên chuyến xe đò lúc bỏ đi, mẹ đã mấy lần muốn lao ra khỏi cửa không ?"

Tôi nghĩ thầm "Thế mẹ tưởng con không muốn được ở trong tay mẹ khi ấy sao?"

"Con lặng thinh là con khinh mẹ ? Con không nói gì ? Thôi được, mẹ là một người đàn bà đáng khinh, không người đàn bà nào bỏ con đi lấy chồng khác có thể biện hộ cho mình bằng bất cứ lý do nào. Con là con mẹ, có khinh mẹ cũng chẳng sao. Nhưng hãy lại gần đây cho mẹ ôm con một tí".

Tôi tưởng tôi sẽ oà khóc khi bà làm như thế. Nhưng không, mọi xúc cảm giữa bà và tôi đều xa lạ, không có sự thân mật nào. Bà đang đóng vai người mẹ ân hận, và tôi đóng vai đứa con bị bỏ rơi gặp lại mẹ. Người chết có mặt giữa chúng tôi và nhắc nhở điều ấy.

"Sao con lạnh lùng như vậy?"

"Mười năm rồi con mới được nhìn thấy mẹ, hãy cho con làm quen lại dần. Khi còn bé, con vẫn nằm mê thấy mẹ vỗ về con thế này, mỗi khi con bị đòn"

"Con hay bị đòn lắm sao? Tội nghiệp con tôi"

"Người ta bảo con giống mẹ"

"Sao con lại gọi người nhà là... người ta? Mẹ đã bỏ con, tội nghiệp con. Thế.. mọi người đã nói gì về mẹ?"

"Mẹ mày là một đứa đàn bà không ra gì"

" Còn con, con nghĩ sao về mẹ?"

"Con không biết mẹ là ai".

"Con quên mặt mẹ ư ? Mẹ có để cho con một tấm ảnh mà?".

"Nước mắt con đã làm lợt gần hết tấm ảnh đó, nhưng con vẫn không biết mẹ là ai"

"Thư mẹ gửi về con có nhận được không?"

"Con nhận được nhưng con không đọc, con muốn được nghe mẹ nói. Mẹ có biết nỗi khổ của con khi nhận được thư mẹ nhưng đã nhất định không đọc không?"

"Năm nay con mười mấy rồi?"

"Mẹ hãy cố nhớ lấy, đó là sự liên lạc cuối cùng giữa mẹ và con"

"Mẹ nhớ, mẹ nhớ, nhưng mẹ muốn hỏi lại. Con lạnh lùng như thế rồi đời con sẽ ra sao?"

"Với cái vết nám con mang trên mặt, mẹ còn không muốn hôn con, còn ai yêu con nữa mà lo?"

"Trời ơi!"

"Mẹ kêu trời, nhưng con với vẻ mặt này, con có kêu cũng vô ích"

Bữa cơm đầu tiên tôi ăn ở nhà mẹ tôi, dượng tôi bảo "Nghe mẹ nói, con vừa xong được hai cái tú tài. Con gái, không có bố mẹ, dù ở với ai, học được đến thế là may phước lắm".

Tôi nghe nói và thấy muốn khóc.

Thôi, mẹ đã thuộc hẳn về một chỗ khác. Con là đứa con mồ côi. Con cũng đã tập quen với đời sống mồ côi từ nhỏ, chỉ có một chút khác biệt, con còn hy vọng gặp lại mẹ. Niềm hy vọng ấy, bây giờ, trở thành một điều gì đó thật tàn nhẫn. Mẹ đã là mẹ của một đàn con khác. Trong mắt chúng, con chỉ là một người lạ. Mẹ thương con, con cũng không muốn mất mẹ. Nhưng làm thế nào được, con phải nhận lấy cái phần của mình. Mẹ đừng khóc. Con cũng không khóc trước mặt mẹ nữa.

Tôi ở với mẹ ba ngày rồi trở về nhà. Mẹ tôi đưa tôi ra bến xe. Lúc xe sắp khởi hành bà đứng bên lề đường vẫy tôi. Có lẽ cũng những chuyến xe này đã đưa mẹ đến đây và đưa con trở về. Mẹ đừng khóc. Với vẻ mặt này con khóc, những người chung quanh sẽ hiểu nhầm con. Lát nữa đây xe sẽ chạy, con sẽ xa mẹ, sẽ không nhìn thấy mẹ nữa. Con còn nhớ lời mẹ dặn, nếu con thấy 'ở nhà' không được nữa, thì con tới đây ở với mẹ, mẹ sẽ nói với dượng cho con ở lại. Không, mẹ là mẹ con, nếu con không được ở với mẹ như một hạnh phúc tự nhiên thì mọi sự vận động cho con được gần mẹ đều không có ý nghĩa gì. Đột nhiên con nghĩ đến hai tiếng 'hạnh phúc' và con muốn cười một mình, mặc dầu lúc này là lúc con không nên cười. Đời con từ ngày ba mất, mẹ bỏ đi, có lúc nào nên cười ? Con gọi mẹ là hạnh phúc của con và mẹ đang đứng bên kia đường, cách con một con đường. Nếu muốn con có thể xách va ly xuống xe, chạy lại với mẹ. Mẹ sẽ mở rộng tay đón con, con chắc thế, vì mẹ cũng đang khóc kia. Nhưng con cứ ngồi yên trên xe Mẹ cũng không làm cái việc băng qua đường giữ con lại. Cái gì đã giữ mẹ đứng đó? Cái gì giữ con không chạy lại với mẹ ?

Mẹ vừa gần vừa xa con như vậy đó.

Xe khởi hành lúc ba giờ mười lăm phút. Tôi nhớ rõ như vậy vì tôi có xem đồng hồ trước khi xe chạy. Mẹ tôi vẫn đứng bên kia đường. Đằng sau bà, là những quán nhỏ trơ trụi, những ô tủ đựng thuốc lá, đống bưởi vàng xếp cao, tiêm đồng hồ, hiệu thuốc bắc với những với những chiếc ngăn kéo có quai đồng, những rác rưởi bẩn thiu của buổi chợ tan để lại, hè phố nhớp nháp.

Tôi nhắm mắt nghe tiếng còi xe inh ỏi, tiếng gió hút qua khung cửa xe lùa bên tai. Lúc tôi ngoái đầu nhìn lại, mẹ tôi vẫn còn đứng tại chỗ. Cái bóng của bà cứ nhỏ dần, nhoè nhoẹt, rồi trôi tuột đi. Bao giờ cũng vậy, khi tôi tìm được cách làm bà hiện đến với tôi thì hình ảnh bà lại trôi mất theo nước mắt.

Tôi giơ tay chậm nước mắt thì nghe tiếng nói :

- Khăn của cô đây, cô vừa đánh rơi.

Tôi giật mình mở mắt nhìn và tôi thấy 'chàng' ngay trước mặt. Một khuôn mặt nhiều góc cạnh, rám nắng.

Tôi giật mình lần thứ hai vì 'chàng' ngồi sát bên tôi trên cùng băng ghế gồm hai chỗ, sao từ lúc nào đến giờ tôi không biết ?

Tôi lí nhí cám ơn người thanh niên, sửa lại dáng điệu, ngồi cho ngay ngắn. Giơ tay lên lau mặt, tôi hốt hoảng nhớ ra cái vết nám trên mặt, bàn tay tôi nhắc nhở điều ấy.

Chàng nhìn tôi, móc túi lấy thuốc lá châm hút. Xe chạy nhanh, chàng phải cúi thấp sau hàng ghế, khum tay bật diêm. Tôi ngồi sát bên cửa sổ xe. Gió quất mạnh vào mặt.

Xe đã ra khỏi tỉnh ly. Hai bên đường bây giờ là những cành đồng hoang, đất khô trắng, những thân cây cháy dở đổ ngổn ngang, trời xanh và nắng chói chang. Xe lắc lư và tôi thấy nôn nao và hơi chóng mặt. Ánh sáng lấp loáng trên mặt bóng của những đám lá khiến tôi có cảm tưởng mặt đất xoay tròn.

Mẹ tôi giờ chắc đã về đến nhà. Tôi nhớ lại những màu sơn cửa cũ kỹ, lam nham, các hè phố tôi và mẹ tôi đã đi qua để ra bến xe. Con chó vàng đang chúi mũi rúc đống rác cạnh một sạp hàng bỏ không. Một người đàn bà Tầu mặc quần áo đen ngồi giặt bên máy nước công cộng. Mẹ bây giờ cũng thuộc vào cái đám đông xa lạ đó.

Bỗng tôi lại nghe tiếng chàng nói:

- Cô muốn khóc, sao không khóc đi ?

Tôi luống cuống vì không biết chàng muốn gì. Chàng muốn làm quen tôi hay vết nám của tôi làm chàng chú ý ? Tuy nhiên giọng chàng có vẻ tự nhiên, thành thật, khiến tôi cũng bớt nghi ngại.

Chuyến xe tiếp tục chạy. Cây cối, đồn bót, nhà cửa qua đi hai bên đường.

Xe ngừng lại ở một bến bắc. Bác tài tắt máy phàn nàn : "Kẹt ít lắm cũng mất một tiếng. Không biết đánh nhau ở đâu mà các cha đi dữ vậy".

Bác cũng cho biết, hành khách có thể xuống xe, uống nước, chờ đến lượt sang sông.

Bến bắc có nhiều hàng quán. Tôi nhìn thấy những chai nước ngọt xanh đỏ xếp đầy trên các quầy, đồ ăn bầy trong các tủ kính nhỏ, những đứa trẻ bán mia ghim, dứa đã cắt sẵn và nhiều thứ trái cây khác, chạy đi chạy lại, rao hàng, náo nhiệt mời khách.

Người thanh niên xách cái ba lô để dưới chân lên, bảo:

- Tôi ở đây.

Chàng ngỏ lời mời tôi xuống uống nước. Tôi ngần ngại, nhưng nghĩ sẽ còn phải chờ đợi lâu không biết làm gì nên cũng líu ríu đứng dậy đi theo chàng, thắc mắc không biết anh ta nói "ở đây" là thế nào ?

Vào quán, anh hỏi và kêu cho tôi một ly trà nóng. Anh ta

uống bia. Tôi chưa bao giờ ngồi đối diện với một người con trai nào, nhất là lại ở một nơi xa lạ thế này. Tôi nhìn ly bia sủi bọt trắng của anh và nghĩ, không hiểu sao tự nhiên tôi lại nhận lời mời của anh.

Anh chỉ cho tôi nhìn thấy một đồn binh phía bên phải bến bắc, bảo :

- Tôi đóng quân ở đây.

Thì ra thế. Bây giờ thì tôi hiểu câu nói của chàng lúc nãy.

Nắng đã yếu trên nóc chòi canh. Bóng một người lính ôm súng đứng nhìn xuống mặt sông. Dưới chân chòi những giậu thép gai quây tròn, mỗi vòng nới rộng thêm ra. Sự buồn bã tưởng có thể nhìn thấy trên những tảng đá, cây cỏ mọc loáng thoáng dưới các vòng kẽm gai và mấy sườn đất đỏ quạch. Tôi thấy choáng váng vì những tiếng động bên ngoài, tiếng chửi thề, tiếng gọi, tiếng búa đập trên sắt, tiếng chân người chạy. Những tia nắng hắt trên mặt bóng các ô kính xe và những chiếc nón.

Tôi nghĩ, tôi không quen biết chàng, tại sao tôi buồn? Tại sao rừng núi, nhà cửa, cây cỏ, ruộng đồng tôi đi qua, tôi nhìn thấy, đều có một vẻ gì đó như cam chịu, buồn rầu? Tại tôi buồn nên tôi nhìn thấy chúng như vậy hay cái buồn đã ngấm trên quê hương chúng ta?

Người thanh niên nói :

- Tôi có đứa em gái. Xưa, tôi ghét nó vì nó hay khóc. Giờ, không gặp được nó nữa, tôi thương nó vì nó hay khóc.

Tôi không hiểu ở tôi có cái gì làm nẩy sinh sự thân thiện đối với anh mà anh lại nói với tôi cái chuyện riêng tư và bằng một giọng dịu dàng như vậy? Tại những giọt nước mắt của tôi, anh nhìn thấy, lúc ngồi trên xe ?

Tôi hỏi :

- Thế bây giờ em anh ở đâu ?

Chàng nói :

- Chồng nó là bạn tôi, nhập ngũ một ngày với tôi. Chồng nó đóng trong đồn kia. Nó đến thăm chồng buổi chiều thì đêm Việt

Cộng tấn công đồn. Chắc nó sợ lắm vì vốn nhát. Sáng ra người ta đếm được cả trăm xác chết ngoài hàng rào. Nó chết bên cạnh chồng nó ở trong đồn. Chồng nó bị một viên đạn bửa đôi đầu. Nó đang đợi sinh đứa con đầu lòng.

Yên lặng một giây chàng tiếp :

- Tôi xin đổi về đây.

Tôi phải tựa lưng vào vách ván đằng sau. Màu vàng của ly bia, vầng trán, nước da mai mái và hai mắt chàng xoay một vòng trước mặt tôi. Viên nước đá, tôi xin nhà hàng để chườm đầu, rớt khỏi tay. Tôi nghe tiếng va của cục đá xuống sàn gỗ. Có lẽ tôi bị cảm thật. Tôi muốn ói và tôi thấy mặt chàng cúi gần mặt tôi. Khuôn mặt vẫn hoàn toàn xa lạ đối với tôi. Chắc tôi đã ngã xuống vì tôi cảm thấy được đỡ dậy. Tôi không biết gì nữa.

Khi tỉnh lại tôi thấy mình nằm trên một chiếc giường nhỏ trải nệm trắng, gần cửa sổ. Bên ngoài cửa sổ là một cây dừa thấp có nhiều trái xanh. Chiều đã gần hết. Tôi đang gắng tập trung ý nghĩ để nhớ lại những việc đã xẩy ra thì chàng mở cửa phòng bước vào, đem theo một ly sữa nóng.

Tôi cố không nghĩ tới sự xa lạ giữa tôi và chàng, vì nếu nghĩ tới, tôi bắt buộc phải ngồi dậy và bỏ đi. Tôi tự biết hiện tôi không làm được như thế. Tôi kéo cao tấm khăn phủ ngực. Chàng trao ly sữa và hai viên thuốc cảm cho tôi bảo tôi uống. Tôi vừa tội nghiệp vừa sợ cái vẻ mặt bình thường chàng đã lấy lại được, rõ ràng nét mặt chàng lúc kể chuyện em chàng trông khác.

Trong khi tôi uống thuốc, chàng nói lại cho tôi nghe lúc tôi bị xỉu và nơi tôi đang nằm, rất may, là nhà riêng của hai vợ chồng người thiếu úy phó trưởng đồn, được nghỉ phép về chơi trên Sài Gòn, nhờ chàng trông hộ.

Uống xong ly sữa, trán tôi sắp mồ hôi, tôi lấy khăn tay lau mặt. Tay tôi lai nhắc tôi một điều khiến tôi muốn nghẹt thở. Tôi đã nghe nhiều người nói rằng, nếu không có cái vết nám đó, tôi là một cô gái xinh đẹp. Tôi định nói với chàng về chuyến xe, việc tôi phải trở về nhà, nhưng nước mắt tự nhiên lại ứa ra làm nghẹn. Chàng vỗ về tôi với khuôn mặt người lạ. Tôi phải thú thật rằng, chàng vẫn hoàn toàn xa lạ đối với tôi.

Đêm hôm ấy, tôi ngủ tại căn nhà xa lạ đó, với chàng.

Sáng hôm sau, khi tôi thức giấc, chàng không còn ở bên cạnh.

Ý nghĩ đầu tiên của tôi là phải chạy trốn và phải đi ngay lập tức. Tôi xách túi hành lý của tôi chàng để trên bàn, mở cửa chạy ra đường, đón xe, về Sài Gòn. Rất may là cho tới lúc xe sang đến bên kia sông, tôi không chạm mặt người đó.

Cho đến hiện nay, tôi không biết tên chàng là gì, chàng cũng không biết tôi là ai.

2

Tôi nhận được giấy gọi đi làm, chạy đi tìm ông tôi. Ông đang tưới cây ở ngoài vườn.

Tôi nói :

- Con đã xin được việc. Con xin ông cho con đi.

Ông tôi ngừng tưới, gỡ cặp kính lão dùng vạt áo lau, rồi đeo lại lên mắt, nhìn tôi bảo :

- Con không muốn đi học nữa à?

Tôi tránh không dám nhìn ông. Tôi muốn nói với ông, dù tôi có muốn cũng khó ở lại nhà được. Nhưng tôi lặng thinh.

Ông tôi bảo :

- Chúng nó nói sao kệ nó. Còn ông đây, con đừng sợ.

Tôi nuốt sự nghẹn ngào xuống ngực, nói :

- Thôi, ông cho con đi làm. Còn thì giờ con sẽ tự học thêm.

Ông bảo tôi ngồi xuống trên một chậu hoa úp sấp bên cạnh, rồi ông cũng ngồi xuống một chiếc khác kế cận bảo:

- Con nghĩ con có thể sống một mình rồi chứ ?

Tôi đáp :

- Con sẽ cố. Dầu sao, vẫn còn ông và gia đình ở đây.

Âm thanh của hai tiếng "dầu sao" tôi vừa nói, nhắc tôi nhớ đến chàng.

Mường tượng lại những mặt người trong nhà, tôi nghĩ, ngoài ông ra, tôi không muốn còn một sự ràng buộc nào với ai nữa.

Ông tôi nói :

- Ông biết con có nhiều điều bực mình, nhưng còn ở đây con có thể yên tâm. Gia đình dù có những chuyện khó chịu nhưng vẫn là nơi con có thể tin cậy, ra ngoài thì không còn được như thế nữa đâu.

Ông mở to đôi mắt đỏ đã kéo màng nhìn tôi, mặt ông đầy những vết nhăn rướm ướt mồ hôi, mái tóc trắng nhiều chỗ rụng trơ cả da đầu.

Ông nói :

- Ông còn sống ngày nào, ông không muốn một đứa nào ra khỏi nhà. Nếu con nghĩ con đủ sức sống một mình thì con cứ đi. Nhưng ông dặn trước, gặp điều gì khó khăn thì lại trở về đây với ông. Ba mày mất sớm, mẹ con như vậy...ông nghĩ thương con nhưng cũng chẳng biết làm thế nào. Đằng nào thì rồi con cũng phải đi xa một lần. Con đi vào lúc ông ông còn đây, ông có thể biết con sống được hay không mà giúp con.

Người nhà xôn xao bàn tán về chuyến đi sắp tới của tôi.

Người ta nói, chắc nó đi theo thằng nào đó chứ làm ăn gì. Tôi không hiểu tại sao mọi người lại ghét bỏ và chỉ muốn cho tôi những điều không hay như vậy. Tại tôi chia mất của họ một phần ăn? Hay tai mẹ tôi bỏ đi, họ coi đó là một việc làm xấu gia đình, bắt tôi phải chịu sự trả thù ?

Tôi nói với ông tôi vài lời cuối cùng, buổi tối, khi tôi đã sửa soạn xong các thứ cần dùng rồi ra ngồi ngoài bao lơn :

- Sáng mai con đi sớm.

Ông nhắc tôi khi tới chỗ làm, nhận việc rồi thì viết thư về cho ông biết.Tôi nhìn hai cánh tay ông gầy guộc, nhăn nheo, thấy nước mắt tràn lên mi, không nói được, chỉ nói được một chữ "dạ"

Ông vào phòng, đi ngủ. Tôi ngồi lại một mình ngoài bao lơn, nhìn xuống đường. Ánh sáng của các ngọn đèn lộ soi rõ những mặt nhựa xao xác lá rụng. Ở đầu đằng kia, công viên về khuya, mấy chiếc ghế đá không người ngồi trông quạnh quẽ. Những tàn cây lẫn trong sương mờ và khói đất. Trời cao, sâu, lấp lánh sao. Gió thổi mang theo những tiếng động quen thuộc của thành phố ban đêm, taxi, xích lô máy, xe vận tải nhà binh, dư âm nặng nề của những hồi đại bác từ những vùng xa thẳm, tối tăm nào, làm rung nhà cửa.

Tôi nghĩ đến chàng, có lẽ giờ này đang ngủ, lặn lội hành quân, đang chống trả kịch liệt với cuộc xâm lấn từ bên ngoài, không thể nào biết được. Tôi hình dung lại đồn quân của chàng và những rào kẽm gai chằng chịt, tưởng tượng ra những toán quân ùa tới, xác chết vắt ngổn ngang trên những sợi thép gai, nằm la liệt trên mặt đất. Tự dưng tôi thấy ruột thắt lại. Ở trong cảnh ấy chàng có thể chết bất cứ lúc nào. Thực ra, việc ấy quan hệ gì đến tôi? Đối với tôi có khác gì chàng đã chết ngay từ sau cái đêm gặp gỡ ấy? Hình ảnh chàng mờ nhạt đến nỗi tôi không còn nhớ nổi dẫu nhiều khi tôi đã cố tưởng tượng lại. Mọi sự đã chìm sâu trong cái đêm kỷ niệm đó.

Chuông đồng hồ trong nhà điểm hai tiếng. Tôi trở vào giường nằm. Căn phòng tối, gió lùa qua các khe ván tường, tiếng cành cây khô gẫy và những giọt sương rơi trên mái tôn. Cây trứng cá ngoài cửa sổ rì rào theo mỗi cơn gió. Tất cả những thứ đó, mai này, cũng sẽ rời xa tôi. Tôi nhớ lại ba tôi với ký ức non đại ngày còn nhỏ. Tôi nhớ lại mẹ tôi, dượng tôi và mấy đứa em nhỏ. Tại sao tôi lại bơ vơ giữa mọi người thế này ?

Tôi chợp mắt được vài tiếng, thức dậy, sửa soạn đi khi cả nhà còn ngủ yên. Đi qua màn ông, tôi nhìn thấy ông nằm ngủ, hai chân duỗi thẳng, một tay vắt trên trán. Tôi chợt nghĩ đến ngày ông chết. Tôi định đánh thức ông dậy nhưng chân đã tới cầu thang, tôi xách va ly bước xuống, mở cửa, ra đường.

Phố còn vắng. Sương và gió âm âm trong một bầu trời ẩm ướt. Hàng cây bên lề đường chỉ nhìn thấy phần gốc, nửa ngọn còn lẫn với bóng tối.

Tới bến xe còn sớm, tôi vào tiệm ăn một tô mì và uống một

ly cà phê. Trong ngực tôi như có cái gì đè nặng. Tôi nhớ lại dáng ông tôi nằm ngủ. Chiếc quần vải ông mặc quấn vành quanh bụng. Da bụng ông nhăn nheo. Tôi không nhớ rõ tuổi ông, nhưng hình như từ khi tôi ra đời ông đã già như thế rồi.

Xe bắt đầu chạy lúc trời mờ sáng. Thành phố đã thức dậy. Xe hơi, xe gắn máy, xe đạp, người đi bộ, ngược xuôi khắp phố. Chỉ một chốc xe đã ra khỏi chỗ đông người, bon bon trên đường rộng, vắng. Xa lộ thẳng băng ướt sương với những chuỗi đèn sáng trắng. Những cơ sở kỹ nghệ đang được xây cất. Rừng cao su rồi những cánh đồng lúa, bãi hoang. Mỗi phút tưởng chừng như cuộc đời đang mở ra đón tôi dù đường còn xa và tôi cũng không biết những gì chờ đón mình ở đầu đằng kia. Tôi vừa bồi hồi vừa sợ hãi. Bồi hồi vì lần đầu tiên thực xa nhà, lần đầu tiên thấy mình được tự do. Và chính sự tự do cảm thấy đó lại khiến tôi sợ hãi. Tự do đối với tôi lúc này là sự mù mịt ở cuối đường.

Nhưng tôi hãy cứ sống cái cảm giác được mời đón một lần. Tôi ngả người vào sau thành ghế, nhắm mắt thở từng hơi dài khoan khoái cái không khí trong sạch, bao la của đường trường sớm mai. Hành khách trên xe không ai nói với ai. Mọi người đều yên lặng. Một giây phút hoàn toàn hạnh phúc. Nhưng tôi lại chợt nhớ tới dáng điệu và nhất là vết tàn tật mang trên mặt, có thể làm người khác chú ý. Tôi mở choàng mắt ra nhìn. Quả nhiên tôi thấy có hai con mắt nhìn tôi trong tấm gương chiếu hậu của xe. Tôi cảm thấy lạnh giá suốt sống lưng. Nhưng đôi mắt không có chút gì tỏ ra bối rối, vẫn thản nhiên nhìn tôi. Và không hiểu nó toát ra một vẻ gì đó khiến tôi thấy có thể tin cậy được. Tôi nhích lại thế ngồi để có thể nhìn thấy toàn thể khuôn mặt ấy. Đó là một người đàn ông đã đứng tuổi, nước da ngăm ngăm đen, vẻ mặt bao dung. Đầu người đàn ông nghiêng qua một bên, hình như cũng muốn để nhìn thấy hết mặt tôi. Và qua một bên mái tóc ông ta, tôi nhìn thấy một nửa mặt có vết nám đen của tôi. Tôi có cảm tưởng bị cháy nốt nửa mặt còn lại bởi sự hiện hình đột ngột này.

166

Tôi không biết làm sao hơn là nhắm mắt lại trong một cử chỉ chịu thua hoàn toàn. Một phút sau, khi tôi mở mắt lại, tôi thấy ông ta vẫn nhìn tôi, cái nhìn không có vẻ gì thay đổi. Cái vết tích tàn tật của tôi không làm ông ta sợ sao? Ông ta là ai ? Đừng giả bộ làm người hùng. Tôi không muốn ai thương hại tôi hết. Những câu hỏi, nhữngtiếng nói thì thầm đó va đập trong trí óc tôi và tôi thấy tủi thân. Tôi cố không nghĩ tới hai con mắt đó nữa, nhưng hình như nó đã in hình trong trí nhớ tôi, đuổi theo ám ảnh. Coi bộ cử chỉ lúng túng của tôi đã làm ông ta buồn cười. Cái cười như có ý nói :"Có gì đâu, tại sao cô lại có vẻ hoảng hốt vậy?". Tôi bắt gặp tôi cười lại với ông ta. Nụ cười thoát khỏi sự kiểm soát của tôi. Ông ta gật đầu như khuyến khích tôi. Nhưng tôi lại giật mình vì chợt thấy có điều gì đó không ổn giữa ông ta và tôi. Ông ta là ai ? Tại sao tôi lại cười với ông ta?

Lúc xuống xe, rất tự nhiên, ông ta bước lại gần tôi, bảo :

- Cô ở đâu, nếu tiện đường tôi đưa cô về.

Tôi nói :

- Tôi từ Sài Gòn lên đây nhận việc. Tuy có địa chỉ nhưng cũng không biết ở chỗ nào.

Ông ta nói :

- Vậy để tôi giúp cô đi tìm.

Tôi đưa địa chỉ đã ghi cho ông.

Ông ta bảo :

- Va ly của cô lớn chắc nặng hơn của tôi, để tôi xách cho, cô hãy xách cái của tôi.

Trong cái cảnh xa lạ này, có được một người quen bất ngờ như ông ta, đối với tôi thật mừng. Tôi cười cảm ơn và làm theo lời ông.

Ông nói :

- Ta vừa đi vừa chờ taxi. Địa chỉ của cô khá xa, không đi bộ được.

Ông lầm lũi bước, tôi theo sau và ngửi thấy mùi khói thuốc từ ống pipe của ông bay ra thơm ngát.

Tôi thấy vui vui khi nhìn thấy cái lưng áo choàng hơi gù của ông cắm cúi ở đằng trước.

Tôi nói :

- Ông đi mau quá, tôi theo không kịp.

Ông chợt nhớ ra quay lại, nhìn tôi, nói :

- Xin lỗi. Tôi quên khuấy đi mất.

Tôi lấy khăn lau mồ hôi trên trán. Ông ta mở to mắt nhìn tôi từ đầu đến chân, mỉm cười bảo :

- Nếu nặng quá thì để tôi xách luôn cho.

Tôi vội vàng giữ lấy chiếc va ly của ông bảo :

- Không, tôi làm được mà.

Lên hết con dốc tôi phải nói với ông khách dừng lại nghỉ. Nắng còn lấp lánh trên những ngọn thông nhưng cái lạnh đã thấy rõ. Trời trong xanh, những đám mây trắng trôi bình yên. Tôi ngồi xuống trên một tảng đá bên đường. Người khách cũng đứng lại. Ông ta ngó xuống những căn nhà dưới chân núi. Tình cờ tôi đọc thấy tên ông trong tấm danh thiếp cài trên va ly. Ông là một kịch tác gia. Tôi rất thích đọc kịch của ông.

Tôi nói :

- Thì ra ông là một tác giả, không ngờ được gặp ông ở đây.

Ông nhìn tôi, bảo :

- Cô nhớ được tên tôi sao?

Tôi nói :

- Không những thế tôi còn có thể nhắc lại vài câu các nhân vật của ông nói với nhau nữa.

Ông ta ngồi xuống bên cạnh tôi, không nói gì.

Tôi nói :

- Người ông toàn mùi thuốc lá.

Ông cầm cái ống điếu đang ngậm trên miệng ra tay, bảo :

- Tôi bị đau, phải lên đây dưỡng bệnh ít lâu.

Tôi tiếp :

- Tôi vẫn ước được xem kịch của ông trên sân khấu một lần, sao không thấy ông cho dựng?

Ông đáp :

- Có dễ gì đâu.

Tôi chỉ vào chiếc va ly của ông bảo :

- Trong này hẳn còn nhiều bản thảo?

Ông nhếch mép cười, cái cười vừa có vẻ mỉa mai vừa có vẻ riễu cợt, tôi không hiểu được. Sao vậy, ông ?

Gió reo trên trên những rặng thông vi vút. Một bầy chim sáo bay từ cánh rừng bên mặt qua thung lũng phía bên trái rồi khuất sau ngọn núi trước tầm mắt chúng tôi. Đằng sau khung cửa sổ mở rộng của căn nhà nhỏ dưới sườn núi, một người đàn bà đang gấp quần áo trên một cái bàn bên cạnh một tấm gương thấp.

Một chiếc taxi chạy từ xa tới. Ông khách giơ tay vẫy.

Tài xế ngừng xe, mở cửa, bước xuống giúp chúng tôi chất hai chiếc va ly lên xe. Chúng tôi ngồi ở băng ghế phia sau. Ông khách bảo người tài xế chạy đến địa chỉ của tôi.

Tôi hỏi :

- Ông đã có chỗ ở chưa ?

Ông nói :

- Người bạn tôi đi xa, có căn nhà bỏ không, cho ở nhờ.

Thốt nhiên tôi lại nhớ ra, đây là lần đầu tiên tôi xa nhà, lát nữa xe đỗ, tôi xuống và sẽ phải bắt đầu cuộc đời một mình với tất cả mọi người đều là người lạ. Ý nghĩ này làm tôi sợ. Tôi quên hết những điều vừa nói với người khách. Bỗng thấy tôi im lặng, ông nhìn tôi dò hỏi. Ông lấy thuốc nhồi vào ống pipe, quẹt lửa hút. Khói thuốc làm tôi ho chảy cả nước mắt. Ông khách vội vàng nói, xin lỗi, tôi vô ý quá. Tôi chưa kịp nói gì thì xe đã ngừng trước địa chỉ của tôi. Tôi cảm ơn ông đã đưa tôi tới nơi và xách va ly xuống xe. Ông nghiêng đầu chào tôi và ra hiệu cho người tài xế tiếp tục chạy.

Căn nhà được cất trên sườn đồi, phải leo hơn mười bậc đá để lên, một bụi hoa giấy màu tím xum xuê trước cửa, gió thổi rào rạt.

Tôi gõ cửa, một người đàn bà đứng tuổi ra mở. Bà trông còn rất đẹp và tuy ở nhà nhưng cũng trang điểm cẩn thận, sáp môi đỏ hồng. Bà hỏi tên tôi và nói, sở đã cho bà hay tin tôi sẽ lên ở chung, vui vẻ mời tôi vào.

Căn nhà khá rộng, đồ đạc gồm hai chiếc giường nhỏ có bàn ngủ, một bộ bàn ghế tiếp khách, một chiếc tủ đứng có gương lớn, sơ sài nhưng trông cũng khá ấm cúng. Ở đó sở sẽ trừ bớt lương tính vào tiền thuê nhà, nhưng xét ra cũng còn rẻ hơn thuê ngoài. Một điều tiện khác, theo lời bà, nhà ở gần chỗ làm, buổi sáng có thể đi bộ tới, leo qua một cái dốc cũng là một cách tập thể dục. Tôi cảm ơn sự tiếp đón và chỉ dẫn của bà và bắt đầu thu dọn chỗ ở. Bà đề nghị với tôi về việc ăn uống, nếu tôi cũng đồng ý thì ngày thường ăn cơm tiệm, những ngày nghỉ chúng tôi sẽ làm lấy bữa ăn.

Tôi đáp :

- Vâng, vâng.

Bà hỏi tôi :

- Năm nay em bao nhiêu tuổi ?

Tôi đáp :

- Dạ, hăm mốt.

Nhìn mắt bà tôi biết, bà còn muốn hỏi tôi một câu nữa, nhưng chờ không thấy bà nói.

Tôi xin lỗi bà để đi tắm. Bà chỉ cho tôi buồng tắm và nói cứ dùng đồ của bà. Tôi đi ăn cơm tối với bà, trở về nhà, chúng tôi nói chuyện với nhau. Người đàn bà cho biết, bà lấy chồng năm mười chín tuổi, đến năm hăm hai thì chồng bà mất. Năm hăm bảy bà lấy chồng lần thứ hai, nhưng cũng chỉ được hai năm thì hai người quyết định xa nhau. Bà sống một mình từ dạo đó. Năm nay bà ba mươi tư tuổi.

Bà nói :

- Tìm sự yên ổn trong việc lấy chồng là một điều vô vọng.

Bà hỏi tôi, có người yêu chưa? Tôi nói chưa. Bà hỏi về cái vết nám trên mặt tôi, câu hỏi tôi đã chờ từ lúc mới gặp bà.

Tôi nói :

- Tôi sinh ra như vậy.

Bà nhìn tôi có vẻ thương hại. Nhưng sáng mai là chủ nhật, tôi còn được một ngày để nghỉ ngơi trước khi bắt đầu công việc.Tôi muốn được thanh thản đôi chút, không phải bận tâm về những nỗi buồn vơ vẩn nữa.

Bên ngoài, gió khua xào xạc bụi hoa giấy trước cửa.

Đêm lạnh và im ắng.

Người đàn bà nói :

- Coi bộ em có vẻ nghi ngờ tôi vừa có những ý nghĩ không hay về cái tật của em. Không phải đâu. Ngoài ba mươi tuổi với vài lần làm hỏng đời mình, tôi hiểu thế nào là may, rủi mà.

Tôi nói :

- Tôi cũng đã tập quen với mọi thứ không vừa ý rồi.

Người đàn bà cười, tiếp :

- Vậy từ bây giờ cô hãy cứ làm những gì vừa ý mình đi. Như thế, dễ chịu hơn.

Bà nói rồi lấy thuốc lá trên bàn châm hút. Tôi thấy thích cái dáng ngồi hút thuốc của bà. Khói thuốc bay mờ trước mặt chúng tôi. Người đàn bà có thân hình đầy đặn, mặt trái xoan, hai mắt hơi húp, da trắng mịn. Nhìn nghiêng bà với những bàn ghế và bức màn che phía sau, cử động của bà đưa điếu thuốc lên môi, cầm ra tay, thở khói, không hiểu sao, trông có một vẻ gì đó trơ trọi, hiu quạnh.

Bà nói :

- Người chồng thứ nhất của tôi bị động viên rồi chết ngoài mặt trận.

Tôi nói :

- Tôi sợ đánh nhau lắm. Chiến tranh dồn người ta đến chỗ chẳng còn ý nghĩa gì.

Bà cười nhìn tôi, cử chỉ hơi giống ông khách lúc buổi chiều, bảo:

- Mấy chục năm rồi có lúc nào nước mình không có chiến tranh. Nếu không tìm lấy một ý nghĩa nào, làm sao sống ?

Hai mắt bà long lanh trong ánh sáng của ngọn đèn.

Tôi nói :

- Mặc dầu bà mất người chồng bà yêu ?

Bà dụi mẩu thuốc vào cái gạt tàn, tiếp :

- Đó chỉ là sự bất hạnh của tôi, không phải điều để oán hận.

Tôi nghĩ đến chàng với chiếc tháp canh nhỏ bên dòng sông. Tôi cố mường tượng nhưng không được. Cái hình ảnh chàng ngồi trên xe và cái hình ảnh chàng trong bóng mờ của căn phòng xóa bỏ lẫn nhau. Tôi thấy buồn và một cảm giác hoang mang xâm chiếm cả tâm hồn.

Sớm hôm sau chúng tôi rủ nhau đi ăn sáng, tới chợ mua những thứ cần dùng để làm bữa ăn trong những ngày nghỉ như đã dự tính. Qua dãy hàng hoa chúng tôi mua một bó cẩm chướng hồng để về cắm trong nhà.

Ở chợ ra tôi gặp ông khách ngoài đường. Tôi giới thiệu ông và bà ở chung nhà. Hai người chào nhau. Ông rủ chúng tôi cùng đi dạo phố. Tôi cũng muốn đi nhưng hơi ngại. Người đàn bà nói với tôi cứ việc đi chơi, bà hơi chóng mặt nên muốn về nghỉ. Bà chào tôi và ông khách rồi rẽ qua ngả khác.

Ông khách nói :

- Tôi đang nghĩ thế nào sáng nay đi phố cũng gặp cô. Đêm qua cô ngủ ngon chứ ?

Tôi nói :

- Vâng. Có lẽ khí hậu Đà Lạt hợp với tôi. Chắc ở đây vài tháng tôi sẽ lên kí.

Ông khách nói :

- Hình như khí hậu ở đây chỉ hợp với phụ nữ thôi.

Tôi hỏi :

- Ông tin thế à?

Ông cười không trả lời. Chúng tôi đi qua một khu phố có nhiều biệt thự. Nhà nào cũng có vườn rộng, trồng đủ các thứ hoa. Hồng. Cúc. Đỗ quyên. Tú cầu. Glaïeul. Bất tử. Màu sắc chen lẫn. Chúng tôi gọi xe đi tới thác Prenn. Nhìn dòng thác từ trên cao đổ xuống, tôi nghĩ tới cái chết theo dòng nước đó. Tôi nói lại ý nghĩ này với ông khách. Ông nhìn tôi dịu dàng. Ông hỏi tôi về đời sống hàng ngày.

Tôi nói :

- Đây là lần đầu tiên tôi đi làm.

Ông bảo :

- Rồi cô sẽ thay đổi.

- Thay đổi ?

- Điều cô tìm kiếm không ở dưới đáy nước đó đâu.

- Nhưng tôi có định tìm gì đâu?

Ông ta yên lặng. Hình như ông ta thường có lối nói chuyện bỏ lửng như vậy. Chúng tôi lần theo những bực đá bên cạnh hồ nước leo lên một sườn núi. Nắng lấp loá trên những ngọn thông cao vút. Trời bắt đầu nóng. Cơ thể được kích thích, tôi muốn chạy nhảy cho thỏa thích. Nhưng với bộ mặt thế này, làm thế, chắc tôi sẽ trở thành lố bịch lắm, nên không dám. Leo hết con dốc, chúng tôi ngồi nghỉ trên một chiếc ghế gỗ. Thật là buồn khi cứ phải quanh quẩn mãi với nỗi thắc mắc này, nỗi bực bội khác.

Trên một thân cây lớn, một nhánh lan vàng tỏa hương phảng phất thơm.

Tôi nói :

- Tôi thích nhân vật ca sĩ của ông. Cô ấy lạnh lùng, can đảm.

Ông bảo tôi :

- Cô có giọng nói tốt đó, sao cô không thử hát xem.

Tôi không dám chạy nhảy trước mọi người, hát chơi, hát cho một mình ông ta nghe cũng không dám nữa thì tôi còn làm được gì ?

Và tôi hát nho nhỏ :

Rồi một chiều tôi im hơi
Vì đợi chờ không nguôi ngoai
Bước chân người nhớ thương tôi
Đến với tôi thì muộn rồi

Tôi cười, hỏi ông khách :

- Ông nhắm tôi có thể đóng kịch được không?

Ông nói :

- Tôi có ý nghĩ kỳ cục này, mọi người, kể cả mẹ và em gái tôi, đều có thể đóng kịch, trừ một người là vợ tôi.

Tôi nói :

- Tại sao ông lại trừ vợ ông ra? Nếu ông hẹp hòi như thế ai người ta còn chịu đóng kịch của ông nữa.

Ông đứng dậy nhìn tôi từ đầu đến chân qua ngọn pipe của ông, bảo :

- Nếu vợ tôi cũng là diễn viên nữa thì tôi không còn chỗ nào để trở về.

Tôi nói :

- Như vậy, ông coi những người đóng kịch không thể sống làm một người ở ngoài đời nữa sao?

Ông cười bảo :

- Người ta phải có một chỗ để sống và một chỗ để chết chứ.

Tôi hoàn toàn không biết ông nói rỡn hay nói thật. Năm nay ông đã ngoài bốn mươi. Hơn bốn mươi năm, ông đã làm gì đời ông ? Và tôi, rồi tôi sẽ làm gì đời tôi ?

Một chiếc máy bay bay qua trên cao, nhưng tiếng động cơ cũng làm rung cả thung lũng.

Tôi nói, như sợ ông ta nghe thấy :"Tôi không hiểu gì hết".

Tôi có đang làm quen với ông ta không ? Không, chắc không có đâu. Rừng núi, cỏ cây, cho tôi cảm giác cách biệt, đơn chiếc.

Tôi về đến nhà, bà bạn đã ăn xong bữa và đang nằm ngủ, chăn đắp ngang ngực, tấm chăn mỏng in hằn nét của thân thể bà. Bà để riêng cho tôi một phần ăn đậy kín, gọn gàng, trong khay. Tôi ngồi ăn một mình, sau đó rửa ráy sạch sẽ chén bát, lau khô, cất vào tủ rồi cũng lên giường nằm.

Buổi trưa cao nguyên êm ả. Tiếng thông reo hòa với tiếng gió hút qua các khe cửa, gợi nhớ tơi một quê hương nào trong tưởng tượng. Chiến cuộc đã khiến tôi không hề được ở lâu một nơi nào hay nhìn thấy quê hương thật của mình một lần, chỉ nghe kể lại. Có lẽ vì thế mà tôi luôn thấy mình sống trong cảm giác bấp bênh, bất an. Không có sự ràng buộc với đất quả là điều dễ sơ. Tôi không có niềm tin nào vững chắc và điều đó khiến tôi không muốn làm thân với ai.

Buổi chiều tôi đi lễ nhà thờ với bà bạn dù tôi không phải là người công giáo. Bà hỏi tôi về ông khách. Tôi nói, tôi gặp ông trên chuyến xe. Bà cũng hỏi về gia đình tôi. Tôi nói ba tôi đã mất, chỉ còn mẹ. Nhưng tôi không nói mẹ tôi đã lấy chồng khác rồi. Sẩm tối, sương xuống nhiều và gió lạnh. Chúng tôi đi ngược con dốc trở về nhà. Tôi nhớ lại lúc ngồi với ông khách và hát thầm một câu trong trí nhớ :

Chủ nhật buồn đi lê thê
Cầm một vòng hoa đê mê
Bước chân về với gian nhà
Với trái tim còn nặng nề

Những ngày kế tiếp tôi đến sở nhận việc, đi làm. Công việc của tôi là trả lời điện thoại cho ông giám đốc, dịch thư từ, sắp xếp tài liệu lưu trữ, đánh máy các văn bản được giao, tiếp một vài người khách trong khi họ chờ để gặp giám đốc, nói chung là những công việc tạp nhạp, lặt vặt. Ông giám đốc muốn tôi sẽ học thêm về hành chánh kế toán, nếu tốt nghiệp sẽ được giao cho phòng này. Cơ hội tốt đấy, bà bạn bảo tôi. Tôi nói, tôi sẽ cố gắng không bỏ lỡ.

Chỗ tôi ngồi, trên tầng lầu một, nhìn xuống khu vườn ngôi biệt thự chỉ cách khuôn viên sở một bức tường. Buổi sáng, nhìn những bông hoa và bà chủ nhà cón trẻ, chắc cũng cỡ tuổi bà bạn, mặc áo choàng, đi lại thở hít không khí trên lối đi trải sỏi, mờ mờ sau lớp sương, trông như một thế giới khác. Buổi trưa cả khu vườn và lớp mái ngói đỏ sáng trưng trong nắng, hoa lá xanh tươi, rực rỡ. Những ngày mưa khu vườn ướt đẫm trong một vẻ rét mướt, thơ mộng. Tôi nghĩ, tôi yêu người đàn bà đó, nên tôi thấy cái gì quanh bà ta cũng đẹp. Tôi cũng tự hỏi không biết chồng bà ta là ai ?

Công việc ở sở nhiều khi cũng mệt nhọc. Nhưng hôm phải đánh máy nhiều về nhà tôi thấy tức ngực, nhất là tôi lại phải dành thì giờ đi học thêm, không được nghỉ.

Thỉnh thoảng, buổi tối, ông khách ghé nhà thăm tôi và bà bạn. Bà bạn và ông nhắc tới những tên làng, những vùng đất họ đã đi qua trong thời tản cư, kháng chiến, về những chuyến đò đêm và các đêm kịch giữa trời.

Một buổi chiều thứ bảy, ông đến rủ chúng tôi đi bơi thuyền. Tôi không chịu được sóng, cứ nhìn những lớp sóng lăn tăn tôi đủ bị chóng mặt, nên tôi ngồi lại trên bờ. Bà bạn và ông khách bơi thuyền ra xa. Trời gió, hơi nước bay lên lạnh giá, mặt hồ xanh ngắt. Tôi nhìn thấy dáng điệu ngả ngớn của người đàn bà và nghe tiếng họ cười với nhau. Tôi thấy 'ghen' với bà ta. Bà có vẻ vững chãi của một người làm chủ mọi hành động của mình. Còn tôi chỉ là một đứa trẻ nhút nhát. Ở dưới thuyền lên, ông khách mời chúng tôi đi ăn và bà bạn đề nghị sau bữa ăn sẽ đi nhảy.

Trong tiệm ăn, ông bảo tôi hãy kêu món gì tôi thích.

Tôi nói, ông cứ kêu đi, món gì thích tôi sẽ nói. Ông gọi canh cải nấu giò sống. Xem nào, đó là món tôi thích đấy. Tôi gọi món cà pháo muối sổi và trứng đúc thịt. Ông khách cười bảo, ông bi đau gan và cả hai món sẽ giúp ông chóng chết. Bà bạn kêu cho mỗi người một ly vang. Tôi chưa bao giờ uống rượu, nên chỉ mới uống có nửa ly đã thấy tim đập thình thịch. Ra về tôi mới biết tôi say. Một đứa con gái say rượu đi giữa phố cũng là một điều lạ chứ. Nhìn thấy tôi thế này, chắc ông tôi chết giấc, không, ông sẽ già thêm, không, ông không thể già thêm nữa, ông ngủ đi, để con bỏ cánh tay ông xuống cho, sao ông cứ vắt tay lên trán lúc ngủ thế ?

Tôi nói :

- Khéo, không ngã xuống hố.

Ông khách bảo :

- Đi với tôi.

Ông dắt tôi như trẻ nít, người đàn bà đi một bên, họ như hai vợ chồng còn tôi là đứa con. Bà hỏi tôi, có rét không ? Tôi mà rét sao ? Bà lấy áo choàng khoác cho tôi bảo, cứ mặc vào. Mặt tôi nóng bừng. Ngọn đèn treo trên cao như con mắt ngó xuống.

Tiếng kèn đồng móc con mọi ở dưới cống lên. Em đã cho anh hết tuổi thơ của em ngày em về thăm mẹ, vậy mà anh không biết em là ai, em cũng không biết anh là ai. Có bao giờ em dám trở lại tìm anh nữa không ? Ông khách và bạn nhảy với nhau. Những nốt nhạc trầm tấu bằng đại hồ cầm. Vỏ lạc rang khô mặn trên mấy ngón tay. Bà bạn trở lại bàn giục tôi nhảy đi, nhảy đi. Tôi nói, tôi không biết nhảy. Bà nói, cứ nhảy đi. Tôi nhớ lại ngày còn ở nhà, những trò chơi bà cô nhỏ và tụi em con các ông chú bà thím tổ chức tôi không bao giờ được ghé vào, bởi vì họ không muốn, và, vì biết rằng họ không muốn nên tôi tự ý lẩn mặt. Điệu nhảy duy nhất tôi biết một cách mơ hồ là do một lần ngó trộm từ cầu thang gác một người bạn của bà cô nhỏ đã tập cho cô.

Ông khách chìa tay mời tôi, bảo :

- Cứ đứng dậy, tôi sẽ dìu cô.

Tôi nói :

- Nếu tôi ngã, ông đỡ tôi nhé.

Sự sợ hãi và ngượng ngùng làm tôi có cảm giác say thêm lần thứ hai. Nhưng mà mặc kệ chứ, phải không ông ? Tôi phải say nốt cơn say của tôi. Ông hãy đưa tôi đi.

Tôi thích nghe tiếng đại hồ cầm [có phải đó là thứ nhạc khí chẳng bao giờ được một mình tấu một bản nhạc ?] Ông khách hỏi, cô còn sợ không? Tôi nói, tôi không sợ gì hết. Ông cười.

Ở vũ trường ra, trời đã khuya lắm. Những căn nhà đóng kín cửa, thành phố đã đi ngủ. Mấy người nhạc sĩ túi đàn đeo trên vai, chở nhau trên những chiếc xe gắn máy về nhà.

Ông khách nói :

- Lạnh lắm đó, bà và cô cài áo cẩn thận.

Tôi nhìn ba cái bóng đổ nhấp nhổm trên mặt đường và không nhịn được cười. Thật là kỳ cục và ngớ ngẩn. Cái gì sắp xếp cho có lúc ba cái bóng chen lấn bên nhau ở một chỗ không biết trước thế này ? Tôi muốn la lên một tiếng nhưng tôi không làm được. Về đến bực thềm lên nhà, tôi bảo hai người hãy gượm, ngồi lại đây một lát đã. Họ nói, điên à ? Tôi cởi chiếc áo lạnh đưa cho ông khách bảo, ông làm ơn cầm giùm tôi, để tôi ngồi lại một mình. Bà bạn bảo, vào nhà đi, bị cảm bây giờ.

Tôi nói với ông khách :

- Tại sao kịch của ông không lấy một cảnh như căn nhà này. Trời đầy sao, bên kia là núi, mấy bực thềm đá.không đẹp ư ?

Ông nhìn tôi, bảo :

- Thôi, vào nhà đi ngủ đi.

Nói vậy nhưng hai người cũng ngồi trên bực thềm. Trên kia, căn nhà của chúng tôi trong bóng tối, trông như đặc quánh.

Bà bạn kể chuyện người chồng thứ nhất của bà, xưa, có đêm hai người đi chơi về, chồng bà đã đề nghị ngủ ở ngoài hè.

Tôi giục, bà kể tiếp đi.

Bà ngả người tựa vào bực đá sau lưng, tiếp :

- Người chồng thứ hai của tôi, tối nào cũng nhắc, mình đi ngủ đi chứ, khuya rồi.

Ông khách nói :

- Bây giờ thì bà phải đi ngủ thật đấy. Gần một giờ rồi.

Bà bạn bảo :

- Ông có vào với tôi không ?

Tôi giật nẩy mình, la lớn :

- Không ! Không được !

Hai người cùng nhìn tôi. Tôi có cảm tưởng đã lỡ lời với họ.

Bà bạn bỗng cười ngặt nghẽo nói với ông khách :

- Phải đấy. Tôi không làm thế được. Thôi, chúng ta hãy chia tay ở đây..

Tôi cứng hàm và run bắn.

Ông khách nói :

- Tôi cũng buồn ngủ rồi. Tôi đi đây.

Bà bạn bỏ lên nhà trước. Còn một mình tôi trên bực thềm. Tôi sợ nhưng hết sức muốn chạy theo ông khách, giữ ông lại. Để làm gì ? Cho bà bạn ư ? Tôi không biết.

Tôi hoảng hốt đứng nhìn theo bóng ông đi đã khá xa, qua một chiếc cột đèn và sắp qua một chiếc cột đèn khác.

Tôi không biết phải làm gì nữa.

Tôi vào nhà đóng cửa, cài lại.

Bà bạn đang thay đồ trước tủ quần áo. Thân thể trần truồng của bà làm tôi rùng mình. Tôi nhắm mắt đi qua hình ảnh bà trong gương.

Tôi cũng thay quần áo và lên giường nằm.

Bà bạn tắt đèn nhưng tôi vẫn nghe tiếng chân bà đi lại.

Tiếng bà hỏi tôi :

- Em ngủ chưa ?

Tôi đáp và nghe lạ tiếng mình :

- Chưa. Bà không buồn ngủ sao ?

Gió bên ngoài bây giờ nghe mồn một. Đêm xanh đằng sau tấm kính cửa sổ. Bà bạn lại gần giường tôi, kéo ghế ngồi, bật diêm hút thuốc, đạp chân lên thành giường ngả người ra phía sau. Tôi nhìn thấy đốm lửa đỏ trên tay bà. Bà nói với tôi về "hành động" của bà với ông khách lúc nãy. Bà bảo, tôi không có bổn phận gì với cô chứ ?

Tôi nói, vâng, dĩ nhiên.

Bà nói, bà cũng cần đàn ông như đàn ông cần đàn bà vậy, điều bà nói có thể khó nghe đối với một cô gái chưa có chồng như tôi, nhưng bà không còn là con gái, cũng chẳng còn là đàn bà bao lâu nữa, bởi khi người ta già rồi, thì đàn ông hay đàn bà cũng chẳng có gì khác, bà không thể ở chung với tôi mà không được làm theo ý thích của bà. Bà hỏi, như thế có quá đáng đối với cô không?

Tôi nói, quả thật đó là quyền của bà, nhưng nhà chỉ có hai người, bà mang đàn ông về muốn làm gì thì làm, khó cho tôi quá.

Tôi thấy ghê gai khắp người vì không bao giờ tưởng tượng có lúc phải nghe chuyện đó một cách thẳng tuột như thế, dù là trong căn nhà tối chỉ có hai người đàn bà với nhau.

Bà làm tôi xấu hổ, xấu hổ vì những điều bà nói.

Cũng xấu hổ vì sâu thẳm trong lòng, hình như tôi cũng muốn được tự do như bà.

Bà nói, kể cũng phải, tôi không thể làm như thế.

Tôi nói, nếu bà thấy không ổn, tôi sẽ tìm một chỗ khác ở riêng.

Bà nói, rồi sẽ tính sau. Tôi ở một mình mãi cũng buồn.

Bà hỏi tôi, có muốn bà ngủ chung một tối không ?

Tôi định nói là cũng muốn thế và định xích ra lấy chỗ cho bà nằm.

Nhưng trong một thoáng, tôi chợt thấy trong giọng nói của bà, không phải, trong tiềm thức của tôi có một điều gì đó, loé lên, ngăn lại.

Từng ấy sự việc đột ngột liên tiếp xẩy ra, khiến tôi không còn biết phản ứng thế nào, như có một đợt sóng tự đáy thân thể dâng lên làm tôi bỗng run lẩy bẩy la lên 'không'.

Bà bạn yên lặng ngó tôi. Dù trong bóng tối, tôi vẫn nhìn thấy bà ngó tôi. Bà hút những hơi thuốc cuối cùng rồi đứng dậy, trở về giường. Tôi không biết bà nghĩ sao về tôi. Tôi thấy sợ tất cả, sợ bà, sợ tôi, sợ bóng đêm vây quanh.

Trong bữa ăn sáng ở nhà hôm sau, ngồi đối diện với bà bạn, tôi áy náy vô cùng. Tôi chắc tiếng kêu của tôi hồi đêm làm bà mếch lòng. Cả hai chúng tôi cùng im lặng. Bà đổ cà phê ra tách cho tôi, không nói gì.Tôi uống tách cà phê của mình và cảm thấy thích bà.

Tôi nói :

- Chắc tôi làm bà buồn. Không hiểu sao lúc ấy tôi không thể không la lên.

Bà cầm một miếng bánh khô đưa lên miệng. Tôi để ý hai bên mép bà đã có những vết nhăn nhỏ mỗi khi bà nhai. Bà nhìn tôi, hai mắt đen sâu.

Bà nói :

- Em thật bậy.

Ngụm nước mắc lại ở cổ họng tôi. Tôi ngước nhìn bà, chờ đơi được giải thích rõ ràng hơn.

Bà tiếp :

- Bắt đầu từ hôm nay, có lẽ tôi phải làm vú em cho cô đây.

Tôi nói :

- Bà không giận tôi chứ ?

Bà uống hớp nước cuối cùng rồi đặt tách xuống bàn, bảo:

- Lấy áo lạnh mặc vào, đi làm.

Ra ngoài, trong khi chờ bà khóa cửa, tôi thấy một sự vui sướng tràn đầy trong lòng. Tôi nhìn mấy ngón tay thuôn dài đánh móng đỏ của bà và thấy thân với bà. Khi bà khoá xong cửa quay ra, tôi ôm chặt lấy bà và ngả đầu vào vai bà. Bà ngỡ ngàng một phút rồi một tay vỗ vỗ trên vai tôi bảo :

- Đi làm, không muộn.

Trời còn nhiều sương. Chúng tôi bước xuống những bậc đá. Chỗ này đêm qua tôi đã ngồi. Kia là chỗ của bà bạn và ông khách. Cỏ, hoa trong các bờ bụi đều ướt sương, chim hót trên cao.

Buổi làm việc vui vẻ. Trong khu vườn biệt thự bên kia tường, người đàn bà tiếp tục cuộc đi dạo buổi sáng. Tôi giơ tay làm hiệu vẫy chào bà một mình sau tấm kính cửa bên này. Tôi nhớ đến bà bạn, có lẽ đã có sự hiểu nhầm giữa chúng tôi đêm qua. Bà nhìn tôi thấu suốt không chừng.

Những ngày kế tiếp trôi qua trong êm đềm.

Ngày hai bữa cơm, hai buổi làm, trưa và tối về nhà ngủ. Nghe tôi nói biết đàn, bà bạn đi mượn đâu một cây Tây ban cầm mang về. Buổi tối, trước khi đi ngủ hay chán đọc sách báo, tôi đàn và hát cho bà nghe. Bà bảo tôi phải đổi giọng hát đi mới được, hát buồn như thế rồi sau không tốt. Tôi nói, tôi chẳng còn sợ điều gì rủi nữa. Bà nhìn tôi bảo, nếu có tiền ra ngoại quốc may ra em có thể chữa được. Tôi nói lảng sang chuyện khác, bà nghe tôi hát có được không ? Bà nói, sao em không thử tìm cách lên hát trên đài phát thanh một lần ? Tôi cười bảo, tôi chỉ muốn hát chơi, không muốn trở thành ca sĩ. Bà cho rằng tôi nhầm khi nghĩ vậy, theo bà, có rất nhiều người làm nghề ca hát, ít có ca sĩ nhà nghề. Tôi cười bảo, bà có vẻ thích nhạc ? Bà cho biết ngày còn bé bà đã được học nhạc và đánh dương cầm khá. Bà nói, một ca sĩ thật sự thì hát phải có chút gì đó giống như cầu nguyện với thứ tôn giáo riêng của mình là âm nhạc, có vậy mới mong có những thứ khác trong tiếng hát, tình yêu, xứ sở chẳng hạn. Tôi bảo, bà nói thế thì giá có muốn tôi cũng không trở thành ca sĩ được. Bà cười bảo, phải tập luyện chứ, không tu làm sao thành ?

Một buổi tối, bà bạn đi ăn cơm khách, tôi tới quán ăn một mình. Xong bữa, ngồi uống nước, tôi lấy giấy viết thư cho ông tôi. Tôi kể cho ông tôi biết về nơi ăn chốn ở, công việc làm, tôi đã làm quen được với đời sống tự lập. Tôi không khỏi thầm cảm thấy một chút hãnh diện khi viết đến hai chữ "tự lập". Tôi viết và nhớ ngày còn nhỏ, tôi bị ngã từ trên cầu thang xuống, chết ngất, phải đưa đi nhà thương.

Lúc người ta đẩy tôi từ phòng cấp cứu ra, tôi thấy ông tôi đứng ngay ở thềm cửa, mặc một chiếc quần kaki màu vàng lợt, một chiếc sơ mi cũ kỹ bỏ ngoài quần, hai tay cầm cái mũ trắng, thứ mũ bằng bấc bọc vải thời ấy có lẽ chỉ còn vài người như ông đội. Cái hình ảnh ông cầm cái mũ ở thềm nhà thương ấy tôi nhớ hoài.

Viết xong thư, dán lại, tôi ra đường và mặc dù trời rất lạnh tôi vẫn đi kiếm thùng thư để bỏ rồi mới về nhà. Gió làm mây bay tán loạn và nền trời không có một vì sao, tối đen.

Bà bạn độ này hình như thích đánh bài nên thường vắng nhà. Chỉ còn một mình nên tôi cũng ít đi đâu. Buổi chiều tan sở, ăn cơm xong, nếu bà bạn tới chỗ hẹn, tôi ra bờ hồ ngồi chơi một lát hoặc tản bộ, nhìn ngó mấy cửa hàng trước khi về nhà. Ông khách cũng không thấy đến chơi nữa, không biết ông bận hay đã trở về Sài Gòn. Tôi có đi xem chiếu bóng một lần, rạp lạ, phim lại là phim cũ nên chẳng thấy hứng thú gì. Mùa xuân bắt đầu bằng những ngày mưa thường hơn và hoa ở chợ rẻ hơn.

Tôi đi chợ mua vải tự cắt và khâu lấy quần áo mặc nhà, mỏi mắt thì ra tiệm sách đầu phố mua báo về đọc.

Trên một tạp chí, tôi nhìn thấy tên ông khách.

Buổi tối tôi thắp đèn đọc kịch của ông. Khuya mới thấy bà bạn về. Bà hỏi tôi, sao thức muộn vậy ? Tôi nói, tôi đọc kịch của ông khách. Bà thay quần áo ngủ rồi lại gần tôi, mượn tờ báo giờ xem qua rồi trả lại. Trông bà có dáng tư lự. Tôi hỏi, bà đi chơi không vui sao ? Bà cười nhìn tôi, không nói gì. Bà châm thuốc hút. Bà có vẻ áy náy vì dạo này bà hay đi chơi, bỏ tôi ở nhà một mình. Tôi cũng bầy tỏ một cách gián tiếp để bà biết, bà cứ sống theo ý bà, đừng bận tâm gì đến tôi cả. Chắc vẻ mặt bình yên của tôi khiến bà yên lòng, nên tôi thấy bà cúi xuống nắm lấy tay tôi trước khi về giường ngủ.

Tôi nhận được thư của ông tôi. Ông nói mừng cho tôi vì việc làm và nơi ăn chốn ở đều thuận tiện.Tuy nhiên ông cũng dặn, đó là sự may mắn không phải lúc nào tôi cũng được hưởng đâu, phải thận trọng. Ông cũng nhắc, nếu tôi có thiếu thốn hay cần gì cứ viết thư về, ông sẽ gửi cho. Thư của ông làm tôi nhớ tới mẹ tôi. Có lẽ tôi cũng nên viết thư cho mẹ tôi biết hiện tôi không còn ở nhà nữa, đã lên sống ở đây. Nhưng nghĩ đi nghĩ lại, tôi thấy hình như dượng tôi không muốn còn sự liên lạc nào giữa mẹ tôi và tôi nữa. Lần về thăm mẹ trước đây cho tôi cảm tưởng ấy. Tôi quyết định không viết thư cho bà và quyết định này làm tôi thấy tủi thân.

Trong giờ làm việc tôi có gặp bà bạn một lần lúc bà mang xấp thư của sở lại cho tôi. Trong lúc nói chuyện phiếm với bà, tình cờ tôi biết được, ông khách vẫn còn ở Đà Lạt. Bà bạn nói, bà nhìn thấy ông khách ở ngoài phố.

Trưa, tan sở, lại là ngày thứ bẩy, nên ở tiệm ăn ra bà bạn đi thẳng tới nhà bạn bà. Tôi về nhà. Tôi nghĩ đến ông khách và vở kịch của ông mới đọc. Tôi tự thấy thân với ông một mình, như ông là người nhà duy nhất của tôi ở nơi xa lạ này. Tôi định bụng, ngủ trưa dậy, tôi sẽ tìm đến nhà ông chơi. Thao thức với ý nghĩ đó, tôi không ngủ được. Tôi nằm nghĩ lan man, nhớ lại con đường đi tới nhà mẹ tôi, những cánh đồng, nhà, quán, bến bắc và chàng. Tôi đã bắt đầu đời tôi bằng cách đập vỡ nó mà tôi không hay, như người ta đặt đồng tiền vào ván bài, dù tôi không phải là một con bạc. Sự mù lòa nào đã dẫn dắt chúng ta ? Lúc thay quần áo trước gương, nhìn mặt mình, tôi tự hỏi, còn cái vết tàn tật này có phải là sự may mắn lật ngược, giá đừng có nó, giá cái mặt may mắn quay trở ra, có lẽ đời tôi đã khác.Tôi mở cửa ra đường lúc nắng chiếu chếch vào bụi hoa giấy trước nhà. Sau những trận mưa báo hiệu mùa xuân, trời trong và đẹp hơn. Nắng ấm và vườn nhà nào cũng đầy bông.

Nhà ông khách nhỏ và ở một quãng cách biệt hẳn với các nhà khác, trồng rất nhiều mai, chung quanh có xẻ rãnh thoát nước, nhưng các rãnh lúc này ngập toàn lá rụng. Trông căn nhà như thấp xuống vì tường mái rêu phong và cây cối không được chăm sóc mọc um tùm. Tôi gõ cửa. Ông khách không có nhà. Sự im lặng làm tôi chợt nhớ tới hành động của mình. Tôi tự hỏi, có phải tôi chỉ định đến nhà ông chơi, nói chuyện phiếm? Ông đi vắng, tôi vừa cảm thấy thất vọng, vừa như cất được nỗi u ám trong lòng. Tôi ra về và rồi không định trước, tôi rẽ vào khu rừng bên lối đi. Chiều khô, nắng, gió và tiếng chim lánh lót trên những đỉnh cây, rừng êm ả và thơm mùi nhựa thông. Tôi đi sâu thêm vào khu rừng. Có một thân cây bị chặt đổ nằm kia, đằng sau là một bụi cây thấp. Tôi sẽ đến ngồi ở đó. Tôi bước lại gần và suýt nữa nghẹt thở vì những gì tôi trông thấy. Dưới bụi cây và trên thảm cỏ tôi nhìn thấy một người đàn bà và một người đàn ông hoàn toàn khỏa thân : bà bạn và ông khách. Bà không đi đánh bài như tôi tưởng. Chân tay tôi bủn rủn. Nhưng tôi phải cố gắng đi giật lùi rất nhẹ nhàng để không gây tiếng động, khi áng chừng đã đủ xa, tôi cắm đầu chạy. Tôi vấp ngã, đứng lên, chạy tiếp. Hình ảnh hai người bám riết lấy trí óc tôi, mồ hôi thấm trên trán.

Cuối cùng tôi cũng ra được ngoài đường.

Cũng có lúc trí óc tỉnh lại, tôi tự hỏi, thực ra việc làm của họ liên quan gì tới tôi ? Họ là những người lạ mà. Tôi yêu ông khách chăng ? Làm gì có chuyện đó. Sao tôi lại thấy như bị tổn thương thế này ? Tôi nhìn mặt tôi ngơ ngác trong tấm kính tủ một cửa hàng lúc đi qua.

Tôi lang thang hết buổi chiều ngoải phố, đi ăn một mình.

Về nhà, tôi nghe bà bạn giội nước tắm trong phòng.

Tôi tưởng như có một dòng nước ướt lạnh lọt chảy trên người. Tôi nhắm mắt xua đuổi hết những hình ảnh lởn vởn trong đầu. Tắm xong, bà bạn ra ngồi trước bàn trang điểm chải tóc. Tôi nằm trên giường.

Bà hỏi :

- Em ngủ à ?

Tôi nói

- Không.

- Buổi chiều, em có đi chơi đâu không ?

Câu hỏi của bà vẽ lại con đường tôi đã đi qua, vườn mai và căn nhà của ông khách, nơi có lẽ tôi sẽ chẳng bao giờ trở lại nữa.

Tôi nói :

- Dạ, tôi có xuống phố một lúc.

Bà hỏi tôi sao không tìm cách giải trí cứ ở nhà chúi mũi đọc sách không thấy chán à ? Tôi nói, tôi chẳng có ai quen, tôi cũng không biết đi đâu chơi. Phong cảnh quanh đây tôi đã biết gần hết. Bà đề nghị với tôi một buổi đi chơi chùa. Tôi đồng ý và dự tính ngày rằm tới chúng tôi sẽ đi. Bà bảo sẽ rủ ông khách đi nữa. Tôi không nói gì sau câu nói này của bà. Sự im lặng chợt rơi vào giữa câu chuyện khi ông khách được nhắc tới khiến bà bạn lưu ý, chắc vậy.

Một phút sau, tôi nghe bà hỏi lại :

- Cô không muốn có ông ấy đi cùng sao ?

Cái hình ảnh tôi nhìn thấy lúc chiều bỗng hiển hiện rõ ràng trong trí nhớ.

Tôi nói :

- Có ông ấy cùng đi càng vui, có sao đâu.

Bà bảo :

- Nghe giọng em nói, tôi có cảm tưởng em hết còn muốn gặp lại ông ấy.

Giọng tôi làm sao đến nỗi bà thấy như vậy ?

Tôi muốn thanh minh với bà nên nói :

- Vậy, tôi sẽ đến tận nhà rủ ông ấy cùng đi để bà khỏi nghi ngờ.

Hình như lời thanh minh của tôi lại khiến bà nghe thêm ra điều gì chính tôi không biết, nên tôi thấy bà cười thành tiếng rồi sau đó bà có vẻ tư lự.

Một lát, bà hỏi :

- Em không ghét ông ấy, phải không ?

Tôi nói, tôi không hiểu rõ câu nói của bà, sự thực... ông không liên quan gì đến tôi. Bà tiếp, nếu bây giờ tôi nói, tôi đã ngủ với ông ấy, thì em nghĩ sao ?

Quả thật đó là câu hỏi tôi không ngờ bà nói ra. Tôi như bị một nhát búa vào giữa đỉnh đầu. Giá tôi không đang nằm trên giường có lẽ tôi không đứng nổi. Câu nói chọc vỡ sự tức giận âm ỉ trong lòng tôi, nỗi tức giận không có nguyên cớ rõ rệt, nhưng đã tích tụ và hình thành từ lâu. Tôi nói bà bạn tàn nhẫn, tại sao bà lại đem chuyện đó nói với tôi? Bà bảo, những gì bà làm được thì bà cũng nói ra được. Tôi hét lên, xin đừng nhét những tiếng ấy vào tai tôi.

Bà cũng nổi sùng to tiếng :

- Như thế để cô biết cô muốn gì. Cô có vẻ khinh ghét những lời nói dối nhưng cô chỉ biết có nói dối thôi.

Tôi nói :

- Tôi không nói dối gì cả.

Giọng bà bạn cố nén xúc động, bà nói, bà muốn cư xử thành thật với tôi, nhưng sự nhút nhát của tôi khiến bà không làm được như ý muốn. Vì thế, đôi lúc bà có mặc cảm phạm tội. Đó là điều vô lý bà không chịu được.

Chuyện ông khách chẳng hạn. Tôi không hề bầy tỏ rõ ràng tôi có cảm tình với ông hay không. Phần bà, bà không có thì giờ dằng dai như vậy. Nói cho cùng, bà chẳng phải là vú em có bổn phận che chở cho tôi.

Tiếng nói của bà làm tôi ngơ ngác.

Chẳng lẽ ý thích nào của tôi, tôi cũng có thể bầy tỏ dứt khoát như chọn một món ăn trong tiệm ?

Nhưng tôi cũng không biết nói thế nào với bà, nên lặng thinh. Mãi tới lúc đó tôi mới biết trời mưa lớn bên ngoài.

Những tia chớp loé sáng ngoài cửa sổ.

Bà bạn có thói quen chỉ đóng cửa kính để có thể đứng trong nhà nhìn ra ngoài. Bà đi lại phía bếp, lấy rượu, cầm ly rượu ra chỗ cửa sổ đứng uống. Trông bà vừa buồn vừa đơn độc.

Tôi nghĩ đến hai lần lấy chồng đều đổ vỡ của bà, như đã có lần bà kể, nghĩ đến cái tuổi sắp bốn mươi của bà, tự nhiên thấy thương bà.

Tôi chùm cả cái chăn đứng dậy, đi lại gần bà. Nghe tiếng chân tôi, bà quay lại nhìn.

Tôi nói :

- Bà có giận tôi không ?

Tôi thấy bà cắn chặt hai hàm răng, ánh sáng của tia chớp làm mặt bà xanh nhợt.

Bà nói :

- Tôi đã cư xử không ra gì với em. Chắc em cho tôi là một thứ quỷ.

Tôi nói, không có một sự suy suyển nào trong tình cảm của tôi đối với bà. Có lẽ tôi phải tập làm quen với một đời sống khác với trước đây, tôi chưa hề quan niệm hẳn hoi nó thế nào.

Gương mặt bà có vẻ dịu xuống khi nghe tôi nói vậy.

Còn vài điều tôi muốn nói với bà nữa, nhưng tôi nghĩ, cũng chẳng cần.

Bà nói, bà sống theo ý bà. Tôi sẽ dành lấy những gì tôi thích. Song liệu tôi có thể làm được như vậy chăng ?

Tôi kể lại cho bà nghe chuyến đi thăm mẹ và cái đêm tôi ngủ lại dọc đường với người thanh niên tôi không quen biết tôi gọi là "chàng".

Bà nhìn tôi một lát rồi bảo :

- Em liều lĩnh đấy.

Tôi nói :

- Điều ân hận của tôi bây giờ không phải là việc tôi đã làm

mà là không hiểu tại sao tôi đã làm như thế. Bà nghĩ tôi có nên tìm gặp lại anh ấy không?

Bà lắc đầu nhìn tôi bảo :

- Một việc như thế làm sao tôi có ý kiến được? Em có chắc người ta tin em với cái bằng chứng một lần gặp ở dọc đường mà em đã...

Tôi nói :

- Đúng vậy.

- Trách nhiệm lấy việc làm của mình. Không hy vọng thì không thất vọng.

Bà rót đưa cho tôi một ly rượu bảo :

- Uống đi.

Tôi tưởng như nuốt một hụm lửa, cổ họng cháy, bao tử nóng hực. Chỉ một phút sau, máu chạy rần rần.

Tôi nói :

- Ở với bà ít lâu nữa, chắc tôi sẽ nghiện rượu.

Bà bảo :

- Nếu cô muốn tập những cái xấu thì cô đã gặp đúng cơ hội rồi đấy.

Chúng tôi trở về giường nằm và đêm ấy tôi nằm mơ thấy mình chạy mãi bên bờ một con sông đầy lau sậy, dòng sông nước đục và buổi chiều đầy sương mù, tôi chạy hoài cho đến khi mệt lả thì thức dậy. Cổ khô bỏng, tôi phải bò dậy lấy nước uống. Bà bạn ngủ ngon lành trong màn, đầu kê trên gối trong một dáng điệu bình yên, sáp môi vẫn còn đỏ hồng. Tôi đứng uống nước, nhìn bà.

Mưa đã tạnh, nhưng vẫn có tiếng những giọt nước rỏ tí tách ngoài hiên.

Tôi nghe trong người một nỗi hiu quạnh, trơ trọi. Tôi trở lại giường và thức đến sáng. Tôi nằm nhắm mắt, bà bạn tưởng tôi còn ngủ nên tới đánh thức.

Bà hỏi :

- Đêm không ngủ được hay sao, lục đục hoài.

Tôi lười biếng trong chăn, mở mắt nhìn bà, bảo:

- Bà cũng thức à ?

Bà nói :

- Lúc cô dậy uống nước thì tôi biết.

- Mấy giờ rồi ạ ?

- Dậy rửa mặt, ăn sáng, đi làm là vừa ?

- Tôi muốn nghỉ một bữa quá..

- Cứ mỗi sáng muốn nghỉ một bữa là vừa.

Tôi dậy, gấp chăn, vào phòng tắm làm vệ sinh buổi sáng. Bà bạn cắm bếp điện đun nước. Trong khi chờ nước sôi, chúng tôi trang điểm, thay quần áo. Tôi lấy phin pha cà phê. Tôi có cái vui cảm thấy được sống, được làm việc, nghỉ ngơi thế này là một điều may mắn.

Chúng tôi ra đường, phố xá sau một đêm mưa chưa dứt hẳn, cây cối trông tiêu điều, ướt rũ. Mọi người đều mặc áo mưa, áo ấm. Những vườn rau dưới thung lũng tươi nõn, các người làm việc qua lại vun sới không nhìn rõ mặt.

Trời mưa liên tiếp ba hôm sau. Những buổi đi làm hết sức ngại, nhất là những bữa không đón được xe, tôi và bà bạn phải trùm áo mưa lội bộ đến sở.

Buổi tối phố xá đóng cửa sớm. Thỉnh thoảng ngồi trong tiệm ăn, nhìn bà bạn và cơm, những hạt mưa nhỏ bám trên tóc, tôi cảm thấy thực sự nỗi lẻ loi của hai người. Tôi nói với bà điều này. Bà gạt đi bảo, đừng để ý đến nó, sẽ buồn.

Lúc trở về nhà, đi qua môt tiêm tạp hóa, bà dừng lại mua kẹo cho tôi.

Bà hỏi tôi, có gánh hát ở Sài Gòn lên, có muốn đi xem không ?

Tôi không muốn coi hát, nhưng cũng đi cùng bà tới rạp, chờ bá lấy vé xong rồi mới về.

Trời mưa và gió lớn, nên mặc dù mang áo mưa tôi vẫn thấy như hơi nước thấm vào người rét run. Nhưng tôi không muốn về nhà.

Nghĩ ngợi một tí tôi quyết định tới nhà ông khách.

Tôi muốn nhìn thấy ông sau khi đã biết chuyện họ xem sao.

Con đường đến nhà ông càng vắng và buồn. Những căn nhà chỉ nhìn thấy ánh đèn sau cửa kính. Cây cối hai bên đường gió cuốn rạt từng cơn.

Ông khách có vẻ ngạc nhiên và vui khi mở cửa, thấy tôi. Ông treo hộ tôi áo mưa lên móc. Ông đang sửa bản thảo, bàn giấy bừa bộn. Ông rót mời tôi một ly trà nóng bỏng. Trà thơm, thứ trà ông tôi thường dùng ở nhà, vào những đêm học khuya, ông tôi ngủ rồi, tôi vẫn lấy uống.

Tôi nói :

- Tôi đã đọc kịch mới của ông trên báo.

Ông nói :

- Từ hôm lên đây, tôi cũng chẳng làm được gì.

- Trời lạnh, ông không quen sao?

- Có lẽ thế.

Tôi cảm thấy hoàn toàn bình tĩnh khi ngồi đối diện với ông lần này.

Nhưng như thế để làm gì ? Tôi nhìn mái tóc ông đã có những sợi bạc lúc ông cúi xuống xếp lại giấy tờ trên bàn.

Dưới ngọn đèn thả từ trên trần xuống bằng một sợi dây dài, gió thổi làm cho đu đưa, mặt ông được soi sáng chập chờn, ông có đôi lông mày rậm, hai gò má cao, vài nếp nhăn trên trán, da mặt vàng cái ánh vàng của ngọn đèn, nhìn ông, tự nhiên tôi nhớ ba tôi những ngày ông sắp mất. Ông nằm trên giường, đắp một chiếc chăn bông bọc vải hoa, người ông gầy đét, xanh xao, nhưng nét mặt thư thái. Nhìn thấy tôi mon men lại gần giường, ông thò tay ra khỏi chăn nắm lấy tay tôi, bẹo má, ông ôm tôi cười, nước mắt ràn rụa. Nửa đêm tôi được đánh thức thức dậy mang ra cho ba tôi "nhìn mặt lần cuối cùng". Sáng hôm sau, mẹ tôi đội cho tôi một chiếc khăn trắng lên đầu thì tôi biết đã có một cái gì đó thay đổi đối với tôi, nhưng tôi còn quá nhỏ để hiểu.ngay.

Tôi nói với ông khách :

- Tôi vừa nhớ tới ngày ba tôi mất.

Câu nói đột ngột của tôi làm ông sững sờ. Ông với ấm

nước tiếp thêm vào ly cho tôi, ngồi lại xuống chiếc ghế đối diện với tôi, hỏi :

- Bà bạn đâu ?

Tôi nói, đi xem hát, tôi đưa bà ấy đến rạp và tới đây một mình. Tôi cũng nghĩ, tôi không định đến đây, không định nói với ông về cái chết của ba tôi, cũng không biết rồi sẽ nói với ông những gì nữa, nhưng rồi mọi việc cứ tuần tự xảy ra, y như có một sự xếp đặt trước, tôi thấy sợ cái miệng mình vì biết nó sắp nói ra một câu gì đó cho đến lúc này tôi cũng không biết. Ý nghĩ làm tôi rợn người.

Ông khách hỏi :

- Cô không hay ra phố à ?

Tôi nói :

- Tôi ngại rét, cũng chẳng có việc gì cần, công việc ở sở dạo này cũng khá mệt.

Tôi đã nói ra ngần ấy câu tôi không biết trước, và, tự nhiên có một sự thúc đẩy âm thầm sui tôi nói bất cứ điều gì, bậy bạ hay không cũng vậy thôi.Tôi không biết nét mặt tôi đã biểu lộ điều gì, nhưng tôi thấy ông đứng dậy, bước lại đằng sau ghế choàng tay ôm tôi, cúi xuống hôn tôi. Tôi còn đủ tỉnh táo để nghĩ rằng, đây là người đàn ông tóc đã điểm bạc, ông ta đã ngủ với bà bạn, tôi đã nhìn thấy họ. Câu chuyện giữa chúng tôi không phải là một rắp tâm đưa đến hành động đó. Tại sao tôi để việc xảy ra như vậy ? Trong tôi có một sự thiếu thốn, mong đợi nào đó thật, hay tôi chỉ viện ra khi cần ? Tôi cũng nghĩ, nhà có hai người đàn bà, bà bạn và tôi, cả hai ông đều không từ chối, ông ta có gì đáng quý và chúng tôi có gì đáng quý ?

Trong mỗi con người đều có một sự thôi thúc mờ ám mạnh hơn cả lý trí chăng ?

Lát sau, căn phòng tối đen, chỉ còn ánh sáng của những tia chớp bên ngoài. Thân thể của người đàn ông nào ở căn nhà trên dọc đường ngày tôi về thăm mẹ và cái bóng đang đè nặng trên tôi đã nhập một với nhau.

Trong lần thứ nhất đó, bây giờ tôi biết, tôi đã có nhiều ham muốn hơn, nhưng lần này đây, tôi nhiều tình nguyện hơn.

Chúng tôi nằm lại với nhau trong tối hồi lâu. Tôi không biết ông nghĩ sao về việc tôi không còn trinh tiết ?

Một đứa con gái vừa xấu vừa hư như tôi, cho ông cảm giác gì ? Tôi nghĩ và bật khóc. Ông hỏi tôi, em khóc đấy à ? Tôi nói không, và thêm rằng, em rất vui, sao lại khóc.. Ông vỗ nhẹ bàn tay trên lưng tôi. Sau đó ông hỏi tôi, có muốn ở lại với ông đêm nay không? Tôi nói, tôi phải về.

Trời vẫn còn mưa. Tôi nghĩ tới bà bạn và giây phút phải chạm mặt nhau lát nữa. Tôi mặc lại quần áo, ra về. Ông khách định đưa tôi đi, nhưng tôi nói tôi muốn đi một mình.

Đêm đen và ướt sũng, sấm chớp ầm ầm trên đầu. Chưa bao giờ tôi cảm thấy đời mình phiêu lưu đến thế.

Tôi bước xuống lối đi, ông khách đứng lại trước thềm cửa. Gió thổi bạt hơi. Đường vắng ngắt, chỉ còn những ngọn đèn soi sáng các vũng nước trên mặt nhựa mưa bôi trắng từng quãng. Tôi bỏ mũ cho mưa dội trên đầu và khi về đến nhà vừa ướt vừa rét run cầm cập. Bà bạn vẫn chưa về. Tôi bật đèn, tắm rửa thay quần áo, nhớ lại tiếng nước giội của bà bạn hôm nào, tôi không khỏi rùng mình.

Đó là niềm vui, hạnh phúc hay sự nhơ nhớp ?

Mấy ngày liền tôi sống trong tình trạng ngẩn ngơ, nóng nẩy. Bà bạn có vẻ nghi ngờ nhưng không nói gì cho mãi đến hôm đi chơi chùa. Lúc chúng tôi đã lễ xong ra sân chùa ngồi chơi bà mới bóng gió dò hỏi. Trời hôm đó rất đẹp. Nắng trong vắt, sân chùa được quét dọn sạch sẽ. Phía sau chùa, trong dãy nhà ngang, lũ trẻ đang tập một bài hát đạo theo chỉ dẫn của một huynh trưởng.

Bà bạn nói :

- Chúng ta sẽ tiếp tục cuộc rong chơi tay ba này cho đến khi ông không còn ở đây nữa.

Tôi lắng nghe tiếng bọn trẻ hát, bảo :

- Bài hát này tôi thuộc từ lúc còn bé.

Nắng chiếu qua các kẽ lá làm thành những đốm sáng xao động trên sân và trên người bà bạn. Bà ngồi vắt chân lên nhau và hơi nghiêng về một bên, đùi bà tròn, dài, hông lớn, trông đẹp và khỏe mạnh. Như thế, sao bà không có con ?

Bà bạn đứng dậy đi xuống chỗ lũ trẻ đang tập hát. Bà nói, đi một tí, ngồi mãi bị tê chân.

Còn lại tôi và ông khách trên chiếc ghế đá.

Ông hỏi :

- Hôm rồi em về có bị ướt không ?

Tôi không nói gì. Tự nhiên tôi thấy sự bỏ đi của bà bạn thât đúng lúc.

Bà biết để lại sự lố bịch cho người khác. "Có bị ướt không" ông chỉ có câu ấy để hỏi tôi sao ? Nhưng tôi chờ đợi gì ở ông ta mới được chứ ? Ông khách cho tôi biết, tuần tới ông sẽ trở về Sài Gòn. Đây là một thông báo hay cắt đứt ? Giữa tôi và ông có gì phải cần đến "dao"như vậy?

Bà bạn trở lại với vẻ mặt của kẻ vừa ban một ân huệ.Bà đã cho chúng tôi "tự do". Đó là sự thật hay chỉ là những điều tôi tưởng tượng ?

Tôi thấy giọng bà rất tự nhiên bảo :

- Thôi, về. Tôi đói rồi.

Chúng tôi tới tiệm ăn. Bữa ăn diễn ra bình thường. Bình thường? Vậy là tôi mang tâm trạng chờ đợi một chuyện gì đó không bình thường xẩy ra ? Thật tức cười. Chỉ có cái đầu tôi bất bình thường. Chỉ có tôi bất bình thường. Mọi người không ai sao cả.

Xong bữa, chúng tôi ngồi uống cà phê. Bà bạn mời ông khách đến nhà ăn một bữa cơm từ biệt, bà cũng hỏi tôi, có đồng ý không ? Tôi nói, tôi sẽ làm một món đặc biệt đó là bún chả và tự khoe tôi pha nước mắm rất ngon.

Ông khách cười bảo :

- Rồi tôi biết trả ơn cô bằng gì ?

Bà bạn nói :

- Ông chịu khó sống lâu viết kịch cho cô ấy đọc.

Ông khách tiếp :

- Thế còn bà ?

Bà bạn đứng dậy cười, bảo :

- Thôi mình về chứ. Còn tôi ấy à ? Được, nếu muốn gì tôi sẽ điều đình thẳng với ông.

Lời nói của bà trao nghiêng hẳn người tôi đi. Tôi không chịu nổi mẩu đối thoại của họ mà đằng sau là cái hình ảnh tôi đã có lần nhìn thấy. Nhưng tôi lấy tư cách gì mà đau khổ đây ? Chỉ biết khi nghe bà ấy nói như thế tôi bỗng thấy choáng váng.

Ra đến cửa, bà bạn chia tay tôi và ông khách để đi đánh bài. Bà mở ví soi qua mặt và có lẽ để kiểm soát xem có quên thuốc lá, hộp quẹt không, rồi đi rẽ ngay về phía ngã ba cuối phố.

Ông khách hỏi tôi có buồn ngủ ông sẽ đưa tôi về nhà trước rồi ông sẽ về sau. Tôi nói không buồn ngủ và chúng tôi cứ đi với nhau dọc theo con đường, chẳng biết đi đâu. Cuối cùng, mỏi chân, chúng tôi gọi xe, về nhà ông khách.

Ông bắc ghế ra ngoài hiên sau và chúng tôi ngồi nói chuyện. Vườn nhà ông ăn liền với khu rừng thông bằng một bãi cỏ. Ông nhường cho tôi chiếc ghế vải có lưng tựa, nên tôi có thể ngả mình rất dễ chịu. Ông ngồi trong chiếc ghế mây nệm bọc vải vàng. Giữa chúng tôi là một chiếc bàn nhỏ. Tôi nghe tiếng chim hót nhưng không thấy bóng một con chim nào. Trời đất và cả khu rừng dường êm ả, lặng lẽ hơn vì những tiếng chim ấy. Tôi thấy ông khách đứng dậy đi lại gần tôi, cúi xuống hôn tôi. Tôi không từ chối cái hôn của ông. Tôi nằm yên lặng nhìn ông. Mùi khói thuốc lẫn trong hơi thở của ông. Nhưng khi ông hôn tôi lần thứ hai, tôi đã xây mặt đi. Tôi không còn gì để giữ đối với ông. Nhưng bỗng nhiên tôi cảm thấy tội nghiệp cho cả ông lẫn tôi, nếu chúng tôi cứ để bị lôi kéo vào trong chuyện ấy như một sự trượt chân.

Tôi nói :

- Xin... ông đừng làm vậy nữa. Trước đây chúng ta là những

người lạ. Nhưng bây giờ đã biết nhau, xin cho tôi được sống, chứ không phải chỉ là sa ngã.

Tôi nói và nghe tiếng mình. Hình như tôi không chỉ nói với ông khách. Tôi còn nói với một người khuất mặt nào. Tôi muốn tạ lỗi với ba tôi, cầu xin phù hộ, dẫn dắt. Hình ảnh người chết hiện đến mơ hồ làm tôi chảy nước mắt. Bóng dáng mẹ tôi còn xa hơn người chết. Trong cơn thổn thức, tôi đã nói với ông khách hết cả những điều ấy. Ông không nói gì, chỉ vỗ nhẹ nhẹ trên vai tôi. Sau đó ông dắt tôi vào chơi trong rừng. Khi tôi đã lấy lại được bình tĩnh, tôi bảo với ông đừng nhớ những gì tôi nói. Ông đặt tôi ngồi trên một thân cây khô rồi cũng ngồi xuống bên cạnh bảo, năm nay ông đã gần năm mươi tuổi, ông không có gia đình của cải gì, ông không nghĩ đến việc lấy vợ nữa, nhưng nếu tôi muốn thì chúng tôi có thể lấy nhau. Tôi nói, tất cả những gì tôi vừa nói với ông, không phải để dẫn tới việc ông hỏi lấy tôi. Tôi cũng nói, ông không thể lấy một người vợ như tôi được, bởi vì bộ dạng của tôi sẽ là điều trở ngại cho ông sau này. Tôi cũng hỏi, đề nghị của ông vừa rồi có phải vì ông thương hại tôi? Ông nói, mọi sự không rõ ràng như cách tôi đặt câu hỏi. Tôi nói, liệu ông có thể chịu đựng được vẻ mặt xấu xí của tôi mãi không, còn bạn bè của ông nữa, họ sẽ nghĩ thế nào? Ông nói, ông có ít bạn, tất nhiên vẻ mặt của tôi không tránh được một vài điều bàn tán gì đó, nhưng việc ấy không có gì quan trọng đối với ông. Tôi nói, như vậy, ông sẽ phải chịu đựng tôi suốt đời sao? Ông nói, mặc cảm tự ti của tôi là điều khó khăn, ông e sẽ không còn đủ nhanh nhẹn để vượt qua cái rào cản đó. Câu nói của ông làm tôi đau đớn. Có phải ông muốn lấy lại lời đề nghị? Tôi nhìn mái tóc khô lốm đốm bạc của ông, nhìn những vết nhăn đã hằn trên mặt ông, thấy lòng cảm động. Tôi cũng nói, tôi ít giao thiệp nên vụng về. Ông nói ông biết. Suốt buổi chiều, ông không tìm cách hôn tôi nữa. Ông dẫn tôi tới một quãng rừng có nhiều lan mọc bám trên các thân cây bảo, ông về Sài Gòn rồi, tôi có thể rủ bà bạn hoặc tới đây chơi một mình. Tôi nói, xin ông đừng nhắc đến chuyện về Sài Gòn nữa. Chiều đã hết, rừng bắt đầu mờ sương mù và khói núi, gió lạnh reo ào ào trên các lá cành.

Chúng tôi trở lại nhà. Hai chiếc ghế và mặt bàn bỏ không đầy lá rụng. Tôi chạy vào nằm luôn xuống chiếc ghế vải. Chiếc ghế đu đưa và lần vải ôm sát lưng. Bóng tối đã lẩn khuất dưới lớp ngói mái hiên. Tôi nhớ tới cái bao lơn, nhớ tới ông tôi và các bà cô, các ông chú ở nhà. Ông khách rủ tôi đi ăn. Chúng tôi đứng dậy đi. Khi tôi bước lại gần, ông khách bỗng nắm lấy hai vai tôi kéo lại, ôm chặt tôi vào lòng và cúi hôn trên môi tôi. Mùi nhựa thông, phấn hoa, thuốc lá trên tay và trên mặt ông làm tôi ngây ngất. Tôi run sợ, nhưng thèm muốn biết bao được yêu thương, được âu yếm như thế.

Ba ngày sau, ông khách về Sài Gòn. Bà bạn và tôi mời ông ăn một bữa cơm như đã dự định. Bà tiếp cái ăn, rót rượu cho ông. Sự bí mật giữa ông khách và tôi không biết bà có biết không, nhưng bà thản nhiên, đúng hơn bà cư xử rất tự nhiên. Riêng tôi, ngồi với họ, tự thấy mình là kẻ có lỗi. Nếu tôi đừng sa vào cuộc, cuộc tình của họ, thì cứ gọi như thế, cũng như trăm nghìn mối tình khác. Thêm tôi vào, nó chia ba và trở thành chẳng ra làm sao.

Lúc ông khách ra về, tôi tránh không tiễn, để bà bạn đưa ông ra cửa.

Tôi đứng trong nhà, nhìn ông qua khung cửa sổ.

Bà bạn tươi cười trở vào, nhưng rồi hình như bà nghi ngờ điều gì đó, mặt chợt thoáng vẻ tư lự.

Chúng tôi dọn dẹp bữa ăn, rồi ai về giường nấy. Bà bạn hỏi tôi có muốn hút một điếu thuốc không. Tôi đứng dậy, đi lại phía giường bà cầm điếu thuốc bà đưa cho.

Khói thuốc cay xộc lên mũi khiến tôi ho và chảy nước mắt. Tôi nói :

- Có ngon lành gì đâu mà bao nhiêu người nghiện.

Bà nhìn tôi cười bảo :

- Vậy đừng tập làm gì.

Bà bảo tôi bắc ghế lại gần bà và nếu thích hãy hát cho bà nghe.

Tôi lấy ghế và đàn lại, dù cay rát miệng tôi cũng nhất định không bỏ điếu thuốc, để điếu thuốc xuống cái gạt tàn. Tôi hát cho bà nghe ít câu trong bản "Ngày Đó Chúng Mình" của Phạm Duy :

Ngày đó có em ra khỏi đời rồi
Và đem theo trăng sao chết cuối trời u tối
Ngày đó có kêu lên gọi hồn người
Trùng dương ơi có xót xa cũng hoài mà thôi

Nghe tôi hát xong bà bạn nói :

- Em phải tìm cách chữa cái mặt đi mới được.

Tôi cười bảo :

- Để tôi có thể trở thành một cô gái xinh đẹp ư ?

Bà tiếp :

- Chúng ta đều là những kẻ tàn tật cả. Nhưng như thế có lẽ vẫn hơn.

Hơn cái gì ? Có phải bà muốn nói "sẽ đỡ bi thảm hơn?". Câu nói của bà chưa đủ bi thảm sao ? Tôi nói, thực ra có lắm lúc tôi cũng không biết có phải ước muốn lớn nhất trong đời tôi là chữa khỏi bệnh chăng ? Bà bảo, nghĩ vậy thì biết thế nào cho cùng, cảm thấy cần làm gì hãy cứ làm đã chứ. Tôi nói, lắm lúc tôi thấy bà có vẻ lãng mạn, lúc lại thấy bà thật thực tế. Bà bảo, ít để ý đến sự tự phân tách về mình. Vì cứ quanh quẩn với việc dò la mình thì đến phát điên mất. Nhưng bà cũng cho lãng mạn chỉ là nhận xét của tôi, chứ bà tự thấy không phải như vậy. Tôi hỏi, thế cuộc tình của bà với ông khách không mang một chút lãng mạn nào sao ? Tôi nói và chợt nhận ra mình lỡ lời. Nếu bà hỏi lại, vì sao tôi biết, chắc tôi sẽ không biết ăn nói ra sao. Nhưng có vẻ như bà không để ý đến lời tôi, hoặc giả bà coi chuyện giữa bà và ông khách không có gì đáng để được gọi là một "mối tình" cả , nên tôi thấy giọng bà bình thường. Bà bảo, nói như cô thì ai cũng lãng mạn hết. Tôi nói, tôi tin đó là vật báu, nó giúp chúng ta thấy người khác thấy đẹp hơn và trở nên dễ thương hơn trước mắt người khác. Bà ngồi nhỏm dậy, dựa lưng vào thành giường, duỗi thẳng hai chân trong chăn bảo, có lẽ mỗi người nghĩ một khác, tôi không biết tôi có nhìn người khác qua con mắt lãng mạn không, nhưng nếu sống như em thì mọi quyết định đều quan trọng cả. Tôi nói, nếu quyết định đó liên quan tới mình. Bà nói, làm vậy không chừng lại có nghĩa ngược, nếu việc gì em cũng thấy quan trọng thì rút cục còn có gì đáng coi là quan trọng nữa. Tôi bật cười trước lối giảng giải của bà.

Buổi trưa êm ả với những tiếng gió reo và cây lá xào xạc lọt vào trong phòng. Tôi bỗng thấy trong lòng nẩy sinh một tình cảm thân ái đối với bà bạn, cùng một lúc tôi cũng nhớ lại hình ảnh bà trong khu rừng với ông khách. Nếu bà biết tôi cũng đã có lần đến với ông khách, bà sẽ nghĩ sao về tôi? Bà rủ tôi, buổi chiều thích thì đi theo bà xem đánh bài. Tôi đồng ý. Bà nói, cô sẽ có dịp học đủ mọi tật xấu. Tôi nói, tôi chỉ còn thiếu những tật xấu để trở thành một người hoàn toàn. Tôi hỏi bà, thích đánh bài lắm sao? Bà chặc lưỡi bảo, không nên hỏi ai câu ấy. Nhưng theo bà, đánh bài là một trò chơi "độc lập" và "tự do" đấy. Vì, không lúc nào người ta cảm thấy được toàn quyền như khi quyết định một cây bài với kết cuộc lại hoàn toàn tùy thuộc vào may rủi. Tôi hỏi, bà lục đâu ra những lý lẽ kỳ cục đó? Bà cười đáp, trong sự hư thân và những ngày sống một mình. Bà nói và nhìn hai bàn tay mình đan vào nhau úp trên bụng.

Tôi hỏi, bà có yêu ông khách không?

Bà lại cười bảo, sao cô cứ thắc mắc về chuyện đó? Ông ấy cũng là một người đáng yêu đấy chứ?

Lối trả lời không trả lời này của bà làm tôi ngượng. Bà tiếp, đối với tôi, tình yêu có thể đến trước hay sau cuộc gặp gỡ giữa hai người cũng được. Tôi nói, chắc chẳng bao giờ tôi có thể sống được như bà. Bà nhìn tôi bảo, thế bộ cô tưởng mọi việc đều có khuôn số và giải đáp sẵn à?

- Vâng, tôi ngớ ngẩn thật, tôi nói.

Buổi chiều tôi theo bà đi xem đánh bài, dù cố ý nhưng mãi vẫn không phân biệt được những con bài, nên ngồi một lúc thấy chán, tôi bỏ về nhà nằm đọc sách. Nhưng sách cũng không đọc được. Căn nhà trống trải, tôi đứng dậy đi quanh, đứng bên cửa sổ ngó ra quãng đường ông khách đã đi qua, buổi chiều chỉ còn lại chút ánh sáng cuối cùng, trời sám ngắt và các rặng núi ở phía xa đã biến thành màu đen.

Những ngày cuối năm ở sở người ta đã nói đến chuyện ăn tết. Bà bạn rủ tôi đi may một bộ quần áo mới.

Tôi cũng thấy nao nức một sự nhớ mong được trở về nhà.

Nghĩ tới mấy bà cô, ông chú, tôi không muốn về. Nhưng còn ông tôi, và có lẽ sâu xa hơn, là niềm ao ước được trở về nơi cư ngụ chính thức của mình. Dầu sao, căn nhà đó cũng là nơi ba mẹ tôi đã sống, tôi vẫn còn những kỷ niệm dù chẳng vui gì. Bà bạn sửa soạn ăn tết một mình, trông bà trơ trọi thấy tội nghiệp. Tôi định ở lại với bà, nhưng bà không chịu. Bà nói, không thể gặp gia đình thì đành chịu, có nhà thì phải về chứ. Tôi bảo, để bà phải sống một mình mấy ngày tết, tội quá. Bà cười bảo, không có cô trước đây tôi vẫn sống được mà. Lúc ấy tôi mới chợt nhớ ra chưa lần nào hỏi bà về gia đình bà. Bà nói, cả gia đình bà lẫn gia đình chồng không ai muốn nhận bà nữa. Tại sao vậy ? Thiếu gì lý do.

Trước ngày trở về Sài Gòn một bữa, tôi nhất định kéo bà đi chợ mua sắm đủ thứ cho bà, mứt, hoa, kẹo, hạt dưa, bánh chưng... Tôi nói, nếu bà không ăn hết tôi sẽ lên ăn phụ. Tôi cũng nghĩ, rồi một năm, hai năm nữa, chắc rồi tôi cũng sẽ như bà, khi ông tôi chết. Bà mua gửi biếu ông tôi một cặp hoa thủy tiên và bảo tôi thưa với ông, dù chưa gặp nhưng bà mong ông sẽ nhận quà của bà. Tôi sẽ nói lại với ông tôi, lên đây, tôi được ở với bà là may lắm.

Bà xua tay bảo, đừng, rồi đến cái không may của cô, tôi không chịu trách nhiệm được.

Chợ tết khách chen chân và đầy hàng hoá. Nhiều người ở Sài Gòn và các nơi khác rủ nhau về Đà Lạt, số khác lại từ Đà Lạt về Sài Gòn, như tôi.

Trời rét ngọt, chúng tôi la cà trong chợ khá lâu và lúc về, mỗi người đều xách một túi nặng. Bà bạn bảo, mua thế này thì ăn đến bao giờ cho hết. Tôi giúp bà bầy biện các thứ lên bàn nói, tôi sẽ trở lên sớm. Bà đứng xây lưng lại phia tôi bảo, ở chung quen đi thật. Tôi hỏi, sao bà không lấy chồng nữa ? Bà cười buồn bảo, qua hai lần chẳng thấy hạnh hạnh phúc, thêm lần thứ ba là một việc ngao ngán, nếu không gặp cơ hội đặc biệt, chắc tôi không lấy chồng nữa.

Bà cho biết thêm, bà còn một người em trai và một người em gái, nhưng có cả gần hai chục năm rồi chị em không gặp nhau.

Tôi hỏi :

- Sao vậy ?

Bà nói :

- Cả hai đời chồng tôi đều tự ý lấy và không có cưới xin. Đó là điều các ông bà già trong gia đình coi là điều sỉ nhục. Chúng còn nhỏ nên suy nghĩ theo người lớn. Càng xa nhà và qua cuộc đổ vỡ lần thứ nhất tôi càng… Ngày ông bà cụ mất, tôi về nhà, thằng em đã không cho tôi đưa người chết đến huyệt, nó van xin tôi hãy để cho người chết được yên, sự có mặt của tôi trước phần mộ sẽ không tránh khỏi lời nọ tiếng kia. Nó trả lại tôi tiền góp để làm đám ma, cả hai lần, cho hai người.

- Thế ông ấy nói gì với bà ?

- Nó chẳng nói gì hết. Người ta đã bắc tôi lên một đầu cân với danh giá gia đình và họ hàng.

- Chắc rồi sau này tôi cũng như bà, khi ông tôi chết đi.

Bà nhìn tôi bảo, em sẽ gặp khó khăn. Phải có chừng bốn chục năm ngu dốt như tôi, em mới thấy đời sống dễ dàng hơn.

Tôi nói :

- Tôi đã sinh ra như một nỗi bất hạnh của gia đình.

Bà nhìn tôi bảo :

- Thực ra, nếu không có em, người ta cũng có may mắn gì hơn đâu.

- Vậy tôi không là điều may cũng không cái rủi của ai cả, thế có tôi để làm gì ?

- Hãy để lọ hoa này ở bàn giữa, lọ kia trên bàn của em. Có

ai được chọn việc ra đời của mình đâu. Sinh ra thì cứ sống. Cái chết sẽ là sự dàn xếp cuối cùng cho tất cả mọi chuyện.

Tôi cười bảo bà :

- Cách dàn xếp đời sống của bà cũng không kém gọn gàng.

Bà nói :

- Đủ chuyện phiền não rồi, không cần bịa đặt thêm nữa.

Bà mở gói mứt lấy đưa cho tôi một miếng mứt dứa, một miếng mứt gừng. Hương vị tết thơm trong miếng mứt nhỏ đó làm nhớ đến những ngày xa cũ, nhớ người sống, người chết. Chúng tôi bầy biện xong, căn nhà trông ấm áp hẳn lên.

Tôi nói :

- Bà xếp đặt thật là khéo. Một người nội trợ giỏi như bà mà trắc trở trong việc lập gia đình kể cũng lạ.

Bà hỏi tôi :

- Mình làm lấy bữa cơm chiều hay ra ngoài ăn ?

Tôi đáp :

- Đi tiệm. Tôi muốn khao bà một bữa. Tết bà đừng thức đánh bài kẻo ốm.

Chúng tôi ăn một bữa cơm vui vẻ, nhắc tới những chuyện vớ vẩn trong sở để cười với nhau. Vui nhất là chuyện ông chủ sự tám con, có tật đổ mồ hôi, hai bàn tay lúc nào cũng ướt và mềm nhũn, ai bắt tay ông cũng sợ.

Ông mê bà bạn, cứ mỗi lần gặp bà bạn hai bàn tay mềm nhũn của ông lại lần hết túi nọ tới túi kia kiếm khăn lau mồ hôi. Nhưng ông lại được một cô thư ký rất thương. Cô ngồi ở một cái bàn đánh máy gần chỗ ông, cô đen, gầy, trên dưới ba mươi rồi, rất chịu khó trang điểm, mặc những chiếc áo đắt tiền. Mỗi lần ông chủ sự vã mồ hôi vì bà bạn, mặt cô lại xám đi vì ghen tức. Nhưng chính cô lại hay bị ông chủ sự cằm ràm, gắt gỏng. Cả sở ai cũng biết cô thích ông chủ sự, nhưng hình như ông lại là người duy nhất không biết điều đó.

Chúng tôi ra về, trời lạnh cóng. Gió cuốn bụi, rác và lá rụng bay tung trên đường phố. Nhiều người ngoại quốc vui lây cái không khí nhộn nhịp tết nhất ở đây, cũng đi chợ mua hoa và bánh trái. Chúng tôi gặp một người Mỹ quen thường đến sở. Ông ta chụp cho tôi và bà bạn ở ngoài phố một tấm hình "làm kỷ niệm". Ông hẹn sẽ đem ảnh đến sở tuần sau, mai ông phải về Sài Gòn rồi. Tôi nói, mai tôi cũng về Sài Gòn. Ông hỏi tôi, có muốn cùng đi với ông không. Tôi nói cám ơn ông vì tôi đã mua giấy xe hàng rồi.

Chúng tôi về nhà, pha cà phê uống. Bà bạn lấy thuốc lá đưa cho tôi, đó là lần thứ hai tôi hút thuốc lá. Chúng tôi ngồi với nhau tới hơn một giờ sáng mới đi ngủ.

3

Ông tôi đứng ở chỗ bàn ăn ngay gần cửa ra vào, mấy bà cô bà thím ngồi trên mấy chiếc ghế và đi văng phía trong. Thấy tôi xách va ly bước vào nhà, mọi người đang nói chuyện bỗng im bặt. Họ như muốn dò xét tôi từ đầu đến chân. Chỉ mình ông tôi có vẻ mừng. Tôi lí nhí chào ông và chào mọi người rồi xách va ly lên gác.

Chiếc giường nhỏ của tôi đã được dời đi chỗ khác. Sự thay đổi nhỏ đó đủ cho tôi thấy, tôi không còn chỗ trong nhà nữa. Tôi không biết để chiếc va ly ở đâu. Cái nhìn và vẻ lạnh lùng của mọi người bám trên quần áo, sau lưng tôi. Tôi nghĩ giá có thể bay ngược trở lại Đà Lạt với bà bạn, tôi sẽ bay đi ngay.

Tôi đặt chiếc va ly dưới chân giường ông và lấy quần áo thay. Tôi không muốn làm việc này, nhưng nghĩ, rồi mấy ngày ở lại nhà, tôi không thể tránh giáp mặt với mọi người, tôi phải chấp nhận bất cứ sự gì họ dành cho tôi.

Tôi xuống nhà, vào buồng tắm, tắm và thay quần áo.

Tôi nghe tiếng bà thím thứ hai bảo người giúp việc thổi thêm cơm cho tôi buổi tối. Trong gia đình chỉ có bà, dù chưa bao giờ tỏ ra thương tôi, nhưng cũng không góp lời bàn tán về tôi. Tiếng bà nói với người giúp việc, tôi nghe thấy, cho tôi cảm giác xa thêm mọi người. Trong bữa cơm, không ai đả động gì tới việc tôi đi làm. Thật may, nếu không tôi không biết phải kể thế nào. Tôi cũng mừng vì thấy mọi người trong nhà vẫn trò chuyện, cười đùa với nhau bình thường, chứng tỏ sự có mặt của tôi không làm họ khó chịu lắm. Với một chỗ khiêm nhường đã quen trong nhà, tôi không mong gì hơn thế.

Sau bữa cơm, mọi người chia nhau công việc sửa soạn đón tết. Bàn thờ được thắp thêm đèn và đốt hương liên tiếp.

Tôi nói lại với ông tôi lời gửi biếu hoa của bà bạn.

- Bao giờ con lên thì nói ông rất cám ơn bà ấy, ông tôi bảo.

Ảnh ba tôi đằng sau làn khói hương, tôi không dám nhìn thẳng.

Tôi bắc ghế ra bao lơn ngồi, sống lại cảm giác cũ. Khu phố và con đường bên dưới xe cộ qua lại như mắc cửi. Mùa xuân thấy rõ nhất trên những tàn cây thay lộc, trước hiên nhà.

Ông tôi cũng lên gác, ra đứng gần tôi bảo :

- Ông tưởng con về từ hôm qua.

Tôi thưa :

- Con còn đi sắm tết với bà bạn ở chung phòng.

Ông tôi bảo :

- Xuống nhà mà chơi.

Ngập ngừng một giây, tôi nói :

- Con về thăm ông.

Ông tôi nhìn tôi rồi có vẻ buồn, thở dài, bảo :

- Các con đã lớn cả. Hãy tự liệu mà cư xử với nhau sao cho êm đẹp.

Tôi nói :

- Con không buồn gì nữa. Con chỉ không hiểu vì sao mọi người đều cư xử với con như chẳng ai muốn có con trong nhà. Sợ sau này... không còn ông, con sẽ không còn có được sự liên lạc nào với gia đình nữa.

- Thế con muốn các cô các chú phải đối với con thế nào ?

- Con không biết. Nhưng giá con nghĩ sai thì tốt.

- Ruột thịt không phải là thứ con muốn hay không mà nó còn hay mất. Nếu chúng mày không biết thương nhau thì chẳng ai thương chúng mày đâu.

- Vâng. Con hiểu rồi.

Ông tôi nhắc lại câu nói ban nãy :

- Xuống nhà mà chơi. Xuống canh nồi bánh chưng cho ông.

Mọi sự như thế lại trở về khởi điểm, phải không ông ?

Tôi đi cùng với ông tôi xuống nhà. Khi đi qua chỗ để va ly, tôi bảo ông tôi ngừng lại. Tôi mở va ly, lấy số tiền tôi đã dành dụm được, để sẵn trong phong bì, đưa cho ông, bảo :

- Con biếu ông.

Ông tôi mở ra xem rồi hỏi :

- Con không dùng đến sao?

Tôi nói :

- Những gì cần con đã mua sắm đủ.

Ông tôi gập chiếc phong bì lại, bảo :

- Cũng nên tần tiện. Ông sẽ giữ cho con. Lương hưu của ông và tiền các cô chú con biếu, ông đủ dùng rồi.

Chúng tôi xuống nhà. Ông tôi tới bàn khách ngồi uống nước. Tôi xuống bếp rồi ra hiên sau, tới chỗ nhà bắc bếp luộc bánh, bà cô nhỏ và bà thím thứ hai đang ngồi trông.

Thấy tôi tới, bà thím xích sang một bên, bảo :

- Ngồi xuống đây.

Bà cô nhìn tôi rồi lại cúi xuống nhìn vào bếp than hồng, không nói gì.

Tôi ngồi xuống chiếc ghế trống bên cạnh bà thím.

Bà hỏi :

- Con đi làm có gì cực không ?

Tôi nói :

- Dạ không, chỉ là những công việc ghi chép lặt vặt thôi ạ.

Bà cười, những nếp nhăn hai bên miệng và dưới gò má hằn rõ :

- Các cô có chữ cũng sướng thật. Những như tôi cả đời chả được đi đến đâu. Cứ đầu tắt mặt tối suốt ngày.

Thím đông con, phải nhận đồ của một tiệm may quần áo trẻ con về nhà làm lấy tiền phụ giúp chồng. Hình ảnh thím đêm đêm cặm cụi bên ngọn đèn được che bằng một tấm bìa cứng uốn cong, còng lưng đạp máy, cắt chỉ, chắp nối những mảnh vải, buông tay lại chạy xuống bếp lo cơm nước, giặt giũ, thím lặng lẽ làm, dường như không có một phút được nghỉ ngơi, không than thở, năm nào cũng chửa đẻ, sự nhẫn nhục của thím làm tôi kinh hãi. Có lúc nào thím nghĩ tới thân mình không? Nếu có thì thím làm gì đây ? Bằng hình thức này hay hình thức khác, mỗi đời người rồi cũng bị rũa mòn như thế cả.

Bà thím tiếp :

- Kể các cô cũng tợn thật. Khi bằng tuổi các cô, tôi chẳng dám đi đâu xa, ra khỏi nhà là như con cáy.

Tuổi thím và bà bạn chỉ chênh lệch mươi mười lăm năm, nhưng sự xa cách thật là mênh mông. Hai người, ai sống phải hơn ? Có lẽ chẳng có sự phải trái, hơn kém nào cả, mỗi người một hoàn cảnh, phải xoay xở để thích hợp thôi.

Ngoài cửa nhà có tiếng xe hơi đậu lại. Tôi nhìn qua cửa sổ thấy mấy người thanh niên, chắc là bạn của mấy ông chú, vào nhà.

Bà cô nhỏ bỏ bếp, chạy ra.

Bà thím cũng nghểnh cổ lên nhìn, bảo với tôi :

- Người cao gầy, để ria mép, muốn hỏi cô nhỏ nhà mình. Chú ấy mới ở Tây về.

Trong tiếng cười nói, tôi nghe loáng thoáng họ định rủ cô nhỏ đi lễ Lăng Ông.

Lửa reo trong bếp. Nồi bánh sôi sình sịch. Tôi thấy trong lòng êm ả, cái êm ả kỳ lạ vì biết mình vừa từ xa về, được ngồi ở một chỗ cũ, đồng thời cũng biết rằng mai mốt sẽ không còn phải ở lại nữa, dù vui hay buồn.

Bỗng bà thím nhìn trước nhìn sau, rồi ghé sát tai tôi bảo :

- Có người đến mách với nhà thấy chị đi chơi với... ai ở trên đó, phải không?

Tôi nhìn lại bà để áng chừng sự nặng nhẹ của câu hỏi, rồi đáp :

- Dĩ nhiên cháu có bạn.

Bà thím nói :

- Cháu có bạn thì có ai trách đâu. Nhưng đây là chuyện khác.

Tôi đã hiểu bà định nói gì, nhưng vẫn hỏi, vì muốn bà nói thẳng ra :

- Thím nói sao cơ ạ ?

Bà nhìn tôi, trong mắt đầy vẻ dò xét, sau cùng bà bảo

- Cháu thấy cả nhà, cả họ, đã khổ vì chuyện mẹ cháu rồi. Nếu cháu không biết giữ gìn rồi lại tai tiếng ầm ĩ lên đấy ?

Than nổ bắn những tia lửa đỏ ra ngoài. Tôi thấy hơi thở nghẹn trong ngực. Dĩ nhiên người ta không đặt điều về tôi. Nhưng sao thiên hạ rỗi hơi vậy ? Họ không còn chuyện gì để nói nữa à ? Còn mẹ tôi, tại sao tự nhiên người ta lại lôi mẹ tôi vào chuyện này ? Hình như người ta không bỏ qua dịp nào làm tôi đau đớn bằng cách nhắc đến bà. Vì họ biết, đó là điều tôi không còn cách nào chống đỡ hay nói gì. Sự làm thinh chịu đựng của tôi có vẻ làm họ hả dạ.

Thấy tôi yên lặng, bà thím liếc nhìn tôi. Có lẽ bà cho rằng tôi đã nhận phần lỗi và có cái tự hào của người cho rằng mình trong sạch, không làm gì đáng trách.

Tôi nói :

- Cháu không hiểu sao nhà này thích nhắc đến chuyện mẹ cháu ngoại tình và lấy chồng khác. Có phải mọi người muốn lấy việc làm nhục cháu làm vui không?

Bà giật nẩy mình nhìn tôi. Có lẽ bà không ngờ tôi có thể nhắc đến những điều ấy bằng một giọng bình thản như vậy.

Bà nói :

- Tại sao cháu nói thế ? Người trong nhà điều gì hay bảo được nhau thì bảo, chứ có...

Tôi nhìn thẳng vào mặt bà, nói :

- Có lẽ thím cho là cháu hỗn xược, nhưng cháu không muốn người nhà cứ bắt cháu gội mãi lên đầu cái việc ngoại tình của mẹ cháu. Cháu không định xin hộ để mọi người đừng nhắc đến chuyện của bà ấy, vì chưa chắc mẹ cháu đã muốn như thế. Nhưng nếu mọi người cho việc mẹ cháu làm là một điều xấu xa, không gột rửa được, tại sao lại đem trút lên đầu cháu ? Hay mọi người cho rằng cháu là một phần của mẹ cháu và phải chịu trách nhiệm về bà ?

Tay bà thím cầm cái que cời run lật bật, không biết vì xúc động hay tức giận, bà nói và cố hãm tiếng cho người trong nhà khỏi nghe thấy :

- Chị nói liến thoắng những gì tôi chẳng hiểu. Tắm gội là làm sao ?

Tôi nói :

- Cháu hỏi thật thím điều này, thím là người ... ít nói về cháu nhất trong nhà, thím có thấy cháu đáng ghét và không muốn nhìn nhận nữa không ?

Bà nói :

- Chị phải biết, trừ ông ra, cả nhà không ai ưa chị cả.

Tôi hỏi lại :

- Có phải vì cả nhà không ưa cháu, nên thím sợ làm khác họ là có lỗi không ?

Bà vẫn run rẩy bảo :

- Thì chị phải biết chị cũng chẳng vừa gì, nếu không cãi thì chị lại làm như không thèm nghe ai.

Tôi nói :

- Không phải cháu coi thường những lời các cô các chú nói, nhưng vì những điều họ nói thường không có gì đáng phải để ý.

Bà thò cây cời vào gạt than trong bếp, bảo :

- Thì tôi làm sao nói lại chị.

Một hơi lửa phà vào mặt. Nồi bánh tiếp tục sôi. Tôi cảm thấy một sự bỏng rát, nghẹn ngào. Những lời nói quẩn quanh của bà thím dường xua tôi tới chỗ cùng quẫn của mình. Đầu tắt mặt tối như bà mà vẫn còn đủ thì giờ rảnh rỗi soi mói những chuyện không ra gì của người khác sao ? Để làm gì ? Việc đó an ủi những người như bà, rằng mình vẫn có những cái hơn người chăng ? Có thật vậy không ?

Tôi nói :

- Cháu biết thím là người duy nhất trong nhà dù không thương cũng không ghét cháu. Nhưng thím thử nghĩ lại xem, phần thím có dành cho cháu chỗ nào trong nhà này không ? Cháu làm gì có chỗ trong gia đình. Ra khỏi nhà, cháu trở về như về chơi vậy. Có tội, cháu không muốn thú tội với ai, vì thế, có làm sao cháu cũng sẽ không oán trách ai.

Bà thím nói :

- Tôi chẳng hiểu chị định nói gì. Nhưng... nghĩ như thân chị cũng tội nghiệp.

Bà tiếp tục cời bếp, bảo tôi :

- Chị có muốn đi chơi phố thì lên thay quần áo mà đi. Nhưng nhớ về sớm, kẻo không lại thành người xông nhà.

Tôi nói tôi không muốn đi và sẽ ngồi trông bánh. Nói vậy, nhưng lát sau tôi cũng đứng dậy, lên nhà, bốc mấy hột hạt dưa cắn, ra nằm trên chiếc võng một đầu móc vào thân cây trứng cá, đầu kia vào song cửa sổ. Đêm xanh và nhiều sao. Bên hàng xóm mọi người cũng chộn rộn bầy bàn thờ cúng giao thừa ngoài sân. Những ngọn nến cháy nhìn thấy qua các cành na, ngọn đu đủ thấp và cái thành giếng xi măng tròn. Gió hiu hiu lạnh, tiếng trẻ con khóc, mùi nhang trầm thơm lan trong không khí.

Gần giao thừa, bà cô nhỏ đi chơi về. Phòng cô ở có một cửa nhỏ đi ra lối cổng sau giáp với giậu găng tây. Tôi ngồi khuất trong bóng cây trứng cá, đèn mái hiên lại tắt, nên họ, gã con trai đeo kính và bà cô nhỏ, không nhìn thấy tôi. Họ nói với nhau những lời to nhỏ. Tôi nghe bà cô van nài và gã con trai đòi hỏi bằng những lời sỗ sàng. Hắn nói hắn "muốn". Bà cô một lần nữa van xin. Giọng hắn cáu kỉnh, hình như hắn muốn chứng tỏ hắn là một người khác hẳn với những con người hủ lậu ở đây. Sau hết bà cô bật khóc. Gã con trai có vẻ thất vọng bỏ ra về. Cả hai cho tôi cảm giác ghê gai khắp người. Đáng lẽ cô phải đập vào mặt nó, đập vào cái mặt hợm hĩnh, giả dối của nó. Thế còn mày ? Mày đã làm những gì, nhớ không? Những tiếng nói không lời đó âm vang dưới da khiến tôi rùng mình.

Lỗi, phải, tốt, xấu có khi chỉ là cách người tự lừa mình để sống ? Ôi đời sống mi là cái gì mà đau đớn vậy ?

Ngày mùng một qua đi với những đồng tiền mừng tuổi và những lời chúc tụng, khách đầy nhà. Tôi xuống bếp giúp các bà cô bà thím đơm xôi ra đĩa, bóc trứng cúng, gọt mấy củ su hào, cà rốt. Phần khác, tôi cũng muốn tránh không gặp ai, họ hàng hay người quen. Người ta sẽ hỏi những câu tôi không muốn trả lời.

Buổi trưa ông tôi tập họp cả nhà ra trước thềm đứng chụp hình. Tôi lại phải làm cái việc đi trốn. Con không muốn lưu lại dấu tích gì. Chắc ông tôi cũng biết vậy, nên dù có nghe mấy đứa trẻ nhắc ông cũng không đợi kiếm tôi.

Bữa cơm trưa cả nhà ngồi ăn kéo dài đến hơn một giờ, sau đó, mọi người rủ nhau đánh bài. Tôi thắp hương trên bàn thờ, cắm riêng cho ba tôi một nén trước khi lên lầu nằm nghỉ.

Căn gác hấp nóng, đầu óc váng vất, tôi mệt thiếp đi. Khi đã nghe tiếng cười nói ở dưới nhà vọng lên rồi, tôi vẫn chưa tỉnh hẳn, trán, lưng và ngực ướt mồ hôi. Tôi ngồi dậy kéo chiếc quạt máy lại gần, mở hết số cho chạy và lại nằm xuống, duỗi thẳng chân tay. Tôi lười không muốn đi lấy nước uống dù khát khô cổ. Gió quạt thổi vào vách hắt hơi nóng trở lại. Có lẽ đã hơn ba giờ. Tôi nghĩ, không biết làm gì cho hết buổi chiều ? Tôi nhớ lại mấy con đường đã qua ngày còn đi học, nhớ cái tủ kính một cửa hàng, ở đâu không biết nữa, nhưng nhớ rõ ràng, trong tủ kính có những đôi giầy mới bầy trên một mặt gương xoay tròn, những khung ảnh nhỏ bằng da, những chiếc gạt tàn thuốc lá và đồ trang hoàng bằng thủy tinh, con ngựa kéo chiếc xe chở một thùng rượu chung quanh treo sáu chiếc ly xinh xắn. Tôi bỗng nhớ đến ông khách và nghĩ có lẽ tôi sẽ đến thăm ông. Tôi có tấm danh thiếp của ông cất trong ví, sẽ tìm thấy nhà.

Chợt nghe một tiếng động, tôi mở mắt và thấy bà cô nhỏ đang đứng ngay đầu giường, tựa lưng vào vách gần của sổ, mở trừng mắt nhìn tôi.

Tôi ngồi nhỏm dậy, giơ tay vuốt tóc ra đằng sau, cố ý kéo dài cử chỉ này để chờ xem cô nói gì. Nhưng một lúc lâu sau vẫn không thấy cô lên tiếng. Da mặt cô xanh nhợt. Tôi hỏi, cô có việc gì ? Mồ hôi rướm hai bên tóc mai cô. Tôi thấy cô có vẻ đứng không vững nữa, tôi nhỏm dậy đỡ, nhưng cô hắt mạnh tay tôi ra. Nước mắt ứa trên má, cô quệt ngang cố giữ cho khỏi khóc. Tôi đành ngồi yên chờ. Một lát sau, bằng một giọng lạnh lùng nhưng không giấu được hoảng hốt, cô cho biết, cô cần một chỗ để giải quyết "cái còn lại trong bụng". Tôi choáng người nhớ lại những gì đã nhìn thấy, nghe thấy giữa cô và gã thanh niên tối qua. Tại sao cô lại nhờ tôi làm việc này ? Cô nói, tao không biết nói với ai nữa. Trời đất ! Tôi nghĩ tới hai con mắt có gân máu của ông tôi thường nhìn tôi qua cặp kính lão gọng nhựa tụt xuống gần ngang sống mũi, nhớ tới mái tóc bạc cắt ngắn của ông, lúc ông đứng ngoài cửa phòng cấp cứu trong nhà thương, tay cầm chiếc mũ bữa tôi được đưa vào đấy. Tôi bảo, cô phải nói với ông hay một chú nào đó. Tao không cần ý kiến của mày. Cô tựa hẳn lưng vào vách ván, ngửa đầu ra phía sau, mồ hôi đọng hạt trên cổ. Nhưng... cô không sợ, không ân hận gì sao ? Cô đã nghĩ kỹ chưa ? Cô nói, phải làm trước khi nghĩ kỹ. Tôi ngồi kéo lại giường chiếu cho ngay ngắn, sợ run bắn cả người. Tôi nói, tôi không biết tí gì liên quan đến việc cô định nhờ tôi hết. Sự giận dữ gần như nẩy lửa trong mắt cô. Cô nói, mày muốn tao phải van xin mày nữa sao ? Tôi nói, tôi không biết thật, tôi cũng không trách nhiệm nổi việc đó. Tại sao cô không nói với hắn ? Hắn không thể dửng dưng trong chuyện này. Tôi nói và chợt nghĩ đến ông khách. Nếu bây giờ "cái còn lại" cũng có ở trong tôi thì sao đây, tôi có thể bắt buộc gì ông ta ? Tao nhắc lại, tao không cần ý kiến của mày, hãy làm cho tao việc tao nhờ, đừng nói thêm gì. Nói rồi, cô bỏ đi.

Tôi xuống nhà tắm rửa, giội nước lên người tôi bỗng cảm thấy rét. Tắm xong, tôi lên gác thay quần áo ra đường. Tới lúc này, tôi nhớ ra ông khách và nẩy ý sẽ dọ hỏi ông vài điều nếu tiện. Cái việc của bà cô là việc phải giải quyết. Nhưng giải quyết thế nào đây, đó là việc tôi không tưởng tượng ra được. Tôi xuống nhà, xin phép ông, ra phố. Ông tôi dặn, nhớ về ăn cơm chiều. Tôi nói vâng và ra đường. Tim tôi bỗng đập mạnh khi nhớ tới bà bạn. Nếu có bà ở đây, lúc này, hỏi bà điều gì đó, có lẽ sẽ dễ dàng hơn đối với tôi biết bao. Tôi vẫy một chiếc taxi, vừa ngồi xuống người tài xế đã nói, tết cô lì xì thêm nghe. Tôi nói được, bác chạy dùm tới... tôi mở ví lấy tấm danh thiếp, đọc địa chỉ của ông khách. Người tài xế nói, tôi biết.

Nhà ông khách ở trong một ngõ sâu, phải đi qua mấy đám "bầu cua cá cọp" trẻ con, người lớn xúm quanh la lối om sòm. Tôi phải cúi mặt nhìn xuống đất để đi qua chỗ họ. Nhưng vẫn không thoát. Hình như dáng điệu của tôi lại làm cho họ chú ý. Một đứa nhỏ nói lớn, coi bộ bị tạt át xít bay ơi. Đám đông cười ồ. Một giọng đàn ông la "đánh đi, đánh đi, khui này". Chân tôi muốn ríu lại. Tôi ngẩng tìm số nhà, nếu ông khách đi vắng, tôi phải quay ra ngay và lại đi qua cái đám đông kia thì... Nhà ông khách đây rồi. Tôi giơ tay bấm chuông.

Ở đằng xa tôi nghe tiếng một đứa trẻ la "đến nhà thằng chả". Trong tiếng cười nói của bọn chúng tiếp sau, tôi nghe ra sự tục tĩu và hiểu rằng, trước tôi, đã có nhiều người đàn bà ấn tay vào cái nút chuông đó.

Ông khách mở cửa cho tôi. Cũng như lần thứ nhất tôi tìm đến nhà ông trên Đà Lạt, ông tỏ ra ngạc nhiên khi nhìn thấy tôi. Căn nhà, có lẽ trước là một xưởng in, vì còn lại một chiếc máy in và mấy hộp chữ, tường vách đầy vết mực đen bẩn. Ông khách bảo, đi lên gác. Căn nhà bỏ không khá rộng, bước đi tiếng chân âm vang, không khí ẩm thấp.

Phải leo hai cầu thang nhỏ mới tới chỗ ở của ông. Tôi hỏi, ông ở đây có một mình à ? Ông cười chỉ chiếc ghế chp tôi ngồi bảo, còn ở với ai nữa. Tôi hỏi để lấp sự trống trải và sợ hãi, tết mà ông không đi chơi sao ? Ông chậc lưỡi bảo, ở nhà ngủ. Tôi nhìn thấy trên tường treo hai bức tranh khỏa thân lớn, một bức còn vẽ dở. Thấy tôi nhìn hai bức tranh, ông bảo, của một người bạn đến ở nhờ rồi bỏ lại. Sự hồi hộp vẫn chưa hết, tôi luống cuống không biết nói sao với ông về sự có mặt của mình. Ông gỡ rối cho tôi bảo, cô uống nước đóng chai vậy nhé, nhà không có nước gì khác, dùng hết lại đem đổi cho nhà hàng ngoài ngõ. Tôi nói, không sao. Ông mở phích lấy nước đá bỏ vào ly, mở một chai nước ngọt, rót đưa cho tôi.

Căn gác có cửa sổ nhìn xuống sân các nhà kế cận làm tương hay nước chấm gì đó, có nhiều chum vại, bốc mùi nồng mặn lẫn trong không khí. Ly nước sủi ga bắn ra cả tay tôi. Ông khách hỏi, em về hôm nào? Tôi nói, hôm qua. Bao giờ lên lại trên ấy? Dạ, mùng bốn. Nhân đà câu chuyện tôi cũng nói, tôi tới đây vì có việc cần nhờ ông. Ông khách có vẻ như không để ý đến lời nói của tôi. Ông ngồi sâu vào trong chiếc ghế và bảo tôi lại gần. Tôi không hiểu đó là cách ông nối lại thói quen hay muốn bầy tỏ một cử chỉ âu yếm thực sự đối với tôi. Thấy tôi ngồi yên, ông đứng dậy bước tới nắm lấy tay tôi kéo tôi sang ghế của ông. Đà kéo khiến khi ông ngồi xuống thì tôi ngã theo vào tay ông. Ông cúi xuống hôn rất lâu trên môi tôi. Ông nói, rất vui được gặp em. Tết không có một người thân nào cũng buồn. Đến tuổi ông mà người ta vẫn không sống nổi một mình ư ? Giá anh yêu em thật, giá em yêu anh thật, những giờ phút như thế này có thể gọi là hạnh phúc được không ? Sự suy nghĩ làm giảm nhiệt tình trong tôi. Nhưng chính vào lúc ngọn lửa thực sự yếu mềm đi đó, tôi lại cảm thấy không còn sức chống đỡ nữa. Tiếng reo hò của lũ trẻ và người lớn trong đám bạc ngoài ngõ vọng tới, làm tôi chợt nhớ ra ngày mùng một tết và mục đích tôi tìm đến nhà ông khách hôm nay, đúng hơn là việc bà cô nhờ, tôi định nhờ ông hỏi giúp. Khắp người còn ê chề những cảm giác còn sót, lúc này tôi mới để ý đến cái êm ả của chiếc gối dưới đầu, tôi nép mình vào ông khách, cảm nhận cùng một lúc sự ngây ngất và nỗi bơ vơ. Ông nói, em có mệt thì ngủ đi một tí. Ông nhấc đầu, lấy cái gối của ông, đắp lên người cho tôi, trở dậy đi lấy nước uống. Tôi nhắm mắt nằm nghe tiếng chân ông đi lại, tiếng nút bia bật ra, tiếng nước rót vào cốc và tiếng ông nuốt nước ừng ực. Ánh sáng của buổi chiều ngoài cửa sổ còn chiếu vào căn gác tôi nhìn thấy sau hai mu mắt hum húp đỏ. Tôi chưa nói được gì với ông về việc của bà cô. Bây giờ tôi chợt nhớ ra, rất có thể việc hỏi han này sẽ gây một sự hiểu nhầm giữa ông và tôi. Tại sao tôi không nhân dịp thử xem, nếu cái còn lại xảy ra với tôi, ông sẽ nghĩ sao? Nhưng cuộc chơi này không phải không nguy hiểm. Tôi không thể đoán trước phản ứng của ông sẽ ra sao. Tôi sẽ phải chịu đựng sự tủi hổ, đau đớn nào đây? Tôi gọi ông khách bảo, em có điều này muốn nói với anh. Tôi gọi ông bằng anh, tiếng gọi buột ra khỏi miệng ngoài sư kiểm soát của tôi. Ông trở lại giường nằm xuống cạnh tôi. Tôi nhìn mái tóc điểm những sợi bạc của ông, lòng bỗng xúc động, một thứ tình cảm kỳ lạ giống như sự biết ơn. Đó có phải là cái người ta vẫn gọi là hạnh phúc? Tôi, như thế này, mà là kẻ đang hạnh phúc sao? Tôi thu mình trong sự yên ổn bên cạnh ông khách, cố không làm vỡ cái cảm tưởng mong manh đang có trong lòng, vì tôi biết rằng, lát nữa đây, khi nó tan biến hết, sẽ chỉ còn lại sự trống trải và nhạt nhẽo.

Ông khách hình như đã lơ mơ ngủ, không động đậy.

Tôi không biết làm gì, với tờ báo gấp để trên đầu giường mở coi. Tin và hình ảnh về một cuộc tấn công của Việt cộng vào một đồn quân cách Sài Gòn mấy chục cây số, phía đông bắc, bị phản công, xác chết ngổn ngang, trên chiến trường. Lệnh đông viên của bộ Quốc phòng. Viện trợ của Hoa kỳ. Vụ bắt ghen bằng taxi làm náo loạn một khu phố. Tôi không đủ tâm trí để đọc hết một tin nào chỉ liếc qua những hàng 'tít' lớn. Trang trong của tờ báo có một bài viết phê bình vở kịch mới của ông khách vừa được qua những hàng 'tít' lớn. Trang trong của tờ báo có một bài viết phê bình vở kịch mới của ông khách vừa được xuất bản, tôi đã đọc trên Đà Lạt. Đúng như những hình ảnh và thời sự trên trang trước, bài phê bình đã nêu ra sự xa cách của cuốn sách với thảm trạng đang diễn ra hàng ngày trên đất nước. Tôi định quay lại nói chuyện với ông về lời chỉ trích của tờ báo, nhưng nhìn hai hàng mi ông khép kín dưới vầng trán rộng, phẳng, vẻ mệt mỏi trên khuôn mặt xương xẩu, những sợi râu mọc lởm chởm, đôi con ngươi nổi tròng trong hai trũng mắt nhăn nheo, tôi lại thấy chẳng nên nói gì cả. Tôi có biết gì về ông đâu, giá ông là chồng tôi, và nếu người ta coi cách sống của ông là ích kỷ hay có tội gì đó, hãy cứ đem xử ông, tôi xin làm kẻ xót thương chứ không biết kết án ông thế nào. Dầu sao, đó cũng chỉ là những ý nghĩ thầm kín của tôi, và tôi thấy mừng vì chưa nói với ông điều gì cả.

Tôi cũng chợt nhớ đến một đoạn đối thoại trong vở kịch của ông, người thanh niên đã kể lại ngày còn nhỏ của mình, anh ở gần bến tàu Nam, có những buổi chiều nghe tiếng còi hụ và nhìn chiếc tàu tách bến chạy xa dần quãng sông, anh bỗng thấy bắt đầu nhớ nhà, nhớ dòng nước đỏ đòng đọc sủi bọt, tưởng tới ngày mẹ chết và đã mang máng hiểu ra rằng, cuộc đời sau này chắc sẽ không mấy vui. Không biết cái gì trong tâm hồn đã báo hiệu cho đứa trẻ là anh ngày ấy biết như thế.

Cho đến lúc ra khỏi nhà ông khách tôi không đả động gì với ông về chuyện bà cô. Vấn đề được đặt ra trực tiếp bằng lời nói, khiến tôi càng thấy rõ sự nghiêm trọng của nó. Quả thật tôi không thể trách nhiệm một việc như thế. Cô phải tự mình tìm lấy cách. Cách nào thì ông tôi cũng là người lãnh nhát búa đầu tiên thôi. Ông khách mời tôi đi ăn cơm chiều với ông. Nghĩ ngợi một chút tôi nhận lời dù vẫn nhớ lời ông tôi dặn về ăn cơm ở nhà. Lúc chúng tôi ra đường trời còn sớm. Ông khách hỏi tôi, có muốn đi đâu chơi một lát không ? Tôi nói, tùy ông. Tôi vẫn không thể dùng tiếng 'anh' để trò chuyện với ông. Chúng tôi đón xe về trung tâm thành phố. Không khí tết nhìn thấy rõ trên các con đường nhà nhà đều đóng cửa, người qua lại phần lớn đều mặc quần áo mới, tề chỉnh, nhưng sự buồn nản hình như vẫn vương vất đâu đó trên những bức tường cao quét vôi xám và những cơn gió hâm hấp nóng thổi lùa qua cửa xe. Ông khách nắm lấy ngón tay trỏ trong bàn tay phải của tôi. Tôi nghĩ, nếu đang đi trên đường ông làm thế này, người ta sẽ nghĩ tôi là con gái ông. Hẳn cũng có người cho tôi là vợ hay nhân tình của ông. Từ "nhân tình" dội trong tôi một ý nghĩa kỳ lạ, váng vất. Chắc cũng chẳng ai nghĩ như vậy đâu. Em chỉ đang tự xác định, đúng hơn, em chỉ đang tự kiếm lấy cái chỗ của em bên cạnh anh, em đứng vào vị trí mang tên gì, bên cạnh anh. Có lẽ cái tên gọi ấy sẽ giúp em nhận ra mình chăng ? Nhận ra vị trí của mình bên cạnh người khác, đó là vai trò người ta sẽ phải đóng bao nhiêu lần trong đời người hả anh ? Bỗng ông khách hỏi tôi, lúc nãy em định nói gì ?

Thì ra ông vẫn nhớ. Tôi nói, chuyện không liên quan gì tới chúng ta. Lại thêm một từ nữa làm chấn động tâm hồn tôi. Nhưng câu trả lời cũng trút cho tôi tất cả nỗi canh cánh trong lòng từ lúc trưa. Phải, không liên quan gì tới em. Tôi phải nói như thế, phải chọn thái độ đó, chọn làm người mù và điếc. Tôi vừa nghĩ vừa tưởng tượng tới một mũi dao nhọn tự tay đâm vào bụng, đâm trúng vào giữa cái còn lại nếu nó có đó.

Ông khách đưa tôi tới một trường học, trong có một sân khấu nhỏ, màn nhung đỏ được kéo lên hai bên cánh. Ông nói chuyện và chúc tết người gác cửa trạc độ bốn mươi, mặt dài, có cái mũi khoằm, lông mày rậm, gầy nhom. Bác gác cửa hỏi, tết ông không đi đâu chơi à ? Ông khách cười bảo, không. Rồi ông xòe bàn tay làm hiệu cầm những quân bài hỏi lại : đã khai xuân chưa ? Bác ta gật gật cái đầu tóc rễ tre đáp, lát nữa, bây giờ còn phải để người ta lễ bái, chúc tết bà con đã.

Có lẽ đã quen với sự thường đến đây của ông khách, nên sau khi chào nói vài câu xã giao, người gác cửa bỏ đi về phía cuối hành lang trái sân khấu, rồi biến mất, có lẽ ở đó có cửa thông ra sau trường.

Còn lại tôi và ông khách trong thính đường với cái sân khấu kéo màn bỏ trống, những dãy ghế và hai hàng cột được chiếu sáng bằng mấy ngọn đèn nhỏ. Tôi chưa làm quen được với quang cảnh xa lạ của căn phòng. Tất cả các cửa đều được đóng kín, sư bưng bít, ánh sáng nửa vời và căn phòng được kiến trúc cho vang tiếng, vào lúc không có một tiếng động nào, sư im lặng không có lối thoát tự dội vào nhau, chồng chất thành những mảng bóng tối trong căn phòng. Ông khách bảo tôi ngồi xuống một chiếc ghế trên hàng đầu, ông cũng ngồi xuống một chiếc ghế kế bên, nhìn lên sân khấu. Hai con mắt màu nâu đen của ông nhìn gần, trong suốt. Tôi hỏi, ông thường đến đây sao? Ông bảo, lúc nào thèm kịch tôi đến nhìn cho đỡ nhớ. Tôi lại thầm nghĩ, đến tuổi ông mà ông vẫn không tạo nổi cho mình cơ hội thực hiện ý muốn của mình, ông còn đợi cái gì nữa ? Tôi nói, một nhân vật kịch có khi lại thật hơn cả một người ở ngoài đời. Ông hỏi, sao vậy ? Tôi nói, thì hắn chỉ có thể nói những lời nhất định, không thêm bớt gì được vào đó. Ngoài đời, người ta thay đổi ý kiến và tiếng nói. Ông khách hỏi tôi :

- Em có muốn thử đứng trên sân khấu không ?

Tôi nói :

- Có.

Ông dẫn tôi đi vòng ra phía sau, lên sân khấu.

Tôi rợn người khi nhìn xuống những hàng ghế trống bên dưới, cứng đờ người vì sợ. Ông khách bật những nút điện, ánh sáng trên sân khấu bỗng sáng loá. Tôi có cảm tưởng tôi không còn được che đậy, cảm xúc tênh hênh.

Tôi nói, tôi không làm diễn viên được.

Ông khách tắt pha đèn chói chang, bật một ngọn khác ít ánh sáng hơn. Ông bảo tôi đi về phía cánh gà bên trái. Ông bật một ngọn đèn chiếu thẳng vào chỗ tôi đứng, những ngọn đèn khác được tắt đi. Chỉ còn lại mình tôi với quầng ánh sáng loá mắt. Tôi không còn biết ông khách đứng ở chỗ nào nữa. Anh đèn di chuyển theo những cử động của tôi. Trong góc tối đen của sân khấu tôi nghe tiếng ông khách bảo, em nói thử một câu với khán giả xem nào.

Tôi thấy trò chơi vui vui mặc dầu mình có vẻ vô ý thức.

Tôi nói với hàng ghế bên dưới :

- Không có ai ở đây sao ?

Tiếng ông khách từ trong góc tối :

- Hãy nói về bầy ngựa, nếu cô biết gì về chúng.

Tôi nói :

- Chúng bị bịt mắt và chỉ nhìn thấy con đường trước mặt. Chúng tưởng mặt trời ở dưới đất và vũng nước ở trên cao.

Tiếng ông khách :

- Bịa thêm một tí nữa.

Tôi nhắm mắt bảo :

- Con đường nó nhìn thấy cũng không phải là con đường thật vì nó bị cái mõm quá dài và to che khuất.

Có tiếng cười của ông khách.

Tôi nói :

- Xin tắt đèn đi. Không rỡn nữa.

Tôi cảm thấy bải hoải thực sự. Tôi nhìn xuống sàn gỗ dưới chân. Hai mũi giầy của mình lấm bụi. Ánh đèn vẽ một vòng tròn gãy, một nửa trên cánh gà bằng vải màu xám, một nửa dưới sân khấu.Tôi đứng trong cái vòng tròn ấy. Tôi muốn ngồi xuống, nằm xuống đấy, như nằm xuống một lỗ huyệt. Trò chơi kéo dài khiến tôi bối rối, mạch máu hai bên thái dương đập mạnh. Tôi ngửng đầu nhìn thẳng về phía pha đèn. Ánh sáng làm tôi tối tăm mặt mũi. Ông khách vội quay đèn sang bên cạnh, sau đó tắt đi. Trong một giây cả căn phòng như đặc sệt lại trong bóng tối. Ông khách nói, cứ đứng im đó để tôi bật đèn thường lên hãy đi, không có ngã. Tôi nói, không cần bật lên vội, để em nói với anh điều này. Im lặng.

- Em có đứa con trong bụng. Anh có muốn xem mặt nó không ?

Tôi nói và nghĩ, bây giờ vở kịch mới bắt đầu. Vở kịch không được dàn xếp trước, không có lớp lang, mở đầu bằng "sen" cuối cùng. Anh đứng đó, không thể đạo diễn mà phải giải quyết.

Một cách giải quyết nhất định. Không thể bịa đặt. Không thể bỏ lửng. Không viết thêm được một dòng nào. Không liên quan gì tới bầy ngựa hay nghệ thuật. Tôi thấy, tôi nghe thấy sự im lặng chết đứng trong góc sân khấu. Rồi ở đó có que diêm được bật lên Ông khách cúi mặt đốt điếu thuốc và vẩy tắt que lửa.

Tôi chợt cảm thấy lạnh giá khắp người. Tôi nhìn thấy đốm than đỏ cháy lên bên kia khoảng cách. Trò chơi biến tôi thành con hề. Một con hề không làm ai cười. Sự im lặng này có nghĩa là gì hở anh ? Đó là giá cuộc vui của chúng ta chăng ?

Tôi nghe tiếng ông khách nói rất dịu dàng và bình tĩnh :

- Đi lại đây với anh.

Tôi lần theo tiếng nói, lần theo tàn lửa, đi lại phía ông.

Tôi cố tình áp mặt cho chạm vào đầu điếu thuốc. Tàn lửa cháy xèo trên da mặt. Tôi cắn răng không kêu, nhưng không thể ngăn mình khỏi khóc. Ông khách hốt hoảng buông mẩu thuốc ra khỏi tay, hỏi :

- Em có sao không ?

Tôi òa khóc.

Ông ôm lấy tôi, chờ cho tôi hết cơn nức nở, mới với tay bật ngọn đèn nhỏ trên sân khấu.

Anh sáng trở lại bình thường.

Tôi không muốn kéo dài vở kịch nữa nên nói luôn :

- Em nói đùa đó, không có gì đâu.

Ông khách nhìn tôi dò xét, xem chừng tôi nói thật hay giả. Ông nói :

- Vết bỏng giộp lên đây này.

Tôi gục đầu vào vai ông bảo :

- Không sao.

Đằng sau câu nói ấy, tôi nghe một tiếng reo mừng của chính mình, đồng thời tôi cũng nghe một sự giập vỡ trong tôi một cái hạt nhỏ, rất nhỏ, nhưng là một đầu mối nào đó trong trí não, làm đầu óc sa sầm và chân muốn khuỵu xuống. Tôi biết rằng, sau lần này tôi khó còn có thể gặp lại được ông.

4

Buổi tối, tôi về nhà, may, ông tôi sang nhà một ông chú đánh bài, nên tôi không phải nói dối vì bỏ lỡ bữa cơm chiều. Tôi tắm rửa, thay quần áo, ăn qua loa rồi ra nằm trên chiếc võng ngoài thềm. Đêm trời đẹp, nhiều sao, hàng xóm đều thắp đèn sáng. Sương mù và những đám khói hoá vàng cùng hương thắp trên các bàn thờ tạo cho cho không khí một vẻ đầm đầm ngây ngất. Gió thổi trên ngọn cây trứng cá rung những cành lá nõn. Tôi thấy nhớ bà bạn trên Đà Lạt và thèm hút một điếu thuốc. Tôi vào nhà lấy một điếu thuốc trong hộp để trên bàn khách, châm bằng lửa của ngọn nến trên bàn thờ, rồi trở ra nằm lại trên võng.

Bà cô từ trong nhà ra hỏi, công việc tao nhờ có làm được không? Điếu thuốc tôi cầm cháy tới gần tay làm nóng. Lúc ấy tôi mới nhớ lại vết bỏng trên mặt và nhớ luôn ra lúc ở trong buồng tắm tôi có cảm tưởng mình đã quên một điều gì không làm, đó là việc coi và bôi thuốc cho vết thương. Tôi nói, tôi cũng muốn hỏi cho cô, nhưng không biết hỏi ai. Cô nói, mày cố tình không làm cho tao phải không ? Tôi nhắc lại lời đã nói với cô, tôi sợ, tôi không trách nhiệm nổi việc ấy và đề nghị cô nên nói thật với một chú nào trong nhà rồi nhờ chú giải quyết cho. Cô tức phát khóc, giang thẳng cánh tát vào mặt tôi. Tôi có thể tránh nhưng tôi không tránh. Cô rít hai hàm răng gọi tôi là "con đĩ", rồi cắm đầu chạy về phòng.

Tôi ngồi lại, ngả lưng xuống võng, ngửa mặt nhìn trời, trời rất nhiều sao, sao lấp lánh sau những cành lá của cây trứng cá, hút hết điếu thuốc, một bên má rát vì vết bỏng, bên kia vì cái tát của bà cô. Hơi đêm mát như một thứ kem mỏng thoa trên da thịt. Tôi nghe tiếng tí tách của mạch nước nhỏ giọt trong giếng, có cảm tưởng như tâm hồn tôi cũng lớn lên đen tối và ẩm ướt như lòng cái giếng đó.

Sáng mùng hai, tôi chợt nẩy ý muốn về thăm mẹ tôi.

Tôi xin phép ông tôi để đi.

Yên lặng một giây ông bảo :

- Ừ con đi đi.

- Tôi nói, mai con sẽ về sớm để mốt đi làm.

Ông tôi dặn :

- Phải cẩn thận, ông nghe nói vùng ấy dạo này không được yên, có đánh nhau luôn.

Tôi thưa :

- Chắc không có gì đáng ngại đâu ạ.

Tôi định đứng dậy sửa soạn hành lý thì nghe ông tôi hỏi, giọng đắn đo :

- Con có muốn xuống đó ở hẳn với mẹ mày không ?

Tôi nhìn ông ngơ ngác nói :

- Con không hiểu rõ ông định bảo thế nào, nhưng giá có muốn con cũng không ở lại với mẹ con được, còn dượng con, còn lũ trẻ.

- Chuyện đó không dàn xếp được sao, nếu con muốn ở gần mẹ mày...

- Con đã gặp dượng ấy, chắc việc này không xong ông ạ.

Trong khi nói, tôi mường tượng lại khuôn mặt dượng ngồi trước mặt mẹ tôi trong bữa cơm tôi ăn ở đó. Tôi biết chắc rằng sự phỏng đoán của tôi không sai. Trước mắt dượng, tôi nhắc nhở việc làm bất chính của dượng và mẹ tôi. Trước mặt tôi, mãi

mãi cuộc chung sống của hai người chỉ là một cuộc ngoại tình kéo dài. Đó là sự khó khăn chúng tôi phải đóng kịch để che giấu nếu ở gần nhau. Đời nào dượng chịu như thế. Cũng đời nào tôi chịu như thế.

Ông tôi bảo :

- Việc khó đấy, nhưng nếu mày muốn được ở gần mẹ mày thì phải cố mà làm chứ.

Tôi nói :

- Sự cố gắng ấy e quá sức con.

Rồi tôi tiếp một câu khá chua chát rằng :

- Con xin được ở lại với ông, trừ khi cả ông cũng không muốn nhận con nữa thì khác.

Giọng ông tôi có vẻ buồn :

- Ông nói thế vì ông nghĩ thương con, chứ ông còn sống đây, ông không muốn một đứa nào phải ra khỏi cái nhà này. Hãy nhìn việc mà lo lấy thân.

Tôi muốn nói với ông, rồi khi ông không còn nữa thì sao ạ, nhưng tôi không nói. Con đường của tôi coi như đã được vạch sẵn, hệ lụy cũng chẳng còn bao nhiêu, nhẹ thôi.

Tôi muốn nói với ông tôi chuyện bà cô, nhưng cuối cùng cũng lặng thinh luôn. Bằng cách này hay cách khác, rồi ông cũng sẽ biết thôi. Biết rồi, ông sẽ ra sao đây? Ông ra sao thì tôi làm được gì ? Đôi khi người ta đành phải nhắm mắt sống vậy.

Thấy tôi không nói gì nữa, ông tôi bảo, lo sửa soạn đồ đi.

Tôi xếp lại quần áo trong chiếc va ly nhỏ trong lúc đầu óc lao đao như bị nhồi trên sóng.

Lúc tôi ra tới bến xe nắng đã cao. Tôi chợt nhận ra cái điều kỳ lạ này, kể từ khi tạm gọi là bắt đầu sống đời mình, tôi đã mấy lần đi ra đi vào các bến xe. Còn bao nhiêu lần như thế nữa? Còn chuyến xe này nữa, sẽ đưa tôi tới đâu hay cũng chỉ chạy quẩn quanh ? Người ta sắp cho tôi ngồi cạnh một bà Tầu già, khiến tôi nhớ lại hình ảnh người đàn bà Tầu ngồi giặt bên máy nước công cộng, lúc mẹ tôi đưa tôi ra bến xe, lần tôi về thăm bà trước. Dĩ vãng được lập lại bằng những hình ảnh tương tự làm tôi rùng mình.

Xe mở máy chạy, tôi phơi mặt ra ngoài nắng. Mặt trời xoay tròn trên cao theo những khúc quẹo của xe ở các ngả rẽ trong thành phố. Một vài sự thay đổi trên những căn nhà hai bên lề đường. Những bụi cây, bãi cỏ, trường học đóng cửa nghỉ tết, những thửa ruộng nước bắt nắng hắt từng chùm ánh sáng như những mũi kim chọc vào mắt nhìn, gió thổi làm thành những lớp sóng xanh trên các ruộng lúa và reo ào ào trên cửa xe.

Tới bến bắc, tài xế mời hành khách tạm rời chỗ để cho xe xuống phà.

Bên kia sông là đồn trại của chàng. Sau dẫy mái nhà và quán nằm dọc theo mặt lộ kia, nơi có những vòm lá xanh và những ngọn dừa đó, có một cây dừa mọc ngoài cửa sổ căn nhà của hai vợ chồng người thiếu úy, nơi tôi đã để lại đời con gái của mình.

Đứng trên phà tôi nghe người ta nói lao xao, đêm rồi ở đây đã xẩy ra một trận đánh.Trong cái doanh trại phía xa kia còn có những đám khói. Tim tôi như bị một bàn tay vô hình lạnh buốt bóp lại. Phà cập bến. Trên đường, xe cộ ứ đọng, người qua lại ngơ ngác. Qua những câu thăm hỏi, trò chuyện thoáng nghe được trong các hàng quán mọi người có vẻ vẫn còn chưa hết hốt hoảng. Tôi thắt ruột khi nghĩ, không biết số phận chàng ra sao. Tôi không dám hỏi, không dám nhìn, không dám tưởng tượng ra điều gì.

Tôi không biết đến cả tên chàng làm sao dọ hỏi ?

Tài xế giục mọi người lên xe để tiếp tục chạy. Người ta hỏi thăm các chiếc xe từ dưới lên xem đoạn đường còn lại có gì nguy hiểm không ? Những câu trả lời cho biết đường có thể đi được. Ngồi trên xe để chờ mọi người lên đủ, tôi nhất định không quay nhìn về phía đồn chàng. Tôi nhìn xuống cái rãnh nước đen đầy rác rưởi, bã mía, rồi lần theo đám ruồi nhặng kiếm lại căn nhà xưa. Tôi phải cố đoán, vì ở đấy, các căn nhà gần giống nhau, lúc được đưa vào tôi bị ngất, lúc đi ra tôi không dám nhìn lại, nên chỉ nhớ mơ hồ. Cây dừa làm mốc, giờ hẳn đã cao hơn, và có cả chục cây trồng gần nhau, tôi không thể phân biệt cây nào là cây tôi đã nhìn thấy ngoài cửa sổ ? Xe chuyển bánh tiếp tục chạy. Tôi vẫn cố không quay nhìn đồn quân của chàng. Có lẽ chàng chẳng còn nhớ đến tôi. Tuổi con gái tôi trao cho chàng cũng bí mật như đêm khuya, chắc đã trôi qua đời chàng như ngàn đêm khác, chỉ mình tôi còn nhớ. Xe chạy đã khá xa. Tôi thầm nhủ, tôi sẽ tới tận nơi hỏi thăm tin chàng lúc trở về. Bây giờ, tôi phải quên đi những gì liên quan tới chàng, để được an tâm gặp lại mẹ tôi.

Nhớ lại lần gặp bà trước đây, tôi đã sống như trong một giấc mơ, đến khi ra khỏi rồi, tôi vẫn không phân biệt được những cảm xúc của mình. Trong những giờ phút ở gần bà, lúc nào tôi cảm thấy như cổ nghẹn nước mắt. Lần này tôi muốn được tỉnh táo nhìn cho rõ số phận của mình.

Xe đò vào bến. Tôi xách va ly đi bộ tới nhà mẹ tôi.

Hai bên hàng phố thiên hạ còn đóng cửa ăn tết. Ở một vài chỗ, người ta bầy cả đồ cúng ra ngoài hè đường, đốt hàng chục cây nến đỏ nhỏ, thắp hương la liệt.

Tôi đến nhà đúng lúc mẹ tôi tiễn mấy người khách ra cửa. Trông thấy tôi bà sững người mừng rỡ. Bà xách va ly cho tôi, kiểu từ khách, kéo tôi bước vội vào trong nhà.

Tôi nói, con xuống thăm mẹ, mai con về.

Mấy đứa em nhỏ xúm quanh nghếch mắt nhìn tôi. Tôi cầm tay, vuốt tóc chúng thay cho lời chào hỏi, vì chẳng biết nói gì. Mẹ tôi hai mắt đỏ hoe. Trên mặt bà, trên trán, hai bên mép và hai đuôi mắt, các vết nhăn đã hằn sâu. Những vết nhăn ấy làm tôi cảm thấy xa lạ hẳn với bà. Người mẹ, đúng hơn, cái tiếng gọi thảm thiết đó trong tôi, chưa hề bao giờ tôi mường tượng ra cùng với những nếp nhăn ấy. Thành thử bây giờ, tôi phải tập nhận nó gắn liền với khuôn mặt bà, tập nhận bà như thế. Mẹ như thế. Mẹ tôi như thế đó. Tôi hỏi, dượng đi vắng hả mẹ? Mẹ tôi nói, ừ, dượng đi đáp lễ mấy người bạn đến chúc tết nhà hôm qua. Sau đó, bà hỏi tôi về sức khoẻ, công việc học hành. Bà có vẻ ngạc nhiên khi tôi nói tôi đã đi làm được gần một năm rồi. Con đi làm rồi à? Sao con không cho mẹ biết ? Mẹ tôi vừa nói, vừa hỉ mũi vừa lau nước mắt. Bà cũng hỏi thăm về ông tôi, về các cô, các chú. Tôi trả lời bà và tự nhiên thấy nghi ngờ những tình cảm tích lũy của tôi đối với bà từ bao nhiêu năm nay. Một điều lạ lùng nữa là tôi có cảm tưởng, nếu muốn, tôi có thể nhìn bà như bất cứ một người đàn bà nào khác đang khóc trước mặt tôi. Tựa những giọt nước mắt của bà không liên hệ gì đến tôi.

Tôi lạnh lùng đến thế sao?

Tôi nhìn xuống tấm áo lụa mỏng mặc nhà của bà và tưởng tượng, ở đằng sau vạt áo ấy, dưới làn da bụng của bà, đã có những tháng dài tôi nằm trong đó, và tôi ghê gai khắp người. Nhưng cũng trong giây phút ấy, tôi nhận ra, tôi hoàn toàn thuộc về bà, không thể nào có sự cắt rời giữa chúng tôi. Mẹ tôi hỏi, ông nói sao về việc con đi làm ? Tôi nói, con tự ý quyết định việc này. Ông cũng già quá rồi. Tôi nhìn những bàn ghế tủ giường chung quanh, màu gỗ nâu đánh véc ni bóng, những chiếc ly lớn nhỏ trong suốt hay có vẽ hình, xếp trên một tấm khăn trắng thêu thủng lỗ trong tủ. Căn nhà thấp và hơi nhỏ, ánh sáng lại được che bớt bằng những màn cửa trở nên tối. Sự yên ắng của khu phố tỉnh lỵ tạo cho nó vẻ êm đềm, và sự êm đềm này làm cho đầu óc tôi dịu xuống.

Bữa cơm chiều lại diễn ra như lần thứ nhất tôi đến đây, chỉ khác trong nhà có mùi trầm hương và ngoài phố không có những tiếng động nặng của công việc. Không khí nhẹ và lơ lửng. Dượng tôi trở về nhà với bộ mặt đỏ ửng vì rượu.

Dượng hỏi, con vừa tới sao ? Tôi nói, vâng. Dượng cũng hỏi tôi về việc học hành. Tôi nói cho qua, dạ con vẫn tiếp tục. Dượng húp một muỗng canh, quay sang phía mẹ tôi bảo, hơi mặn. Mẹ tôi dịu dàng bảo ông hãy ăn món bóng. Bên ngoài cửa sổ, đêm và hoàng hôn trộn lẫn thành một màu đen nhợt nhạt. Tôi nghĩ, tôi phải làm một cuộc tách rời khỏi mẹ tôi. Để cho tôi và cho bà có thể yên thân tiếp tục đời mình. Đằng nào thì ba tôi cũng đã mất, chẳng còn sự liên hệ nào giữa hai người.

Đêm tôi nằm thao thức không ngủ được. Giường nệm, gối chăn, nhà cửa đều xa lạ. Gió thổi từng cơn nhẹ, những vì sao giống như những con mắt chết cứng ngó xuống sau màn mây xám than đều đặn trải rộng như thẩm lưới trên cao. Tiếng những con dơi đập cánh kiếm mồi sà vào sát khung cửa sổ rồi vụt bay đi xen lẫn tiếng chó sủa, tiếng súng nổ ở xa.

Khuya, tôi trở dậy xuống vườn sau nhà ngồi. Chiếc ghế gỗ ẩm sương và cây lựu trên đầu quệt những chiếc lá ướt vào mặt. Có lẽ mẹ tôi cũng không ngủ được, nên nghe tiếng chân tôi xuống vườn, một lát tôi thấy bà ra theo. Tôi hỏi, mẹ không ngủ à ? Bà ngồi xuống sát bên tôi bảo, mẹ nghe tiếng chân con ra đây. Trời lạnh làm tôi nhớ tới bà bạn trên Đà Lạt. Tôi kể chuyện bà bạn với mẹ tôi. Tôi nói và cầm lấy bàn tay bà. Bà quàng tay ôm lấy vai tôi. Những ngón tay bà quả đã bắt đầu khô, nhăn. Hơi ấm của người bà truyền sang tôi cùng với một mùi vị đặc biệt, cái mùi của mẹ, tôi đã không được ngửi thấy từ bao nhiêu năm. Ngày còn bé, khi mẹ tôi mới bỏ đi, nhiều đêm tôi đã khóc vì nhớ cái mùi đó, cái mùi đã cho tôi những giấc ngủ êm đềm. Từ khi tôi không còn ngửi thấy nó, tôi cũng mất luôn những giấc ngủ ngọt ngào, buổi sáng thức dậy luôn thấy sợ hãi, cho đến ngày tôi đủ trí khôn thì tôi biết, nó là cái mùi của mẹ tôi, tôi thiếu cái mùi ấy chứ không phải thiếu ngủ.

Mẹ tôi nói, con đừng buồn, con biết là mẹ bây giờ không làm gì cho con hơn được. Tôi không biết bà định dùng tiếng "hơn" để chỉ cái gì. Nhưng tiếng nói của bà làm tôi bồi hồi. Lạ một điều là trong khi nghe bà nói, tôi lại cố sức tập trung trí óc để nghĩ tới bà bạn. Tôi có cảm tưởng, khi nghe tôi nói về bà bạn vừa rồi, bà cũng đã nghe bằng đôi tai tương tự.

Tôi hỏi, Dượng có thương má không ? Mẹ tôi nói, việc đó đến bây giờ có gì quan trọng nữa đâu ? Tôi nói, mẹ sống yên vui là được rồi. Mẹ tôi bảo, thôi vào ngủ đi con. Mẹ tôi đưa tôi về phòng, đỡ cho tôi nằm xuống giường.

Tôi nói nhỏ với mẹ tôi, mẹ hãy hôn con một cái trên cái vết nám, hôn và đừng sợ.

Mẹ tôi cúi xuống hôn tôi và bà khóc nức.

Tôi bảo với bà, mẹ đừng khóc, đây là lần đầu tiên con nói tới nó mà không thấy tủi thân.

Mẹ tôi lấy tấm chăn mỏng, kéo đắp lên ngực cho tôi.

Bà lần tháo chiếc nhẫn đang đeo trên tay, tròng vào tay cho tôi bảo, mẹ cho con cái này, con mang để nhớ mẹ.

Sáng hôm sau tôi trở về Sài Gòn. Tôi xin mẹ tôi đừng đưa tôi ra bến xe làm gì. Dượng tôi bảo, sao không ở lại chơi vài ngày. Tôi nói, con bận việc. Mẹ tôi nói thêm, nó đã đi làm trên Đà Lạt. Dượng nhìn tôi bảo, xoay sở được một mình vẫn hơn. Tôi hôn mấy đứa em nhỏ trước khi đi. Mẹ tôi hình như cố không tỏ ra bịn rịn. Khi tôi bước ra khỏi cửa mẹ tôi liền đóng lại. Tôi quay nhìn chỉ trông thấy bóng bà rất mờ sau khung kính cửa và bức màn che màu xanh. Tôi có cảm tưởng rằng, vẻ âm thầm và luôn luôn được che kín của căn nhà phản ảnh phần nào tâm hồn mẹ tôi.

Trời vần vũ mây, nhưng ở nhiều quãng vẫn có nắng.Hôm nay là mùng ba rồi. Phố xá trở lại sinh hoạt bình thường. Mưa bụi lất phất bôi nhòa các ngọn cây trên cao. Tôi bước đi một nửa vui tươi, một nửa lòng thổn thức. Tôi đi qua mấy chiếc ghế đá trong một công viên nhỏ, gió thổi những tầu lá cọ reo phần phật. Các hàng, quán gần như đã mở cửa hết. Chợ họp đông , tiếng ồn ào vọng rất xa. Chiếc va ly nặng trên tay làm tôi nhớ tới ông khách.

Nhưng bến xe trước mặt nhắc tôi ý định tới bến bắc sẽ tìm tin tức chàng. Tôi định chọn đúng chiếc xe đã đi lần trước, nhưng không thấy đâu, tôi leo lên chiếc xe đã mở máy sắp khởi hành. Tôi cố không nghĩ tới mẹ tôi, cho tinh thần khỏi bị xáo trộn. Tôi quyết định khi xe tới bến bắc, sẽ vào tận trại hỏi tin chàng nếu cần. Nhưng, tôi không biết tên chàng, làm cách nào để hỏi đây ?

Xe bắt đầu chạy. Tôi nhìn về phía nhà mẹ tôi, lòng thầm gọi, mẹ ơi, mẹ ơi, và nước mắt muốn chảy ra. Cũng may chiếc xe chạy rất mau, đúng như mong ước của tôi, cho càng xa tầm ảnh hưởng cửa bà càng hay. Tôi ngồi tựa đầu vào thành cửa xe, đường xóc, xe nẩy làm đau trán. Tôi cảm thấy khắp người bải hoải, có lẽ vì mấy đêm liền thiếu ngủ. Ở bến bắc, xe dồn thành hàng dài. Người tài xế dừng xe bảo với hành khách, cô bác xuống uống nước chơi, chắc phà cả tiếng mới sang được. Tôi lại thấy mừng vì nghĩ, sẽ có đủ thì giờ để đi dọ hỏi tin tức của chàng.

Tôi xuống xe, đi thẳng tới đồn quân, nhưng bị mấy người lính chặn đường không cho lại gần. Tôi phải nói một cách khó khăn để cho người lính hiểu, tôi muốn tìm chàng. Người lính hỏi, ông ấy tên gì ? Chức vụ gì ? Tôi nói, tôi không biết. Nhưng ông ấy hơi cao, gày da ngăm ngăm đen. Người lính bực mình gắt, thế thì ai biết đằng nào mà lần, lính ở đây ai không đen. Sau đó anh ta hỏi, kiếm ông ấy có việc gì ? Tôi nói tôi là người nhà. Người lính quát lên "Người nhà mà không biết tên, Việt cộng hả?" Việt cộng ?

Tôi đâu ngờ sự việc lại đi xa đến thế. Nhìn cái quanh cảnh đổ vỡ, tan nát của trại, tôi thông cảm sự nghi ngờ của anh ta. Người lính làm om xòm và đòi bắt tôi.

Nhiều quân nhân khác trên đồn chạy tới. Họ nói đi nói lại với nhau, cuối cùng, họ dắt tôi lên đồn để xin ý kiến của cấp chỉ huy. Tôi tê điếng người nhiều hơn sợ hãi. Họ đưa tôi vào một căn lều. Ở đó có một người thiếu úy cũng mặc đồ tác chiến như những người lính khác.

Sau khi nghe báo cáo sự việc, ông gật đầu bảo, được rồi hạ sĩ cứ để cô ấy đấy cho tôi.

Người hạ sĩ đứng nghiêm chào người thiếu úy trước khi quay ra. Người thiếu úy mời tôi ngồi xuống chiếc ghế trước bàn ông, trên bàn đầy giấy tờ và một chiếc máy truyền tin nhấp nháy đèn.

Ông hỏi tôi :

- Chị không nhận ra tôi sao ?

Nghe ông hỏi, tôi giật mình ngước lên nhìn. Quả thật lúc này tôi thấy ông quen quen, nhưng không thể nhớ ra ai.

Sau đó ông nói cho biết, ông có học chung với tôi năm đệ

229

nhất. Ông bị động viên và hiện đóng ở đây. Rồi ông hỏi tôi đến tìm ai và có việc gì ?

Tôi kể lại lần về thăm mẹ tôi trước đây và trường hợp tôi bị ngất và được chàng đưa vào ngủ nhờ trong nhà một người thiếu úy nào đó, lúc rời khỏi tôi không có dịp hỏi nên cũng không biết tên, chỉ biết anh ấy đóng quân ở đây.

Người thiếu úy cười bảo :

- Thì ra người con gái anh ấy kể với tôi là chị.

Ông nói thêm :

- Căn nhà chị ở lại đêm đó là nhà tôi.

Người tôi như bị lửa đốt sau mỗi câu nói của anh, đầu óc thất thần, gần như tôi không còn phân biệt được ý nghĩa những lời nói của anh nữa. Tôi ngồi như một cái xác không hồn.

Câu hỏi đầu tiên thoát ra khỏi cổ họng tôi là :

- Thế anh chị… vẫn ở đó chứ ?

Người thiếu úy nhìn tôi cười bảo :

- Vâng. Nhưng hiện nhà tôi về Sài Gòn sinh cháu.

Tôi nghe người thiếu úy nói và dần dần lấy lại ý thức, thật sự thấy nhen trong lòng một nỗi vui mừng cho vợ chồng anh.

Thế còn chàng ? Chàng có làm sao không ?

Đó là câu hỏi tôi muốn biết bao được nghe câu trả lời, nhưng chưa làm sao thốt ra được. Tôi cười với người thiếu úy, nuốt sự nghẹn ngào xuống ngực, giơ tay làm một cử chỉ cố biểu lộ ý muốn hỏi về chàng. Nước mắt tôi chảy ra trên má. Người thiếu úy, bằng một giọng bình thản cho tôi biết, chàng đã được đổi đi một nơi khác cách đây mấy tháng rồi.

Anh dừng lại nhìn tôi giây lát như để dò xét phản ứng của tôi. Thấy tôi không nói gì, anh tiếp, chị có muốn biết địa chỉ của anh ấy, tôi sẽ hỏi dùm cho.

Tôi nói, cám ơn anh, không cần.

Anh hỏi lại, vậy chị có cần gì khác không ? Tôi hỏi xin địa chỉ nhà hộ sinh, tên vợ của anh. Tôi nói, tôi muốn cảm ơn anh và chị ấy. Và tôi thầm nghĩ, anh hiểu vì sao chứ ?

Người thiếu úy ngần ngại một giây rồi làm theo lời đề nghị của tôi. Anh còn nhờ tôi nhắn lại với vợ anh có lẽ phải hết tuần này anh mới về được.

Tôi cảm ơn anh, đứng dậy để trở lại bến xe.

Người thiếu úy đứng dậy theo bảo, để tôi đưa chị ra kẻo mấy người lính của tôi họ lại hỏi lôi thôi.

Ra tới cổng, người thiếu úy dừng lại chỗ mấy người lính gác, chờ cho tôi đi ra ngoài rồi, quay qua nói với họ điều gì đó, chắc là giải thích chuyện của tôi, nhưng tôi đã đi khỏi nên không nghe thấy.

Chiếc xe đò của tôi vẫn còn đó và đang chuẩn bị xuống phà, tôi mừng quýnh, nhập vào đám hành khách.

Chàng đã rời khỏi đây, đổi đi một nơi khác ?

Tại sao tôi từ chối không muốn biết địa chỉ của chàng ?

Có lẽ vì tôi sợ, nếu biết, sẽ có lúc tôi không tự ngăn cản được mình đi tìm. Em sẽ nói thế nào với anh khi gặp. Nếu anh lại có vợ con rồi, sự có mặt của em càng tệ hại hơn nữa. Tưởng tượng làm chi cho mệt. Hãy chấm dứt ở đây. Không, mọi sự đã chấm dứt ngay sau cái đêm kỳ lạ đó. Phải không anh ?

Chiếc bắc đã ra đến giữa dòng. Gió thổi rất mạnh. Sông cuồn cuộn sóng. Chiếc bắc kéo còi báo hiệu cập bờ. Mọi người lại lục tục kéo nhau lên xe của mình. Xe chạy tiếp, qua mấy phố nhỏ vào đường trường, hai bên là những ruộng đồng, làng mạc. Trời dầy đặc mây đen., gió đầy hơi nước. Tôi lấy khăn lau mặt, mới hay trên mặt có ngấn nước mắt. Tôi nhìn thấy một căn nhà lẻ loi giữa cánh rừng bên đường, có một vườn mận chín đỏ.

Người ta nói thật hay nói dối hả anh ?

Anh còn sống hay anh đã chết ?

NGUYỄN ĐÌNH TOÀN

TRO THAN

Đồng Nai
Xuất Bản 1972

Trả tiền cuốc xe xong, Hóa xách vội chiếc va-ly cắm cúi bước vào trong ngõ. Trên lối đi lổn nhổn gạch đá, đất đỏ ướt, mưa còn để lại từng vũng nước trên các chỗ trũng. Trên mặt tường loang lổ kéo dài sâu theo lối ngõ, Hóa vẫn còn nhìn thấy những khẩu hiệu cổ động cho một cuộc bầu cử đã xa, những ngày Hóa đang còn học Trung Học, được quét lên một lần vôi, và trên lần vôi mới đó, lại có những hàng chữ cổ động cho một cuộc bầu cử vào tháng tám sắp tới. Người ta đã chồng chất các công việc lên nhau và đã tạo ra những tình thế tương tự, càng ngày lại càng có vẻ nặng nề hơn.

Tránh một vũng lầy trên lối đi, lúc đó Hóa mới ngước lên nhìn lại khu xóm cũ. Chỉ trong có mấy năm, từ một xóm nghèo nàn, thưa thớt, nhà cửa bỗng mọc lên như nấm. Cái Tết Mậu Thân quả thật đã ảnh hưởng lớn lao đến mọi người. Cuộc đốt phá, giết tróc không làm giạt người ta đi, lại làm tụ lại đông hơn nữa, trên những vết tích khủng khiếp. Đó là một điều trái ngược, và điều trái ngược ấy có phải có nghĩa như là, một chỗ nào khác hẳn đã tan nát hơn hay đã mất hẳn không còn ai nữa ?

Nhà cửa cất không hàng lối, bất cần phương hướng, bằng bất cứ vật dụng gì có thể che mưa che nắng và làm cho chỗ ở trở thành kín đáo, đều được người ta đem dùng, hiển nhiên là người ta chỉ cần một chỗ ẩn thân. Tuy nhiên, xen vào giữa những mái nhà lụp sụp, xiêu vẹo đó, những gì người ta dựng lên để che mưa che nắng, nhưng có thể chẳng che được bao nhiêu kể cả hai thứ đó, vẫn có những căn lầu bảnh chọe được cất lên. Ở đâu và lúc nào cũng vẫn luôn luôn có những kẻ giầu có và may mắn hơn những người khác một cách khó hiểu như vậy.

Tết Mậu Thân mặc dầu được nghỉ học dài dài và nhận được thư bố cho biết tình cảnh bi đát ở nhà, Hóa nhất định không về. Về làm gì ? Tôi có thể làm được gì trong tình cảnh đó ? Ngay cái việc tiếp tục học cho hết mấy năm sư phạm còn lại đã là một cố gắng hết sức mình rồi. Hóa đã phải vừa đi học vừa đi làm, dạy học, bán hàng, bồi bàn, nghĩa là làm bất cứ việc gì có thể làm, để mong kiếm được tiền trả tiền ăn, ở và may mặc sơ sài. Và Hóa đã làm xong được cái việc đôi ba phen tưởng chừng đến phải bỏ dở. Về để giương mắt nhìn cái cảnh khốn khổ đó à ?

Trong kỳ thi ra trường, sau khi biết chắc mình đã đậu, Hóa trở về phòng trọ, đóng cửa, khóc trọn một buổi chiều.

Người bạn cùng lớp và ở chung với Hóa trong mấy năm học, thấy vậy, đã ngạc nhiên hỏi :

- Chi vậy, Hóa ?

Mãi đến tối, Hóa mới mỉm cười trả lời câu hỏi của bạn :

- Khóc cho nó hả.

Thực ra, Hoá phải thú thực, làm được đến đó nàng đã mệt lả. Đậu xong được hai cái tú tài, gia đình nàng đã rơi vào tình trạng gần như kiệt quệ. Cha nghiện hút đã nằm bẹp một chỗ từ lâu, tất cả sư chi tiêu trong gia đình trông cậy vào bàn tay người mẹ kế. Hoá đã phải tự kiếm thêm tiền ngay từ lúc mới đậu Trung Học Phổ Thông bằng cách day kèm mấy đứa trẻ trong xóm. Đến lúc hết Trung Học thì chính ông bố đã quyết định bắt nàng phải đi làm.

"Mày không giúp ba thì nhà này còn có ai nữa. Các em nó còn nhỏ cả".

"Nhưng con còn muốn học thêm mấy năm nữa. Tốt nghiệp Đại Học rồi hy vọng có thể làm được việc gì khá hơn chăng. Chứ bây giờ con ra đi làm thì rồi suốt đời cũng chỉ đến làm một chân thư ký quèn thôi".

"Mày không đi làm thì nhà này còn ai đi làm. Học được như thế cũng là phúc lắm rồi".

Hoá muốn nói với bố, không phải chỉ có phúc không đâu. Con đã cố gắng hết sức để được như vậy. Có lẽ ba chẳng khi nào để ý để hiểu, hay ba chỉ hiểu một cách lờ mờ, thế nào là một đứa con gái lớn như con, suốt đời lúc nào cũng chỉ có hai chiếc áo dài để mặc đi học. Con chỉ nói đến việc đi học thôi. Đi chơi là việc con chẳng cần phải nói ra nữa. Bây giờ nghĩ đến việc đi chơi khi ấy, chắc ba ngạc nhiên nếu nghe con nói, con gần như chẳng hề đi chơi đâu cả . Nhưng việc này thì ba biết mà.

Con cũng ít khi nghĩ đến việc đi chơi đến nỗi chả thiết gì đi chơi nữa. Nhưng có lẽ sự thật không phải như vậy. Sự thật là có muốn đi chơi cũng không thể đi được. Đi với ai ? Áo sống chẳng có. Những ngày nghỉ học không có một cắc trong túi là thường quá. Con quê mùa thật sự, nên không dám đi. Và, con đã tập cho mình thói quen không nghĩ tới điều đó nữa, lâu dần, ít nhất con đã tránh được cho mình cái khổ không được thỏa mãn một điều thèm muốn. Sự thiếu thốn rõ ràng này, đã tạo con thành một đứa cư xử với bạn bè thẳng cứng như một cái cây khô. Chẳng hạn như, khi có đứa hỏi, chẳng biết chúng mỉa mai hay thành thật "Sao lúc nào tao cũng chỉ thấy mày mặc một thứ áo trắng vậy?". "Một cái chứ không phải một thứ". Con phải nói quá đi một chút như vậy. "Vì tao chẳng còn cái nào khác thì lấy gì mà mặc?". Có điều kỳ lạ là cái việc con nói quá đi một chút đó, có vẻ như đã làm cho con đỡ ngượng hơn một chút về sự nghèo khó của mình. Nhưng thường những câu trả lời như thế con luôn làm họ mất lòng. Hoặc là chúng không tin con có thể nghèo đến thế, hoặc chúng cho là con làm bộ kiêu ngạo để che giấu một điều gì đó. "Tại sao chẳng bao giờ tao thấy mày đi chơi đâu cả?"."Nhưng mà chơi cái gì mới được chứ?". "Thì bát phố, ciné, gặp nhau nói láo". "Đi phố thì ngày nào chả đi. Bộ đi học tụi mày không không đi qua phố đến trường à? Ciné thì tao ít đi thật. Tán dóc với tụi mày thì tao cũng muốn nhưng không có thì giờ. Ở trường về tao phải làm việc nhiều lắm". Ba thấy không, con nói toàn những điều gần đúng như sự thật cả. Nhưng cách trả lời của con chẳng bao giờ gây được cảm tình với chúng hết. Con trở thành không có bạn. Con sợ. Sợ chúng biết rõ những điều con nói ra đó... đều là sự thật. Lâu dần con nhận ra việc con không có bạn cũng là điều con muốn. Dĩ nhiên, nếu bây giờ con còn muốn học thêm vài năm nữa, con còn phải chịu đựng thêm cái cảnh đó vài năm nữa. Đó là việc ngoài đường. Còn việc trong nhà, nếu con không chịu đi làm ngay bây giờ, có vẻ con ích kỷ. Có lẽ con ích kỷ thật. Con nghĩ, con phải cố gắng làm một việc gì đó, bề ngoài trông được được một chút. Ba biết vì sao mà. Ba đã già. Dì còn trẻ. Tất cả mọi việc trong nhà đều do bà lo liệu. Tương lai của cái gia đình này không phải là điều khó đoán. Lại còn mấy đứa nhỏ. Con phải làm nổi một việc gì khả dĩ có thể chống đỡ được phần nào sư suy sụp của gia đình mình sau này, nếu chẳng may nó xẩy ra, nếu không là được cho ba, cho tất cả mọi người trong nhà, thì ít nhất cũng cho một mình con. Con có đi làm bây giờ bất quá cũng chỉ giúp cho gia đình đỡ túng thiếu hơn một chút, chứ chăng giải quyết được gì. Cố gắng một chút nữa, chúng ta sẽ có nhiều hy vọng hơn [con có nhiều hy vọng hơn]. Con đành phải lo lấy tương lai của mình, không còn cách nào khác.

Nhưng không dễ gì tôi có thể nói với ba tôi tất cả những điều đó. Nếu ông nghĩ như tôi, ông đã khuyến khích tôi làm như mong ước. Ông muốn tôi đi làm ngay bây giờ có nghĩa là ông không nghĩ như thế. Hoặc giả đã đến lúc ông cần tiền quá chẳng còn muốn nghĩ tới một điều xa xôi nào nữa. Khi người ta già, người ta mất thói quen nghĩ đến tương lai chăng ?

Để trả lời dứt khoát câu hỏi của ông, tôi nói :

- Nhà tuy khó khăn thật, nhưng con thấy dì còn chạy được, ba hãy khoan cho con vài năm nữa.

Đặt cái dọc tẩu xuống bàn, ông nhìn tôi một lát rồi hỏi:

- Con muốn học cái gì ?

Tôi đáp :

- Sư phạm. Con định xin ba cho con lên học trên Đà Lạt.
- Rồi lấy tiền đâu mà học ?
- Con sẽ lo liệu lấy.

Tôi cũng nói với ông là gần như từ mấy năm nay, ngoài hai bữa cơm ăn hàng ngày, tôi chẳng được chu cấp một thứ gì hết. Có lẽ ông cũng phải biết như vậy chứ ? Nhưng ông chưa hề bao giờ hỏi tôi một lời về điều này. Chừng như ông sợ, ông có biết ông cũng không làm gì cho tôi được, chỉ thêm một điều ấy náy. Cũng có thể, ông chẳng biết tí gì về việc ấy. Ông còn mải mê với chút hạnh phúc còn sót trong những ngày cuối đời này với những cơn say đôi lúc làm ông nằm thẳng đơ như một cái xác chết, và những giờ phút âu yếm với người vợ kế của ông, người đàn bà tôi bây giờ gọi bằng má xưng con, nhưng không lớn hơn tôi bao nhiêu tuổi. Bà đã về ở với ông khi tôi còn nhỏ, một năm sau ngày mẹ tôi chết và bà đã nuôi tôi như con.

Ông cụ nói :

- Độ này dì mày kiếm chẳng được bao nhiêu, nên đưa tiền cho tao không đủ hút. Ba cứ chờ và tưởng con học xong Trung Học sẽ đi làm cho ba nhờ. Bây giờ mày tính như thế thì tao phải chờ đến bao giờ ?

Tôi nói :

- Mấy năm cũng chẳng lâu gì.
- Ba cũng hiểu thế. Nhưng con phải biết ngày của ba bây giờ...

Tôi thấy ba tôi nhếch mép cười có vẻ cay đắng :

- Con cũng biết, bà ấy có nghề ngỗng gì đâu. Chạy ngược chạy xuôi thế, bữa đực bữa cái, làm sao đủ ? Nếu con không chịu đi làm giúp ba, thì vì thương ba, bà ấy có thể làm liều để kiếm tiền, tới lúc đó tao còn sống làm làm gì nữa ?

Trong bóng tối ủ rũ của buổi chiều mưa, căn nhà vắng hoe, hai đứa trẻ đi học chưa về, người đàn bà tần tảo đâu đó, căn nhà chỉ còn lại có hai cha con. Hóa nhìn da mặt cha tái nhợt bên ánh vàng của ngọn đèn dầu, tiếng mưa xối trên mái thấp và tuôn chảy rào rào theo ống máng dẫn xuống phía cống sau

239

nhà. Sự yên lặng buồn bã lẩn quẩn trong từng cơn gió lọt vào trong nhà, xen lẫn tiếng những điếu thuốc cháy réo sôi trên tẩu từng chập làm Hóa sởn tóc gáy. Không phải chỉ có chút nhựa đang phồng rộp lên, dần dần trôi tụt vào trong chiếc nõ nhỏ đó, mà hình như cả đời sống, ngày tháng của ông đều tiêu hao trong đó. Hóa có cảm tưởng không phải bố chỉ đang đốt thuốc mà ông đang nướng máu của ông trên ngọn lửa đỏ. Nhìn mãi vào cái chụp thủy tinh , sức nóng của ngọn lửa đã làm cho cái màu trong suốt đó trở thành hơi xám lại, tựa như lớp khói ám từ ngày này qua ngày khác đã ngấm vào tận bên trong. Tự nhiên Hoá ứa nước mắt. Nàng vội quay mặt đi để giấu hai hàng nước mắt vừa chảy xuống má và tìm cách lau khô trước khi quay trở lại. Con đau lòng lắm, song con không thể để ba đốt nốt đời con thành khói được.

Nhưng tôi phải nói với ông làm sao đây ? Ông nói như thế kể như đã hết lời. Và tôi, nói như vậy cũng kể như đã đủ. Tôi không thể nói thêm gì nữa. Tôi chỉ còn có một cách quyết định lấy mọi việc một mình. Liệu tôi có thể kiếm đủ ăn, đủ học, đủ kiên nhẫn làm những việc đó đến cùng ? Khi đã lẳng lặng bỏ đi, nếu không làm nổi các việc ấy chắc tôi cũng không còn dám trở về nữa, bởi vì tôi đã thua cuộc.

Tôi đã thất bại trong ước muốn làm cho đời mình trở nên quang đãng hơn một chút. Tôi sẽ chẳng còn một hy vọng nào thoát khỏi cuộc chìm đắm chung của cái gia đình này, vào cái cảnh tôi không biết rõ nó sẽ như thế nào, nhưng chắc sẽ không tốt đẹp gì. Nói cách khác, điều ấy có nghĩa là tôi không thể vượt thoát khỏi cái đám khói đã phủ kín căn nhà này. Còn điều nữa, tôi cũng không muốn ngồi nhìn mọi người trong nhà, mỗi ngày một rớt sâu xuống sự khó khăn mà chẳng có cách nào cứu vãn.

Dĩ nhiên, không có gì đảm bảo rằng trong cái va-ly nhỏ của lần trở về này, tôi có mang theo một phép lạ, có thể sửa chữa được cái điều ai oán đó. Nhưng dầu sao, tôi đã làm được cái việc tôi muốn làm và biết đâu, còn có thể làm được vài việc khó khăn hơn nữa không chừng.

Nhà cửa trong khu xóm thay đổi đến nỗi, nhìn ngang ngửa một lát, tôi cảm thấy chóng mặt. Nhưng con đường sắt chạy vắt ngang khu xóm vẫn là cái mốc tốt, để tôi có thể tìm lại nhà mình một cách dễ dàng.

Phải thú nhận, sự choáng váng tôi cảm thấy lúc này, trước hết, so dự xúc động gây ra.

Tôi đã làm một cuộc thách đố với gia đình, và tôi đã thắng.

Nhưng có đáng gọi là thắng cuộc không chứ, cái việc tôi đã làm được đó ? Và trong ngần ấy năm tôi bỏ đi, trong căn nhà đó, những kẻ thua cuộc của tôi, đã làm những gì để sống ?

Thật ra, họ thua cuộc vì họ đã trông cậy vào tôi, và tôi đã làm ngược lại sự trông cậy ấy. Cũng phải nói ngay rằng, cái việc muốn tôi đi làm, do ba tôi nói ra, còn dì tôi, bà không hề đả động tới. Bà có vẻ cay đắng nhưng không hề tỏ ý ngăn cản việc tôi quyết định trái với ý muốn của ba tôi.

Bà nói : "Nếu mày nghĩ rằng tao có bổn phận phải nuôi ông ấy, tao sẽ làm việc đó. Mày muốn làm gì thì làm".

Câu nói ấy tôi mong rằng ba tôi không nghe thấy. Tôi cũng không bầy tỏ thêm một ý kiến nào về cái điều bà đã nói ra đó.

241

Tôi chỉ nói được với bà một câu ngắn ngủi : "Con trông cậy ở má".

Bà nhếch mép cười sau câu nói của tôi. Tôi cũng không dám đối diện với bà lâu hơn nữa. Tôi đi vào nhà sau để giấu sự nghẹn ngào. Tôi biết rằng không khí chúng tôi thở đã nhiễm độc. Chất độc ấy toát ra từ trong lòng tôi, từ trong lòng bà, từ những hơi khói cha tôi thả ra đâu đó, tôi không có cách gì thanh lọc ngoài cách rút đi nơi khác, để đừng nhả thêm chất độc vào đấy nữa.

Và tôi đã đi, đi biệt tăm biệt tích trong mấy năm trời.

Nhiều đêm trong những năm đó, chịu không nổi sự thiếu thốn, chịu không nổi sự cô đơn, tôi đã lồng lộn như con thú một mình, đã đôi ba phen tôi tự nhủ sẽ không bao giờ trở về căn nhà đó nữa. Vì sao ? Tôi không biết rõ, nhưng mỗi lần nghĩ tới, tôi có cảm tưởng như da thịt bị cháy rộp khắp người. "Gia đình", dường như hai tiếng ấy đối với tôi có ý nghĩa khác hẳn với cái ý nghĩa thông thường, là nơi xum vầy, nương tựa, ấm cúng. Tôi, tôi lạc lõng trong đó, đau đớn và lẻ loi, đau đớn không nguyên nhân rõ rệt. Có lẽ vì tôi ghen với người đàn bà trẻ đã chiếm hết tình thương của ba tôi đối với tôi, đáng lẽ phải tăng gấp bội từ khi mẹ tôi mất. Nhưng ngay cả chút tình đối với người đã khuất đó, cha tôi cũng chẳng còn, hay ít nhất tôi chẳng bao giờ thấy ông biểu lộ ra. Ông mang tất cả cái tình của một người chồng góa, một đứa con côi, đắp đổi cho người đàn bà vừa vào thay chỗ cho người đã chết đó. Người đàn bà nhan sắc, tươi trẻ, như ngọn đèn rực rỡ làm sáng hẳn lên cái hạnh phúc trầm trầm và u tối trước kia mẹ tôi không muốn hay không biết cách thắp lên trên những cành cây khô của những ngày tháng leo quanh tuổi già đã bắt đầu của ba tôi, bà như đoá hoa nở hết cánh, và ba tôi, tôi chắc là ông choáng váng trước cái phần hạnh phúc chính ông cũng không ngờ sẽ được hưởng vào cuối đời này. Có lẽ ông cũng thương mẹ tôi, người đã chết, nhưng ông cũng sợ rằng, ngày tháng của ông chẳng còn bao lâu, ông đã lấy cái hạnh phúc đang có trong tay phủ kín khắp người, uống vào như rượu mạnh, không để một khoảng trống nào cho cái chết đang rình rập chụp bắt chính ông. Ông say cùng một lúc cơn say nha phiến và cái phần ăn trần gian đã đến tay ông như một ân sủng cuối cùng và quên người đàn bà đã chết, quên ông sẽ chết. Và ông quên tôi, như một con ruồi hay một con ong bay vo ve quanh đóa hoa thơm ngát của ông, chỉ làm cho xáo trộn hương sắc đang kết tụ quanh ông thành một bầu khí mỗi hơi thở của ông đều chạm tới.

Trên ô gác nhỏ của ông, chỉ gồm có một bàn đèn, một chiếc đèn nhỏ ông dùng để đọc sách báo, từng đống sách, chỉ có một lỗ hổng để leo lên [như cái cửa tò vò].

Trong suốt những năm sau cùng này, tôi chẳng bao giờ được ông gọi lên trên đó nữa. Tôi chỉ leo lên để xếp dọn trong những lúc hiếm hoi ông ra ngoài phố làm gì đó. Người đàn bà chiếm trọn khoảng không gian ấy. Khi bà ở trên đó và cái cửa tò vò được đóng lại, nó trở thành một thế giới biệt lập, rắn chắc đối với tôi. Nó làm tôi rung rinh đầu óc, đôi khi se thắt ruột gan. Nó giống như một con tầu, tôi ở dưới này, dưới hầm tầu, chẳng bao giờ được lên "boong" để hóng một cơn gió, ngó nhìn trời, nước. Những gì diễn ra trên ô gác đó đều diễn ra một cách lặng lẽ, kể cả những khi ông gọi hai đứa nhỏ lên chơi, lúc trở xuống chúng cũng có một vẻ gì đó là lạ, bí ẩn. Mấy tấm ván sàn gác chuyển động trong đêm khuya, tôi nhìn thấy lờ mờ trong ánh sáng của ngọn đèn ngủ, tiếng nói chuyện rì rầm của hai người ở trên đó, dìm sâu trí tưởng và cảm xúc của tôi vào một nỗi tủi hổ, ai oán, một niềm hiu quạnh cứ mỗi ngày một thắt dần lại quanh tôi, như tấm màn trắng cũ mỗi ngày thêm ố hoen, tôi không thể biết rõ vì sự chật hẹp của căn phòng, vì những sợi chỉ dệt đã quá lâu ngày bị xô, ải, khít lại với nhau, hay vì tưởng tượng đã làm cho tôi đôi lúc tự nhiên thấy ngộp thở, cái hơi thở bị chặn ngang ngực khiến tôi phải ngồi nhổm dậy, dựa lưng vào tường, vùng vẫy chân tay để lấy lại nhịp thở bình thường.

Tôi chỉ được nhìn thấy cha tôi lúc ông sai tôi thay một ấm trà, hay lúc ông xuống nhà đi tiểu, đi cầu. Cơm ông cũng ăn trên căn gác đó. Ông đã biến chỗ nằm của ông thành một cái ốc đảo, và có lẽ tôi có thể nói rằng, ông đã thở khói ra làm sương mù. Ở đằng sau đám sương ấy tôi chỉ còn nhìn thấy một ánh đèn le lói.

Có những buổi sáng mùa xuân [trời đất ơi, làm sao tôi vẫn biết được đó là những buổi sáng mùa xuân chứ ?] trên đường đi chợ, hay ngày đã lên học trên Đà Lạt, tôi đã phải cố gắng tìm một chỗ trống trải để nhìn thấy bầu trời, nhìn thấy những đám mây, những đám mây giống như đời sống tôi, nhẹ tênh, thay đổi hình thù mãi. Tôi nhìn trời và cầu mong cho mọi ước muốn trong đầu lắng xuống, và trái tim phẳng lặng dường nghe hiểu những lời tôi dỗ dành. Có những buổi chiều mùa đông, tôi leo lên tận đỉnh một ngọn núi cao, nhìn những đám mây bay tán loạn trên nền trời xám xịt hay vàng ửng, những trận gió cuồng xé rách các cụm mây thành những mảnh nhỏ đem phủ lên những vì sao sớm như những chiếc khăn tay, và chiếc cầu vồng rực rỡ vắt ngang trên rặng núi phía xa, làm chiều và đêm trộn lẫn trong một giấc hôn mê, tôi đứng run rẩy trong giá rét, cầu mong cho mọi ao ước, dự định trong đầu sẽ được những cơn dông hung dữ cuốn sạch đi.

Một đôi lần tôi cũng nhận ra sự bối rối trong mắt ba tôi, dường như ông chợt nhận ra tôi đã lớn, chợt nhận ra đã lâu quá ông không để ý gì đến tôi cả, chợt nhận ra giữa chúng tôi có một người đã chết, tôi làm sao có thể biết chắc ông nghĩ gì. Nhưng tôi nhận ra sự bối rối trong mắt ông. Và chính tôi, tôi cũng cảm thấy chấn động cả tâm thần. Ông tần ngần muốn nói với tôi một điều gì đó, nhưng có lẽ ông không kiếm ra lời. Ông không quen biểu tỏ cảm tình đối với tôi. Ông lúng túng một giây, sau đó chừng ông cảm thấy điều ấy cũng không quan trọng, không cần thiết, hoặc trí óc ông bị cuốn rút bởi cơn mơ ảo của thuốc phiện, ông bỏ tôi đứng đó và lẳng lặng leo lên gác. Thành thật mà nói, ông bỏ đi như thế tôi không khỏi cảm thấy bẽ bàng, tôi tự nhận ra mình là một cái gì thừa thãi, bận bịu. Nhưng giá ông có đứng lại hỏi tôi, chắc tôi cũng sẽ bối rối vì tôi không thể lường trước được ông sẽ hỏi gì. Cả tôi nữa, tôi cũng không quen cách biểu lộ tình cảm với ông. Giữa chúng tôi có một sự tắt lạnh âm thầm, chẳng có tiếng nói nào có thể vượt qua những tháng ngày âm u, buồn tủi đó được. Tôi vừa mừng vì đã không phải nói gì với ông vừa đau đớn vì điều đó. Có lẽ tôi không thể nói, tôi cũng không có quyền nói rằng, tôi oán trách ông.

Trong lòng tôi cũng không hề có một tình cảm nào tương tự như thế. Nhưng cái việc ông quên tôi có nghĩa là ông đã quên luôn cả người đã chết, quên một cách mau chóng, tàn nhẫn, như chẳng hề còn một dấu vết nào của mẹ tôi, và điều này làm tôi sợ hãi ông hơn là oán trách. Không, có lẽ tôi không sợ ông, chứng cớ là đã biết bao lần tôi muốn được gục đầu vào lòng ông mà khóc như ngày còn bé. Tôi ao ước nhưng chưa lần nào được làm như thế. Biết bao lần tôi ao ước được nằm một đêm trên căn gác như thế giới riêng của ông, để nhìn ông hút, để có thể làm những việc ông sai trực tiếp, chứ không phải cái cách sai truyền qua dì tôi hay nói vọng từ trên gác xuống. Con muốn được xem ba hút, muốn được nhìn ba ngủ, muốn được rót cho ba tách nước và đưa tận tay. Nhưng có bao giờ ba cho con nhập vào cái thế giới của ba, có bao giờ ba cho con làm những việc ấy. Dì đã chiếm hết những chỗ đó, chỗ của người chết và chỗ của người sống. Con sợ những sự thật trong phút chốc chẳng còn là sự thật nào nữa, chẳng còn gì cả. Mẹ đã chết và ba đã quên. Một cái chết không người khóc, không người tưởng nhớ sẽ trở thành cái gì ?

Con sợ sự liên lạc giữa ba và con cũng không hơn cái chết đã bị bỏ quên đó. Con sợ sự mất phương hướng sẽ làm con không còn thể nhận ra cả hình dạng của chính mình nữa. Vì thế, con muốn giữ nguyên tình trạng : ba đối với con ra sao con giữ vậy, không kêu than hay trách móc, không đòi hỏi ba một điều gì. Chẳng hạn, ít ra con cũng có quyền hỏi ba một câu : "Tại sao ba không yêu con?". Con không hỏi vì biết ba không trả lời được. Con cũng không tin ba không thương con. Nhưng tại sao ba ? Tại sao lại có sự lạnh lùng đến thế ?

Trong khu xóm nhỏ hẹp này, có nhiều đêm thức học bài khuya, nhìn trăng giãi trên mảnh bãi hoang, nghe tiếng chó sủa không, nhìn những dây hoa đâm bông bên đống rác, cái bãi rác bây giờ đã biến mất, cả cái bãi hoang bây giờ nhà cửa đã mọc lên chi chít và những chuyến tầu băng qua trước cửa thổi than lửa mù mịt, bụi than văng lên cả sách vở, bàn học, tiếng bánh sắt nghiến trên mặt đường rày, siết chặt hai bên thái dương, đôi khi khiến tôi nghĩ tới cái chết. Ngày còn nhỏ, những chuyến tàu chạy qua đó làm tôi mơ tưởng tới ngày có thể bỏ nhà đi xa, vượt qua cầu vồng tới một miền sung sướng nào đó. Đến lúc tôi nhận ra, chỉ có vài cái đầu máy cứ chạy đi chạy lại trên quãng đường đặt sẵn này, kéo theo những toa chở người, chở rau, chở súc vật, than củi, những thân gỗ nặng nề, nó đã làm cho tôi cảm thấy thêm tù túng, cùng quẫn. Tiếng khói phì, những bụi than đỏ lửa, tiếng còi rúc, bánh sắt lăn nặng, làm rung chuyển nhà cửa, có lúc trong giấc ngủ chập chờn, ngần ấy thứ tiếng động xô đẩy làm tôi hoảng hốt tưởng như đang bị đẩy trôi trên một mặt nước mênh mông nào. Ngay đến khi đã lớn, trong những năm theo học ở Đà Lạt, thỉnh thoảng tôi vẫn nghe ra tiếng chạy rầm rầm của đoàn tầu đó. Và tiếng còi xịt ra cùng với những đám khói trắng đặc trở thành tiếng kêu gọi của tuổi thơ hắt hủi, của người cha bạc nhược, của lũ em lạc nòi, của người đàn bà xa lạ bỗng trở nên thân thuộc, ở đâu hiện đến, đứng sững trong đời tôi nặng nề như những pho tượng.

Ngày xưa, trước đây, tôi biết cách cư xử với bà, bởi vì tôi biết rõ vị trí của mình trong nhà. Nhưng bây giờ có lẽ khó khăn hơn. Trước đây bà đối với tôi sao cũng được. Bây giờ tôi còn phải đối lại với bà nữa. Giữa chúng tôi có môt người thân thiết ngang nhau: đó là cha tôi. Nhưng tôi với bà, chẳng ra một thứ tình nào cả. Đó là sự thật. Nhưng cái sự thật đó sai. Tôi với bà phải có một sự liên hệ và tôi phải biết sự liên hệ đó như thế nào, mới biết cách đối xử với bà. Trên nguyên tắc, tôi trở về thế này, phải được kể như tôi đã biết rõ những điều ấy. Tôi mở cửa bước vào nhà là tôi chấp nhận những điều đó. Nhưng cả điều này nữa cũng sai. Tôi không sẵn sàng như thế. Tôi cũng không sẵn sàng trong một thế khác. Tôi trở về, giản dị có thế thôi. Và tất cả có lẽ bắt đầu từ đó.

Điều kỳ lạ là ngay trên quãng đường ngắn ngủi về nhà này, càng tới gần, tôi càng thấy tôi chẳng có gì thay đổi cả. Tôi quên hết những năm cặm cụi làm việc, quên hết những tháng ngày lẻ loi lủi thủi một mình, quên những phút lo sợ đến điên cuồng nếu tôi không làm nổi mọi việc sẽ không ai giúp đỡ cả. Tôi trở về như một đứa trẻ bỏ chỗ của mình hơi lâu tôi thấy chân tay run rẩy vì sợ hãi, vì mừng tủi, vì không biết mọi người sẽ đối xử với tôi như thế nào ? Giá tôi có thể trở về lén lút, khẽ mở cửa, cất bỏ đồ đạc, thay quần áo như ngày nào đi học về, giá tôi có thể được đối đãi như thế.

Nhưng thôi, tôi đã tới trước cửa nhà. Khỏi mất công hồi hộp, tưởng tượng. Hãy mở cửa bước vào rồi biết.

Nhưng tôi có nên gõ cửa chăng ? Có thể nhà tôi đã bán, mọi người đã đổi chỗ ở. Có thể dì tôi đang làm một việc gì đó tôi không tiện nhìn thấy. Sau hết, có lẽ tôi cũng phải, ít nhất, báo hiệu ngày trở về của mình bằng mấy tiếng gõ cửa đó.

Nhưng phải giơ tay lên gõ cửa nhà mình, có phải tôi đã trở thành một người lạ? Và sự ngần ngại này làm tôi đau đớn.

Tuy nhiên tôi vẫn phải quyết định, phải chọn một việc trong hai việc.

Tôi đặt chiếc va-ly xuống thềm.

Trong nhà không nghe một tiếng động. Đằng sau tấm kính mờ, tôi chỉ nhìn thấy ánh vàng của ngọn đèn phía nhà sau, đó là dấu hiệu có lẽ dì tôi đi vắng.

Tôi không gõ cửa.

Tôi mở cửa, vào nhà.

Hình như cũng có một vài sự thay đổi. Một vài vật dụng được kê lại.

Một cái tủ, một cái bàn thêm vào những đồ đạc cũ.

Căn phòng quả thật không được thắp đèn. Ánh sáng là ánh sáng của ngọn đèn bếp chiếu lên.

Trong nhà không có ai. Nhưng tôi tin không có chuyện gì quan trọng xẩy ra. Vì mọi vật vẫn còn nguyên cả. Chắc lũ trẻ chạy chơi đâu đó và dì tôi chưa về.

Trên tường vẫn còn những bức hình của cha tôi, của dì và hai đứa trẻ.

Nhận ra mọi vật, nhận ra từng chút một, nhận ra hết thảy ngần ấy thứ, tôi cảm thấy tôi mệt lả.

Tôi lại phải đặt chiếc va-ly xuống sàn nhà và ngồi xuống ghế.

Tôi đã ra đi trong yên lặng bây giờ tôi lại trở về trong yên lặng. Không có gì thay đổi. Nhưng ngồi xuống chiếc ghế này, tôi nhận thấy rõ là tôi ngồi xuống sự thay đổi của mình, ở đây. Đổi thay và không đổi thay, thì tôi đang lắng nghe cả hai điều đó đây. Tôi ngồi trong nhà mình mà như rơi lọt vào một chốn xa lạ nào. Chỉ cần tưởng tượng ra, bây giờ, dì tôi mở cửa bước vào, nhìn thấy tôi, hẳn bà sẽ ngạc nhiên lắm. Bà không nói gì, hay chỉ cần nói một câu đại khái : "Tao tưởng mày không về, không thèm bước chân về cái nhà này nữa". Chỉ cần một câu nói như vậy, bà đóng sập tất cả mọi cánh cửa, tôi chẳng còn mong gì sống yên ở đây nữa. Nếu bà yên lặng thì mọi sự sẽ tùy thuộc vào những ngày sau đó. Đã đành đối với tôi bây giờ mọi sự đã dễ dàng hơn, nếu chẳng ưng ý tôi có thể bỏ đi, đến ở một chỗ nào khác, coi như lần thứ nhất tôi bỏ đi và không có việc trở lại này, khi nào muốn, tôi có thể ghé thăm ba tôi Nhưng vấn đề chính là tôi sẽ ở lại đây hay đi một nơi khác, sẽ nối lại hay phải chặt đời mình ra thêm một giai đoạn khác nữa ?

Trong lúc tôi đang bối rối chưa biết chuẩn bị tinh thần ra sao thì tôi nghe tiếng ba tôi ở trên gác hỏi vọng xuống:

- Đứa nào đó ?

Tôi bỗng nghe tim đập dồn dập trong ngực. Tôi muốn trả lời nhưng không biết phải nói thế nào. Nói để ông chỉ nhận ra tôi một nửa thôi, một cách tập để ông nhận ra tôi dần dần, như vậy có lẽ hơn là ông nhận ra tôi một lần.

Lúng túng một giây rồi tôi cũng phải đáp :

- Thưa ba, con ạ.

Tôi nghe một tiếng lạch cạch trên sàn gác. Có lẽ ba tôi đánh rơi một vật gì đó. Có thể chính tiếng tôi đã làm ông tuột tay đánh rơi cái vật đó. Có thể ông đã ngồi nhỏm dậy để nghe lại xem có phải tiếng tôi không? Giá tôi được nhìn thấy ông lúc này, có lẽ tôi sẽ đo lường được tình thương của ông đối với tôi ra sao.

Yên lặng một lát, tôi nghe ba tôi hỏi lại :

- Con Hóa hả ?

Tôi trả lời như một cái máy :

- Thưa ba, vâng.

Tôi lại nghe tiếng xột xoạt trên gác, tiếng rung chuyển của mấy tấm ván sàn. Tôi có cảm tưởng ba tôi đã nhỏm dậy thật và ông vừa nằm xuống lại.

Tôi muốn lên gác gặp ông ngay nhưng không dám. Không, tôi chỉ không biết tôi có nên xin phép ông trước không. Sự yên lặng sau mấy câu hỏi của ông và trả lời của tôi, dội vào óc tôi làm nảy đom đóm mắt, ù cả hai tai. Bốn năm, một quãng thời gian dài đằng đẵng tôi mới lại được nghe thấy tiếng ba tôi. Có lẽ ông đã già thêm nhiều. Bốn năm đối với một người nghiện ngập, chỉ còn nằm một chỗ để đợi già, thiếu thốn, cay đắng, có phải quá dài ? Tôi có thể làm gì để chuộc lại cho ông và chuộc lại cái gì đây ?

Tôi đứng dậy, quyết định đi lên gác. Tôi leo lên chiếc thang gỗ và đẩy cái cánh cửa mở lên phía trên. Cánh cửa không cài. Ba tôi không nằm một mình, bên cạnh ông còn có một người nữa. Thấy tôi lên, anh ta vội vàng ngồi dậy, gật đầu chào. Đó cũng là lúc tôi nhận ra anh ta còn rất trẻ, chỉ hơn tôi một vài tuổi. Tôi chào lại anh và ba tôi giới thiệu với tôi "anh Tuấn". Ông không nói anh ta là người quen hay bạn ông để tôi tiện xưng hô. Ông cũng chỉ giới thiệu tôi với anh một cách giản dị "con gái tôi".

Căn gác vẫn như cũ, chỉ khác có đống sách mỏng đi nhiều, hoặc là độ này ông ít đọc, hoặc ông vừa cho bớt đi để nó khỏi chiếm chỗ. Một ấm nước ủ kỹ bên cạnh bàn đèn. Miếng bột trắng nhỏ để trên chiếc nắp hộp hình chữ nhật úp sấp, khi tiêm thuốc tôi vẫn thấy ông quệt vào miếng bột đó không biết để làm gì, miếng bột mòn trũng trơ cả cái mặt sắt hoen rỉ bên dưới. Trong khay đèn, chiếc kéo nhỏ để cắt bấc, dao nạo tẩu, một quả cân vuông nhỏ bằng đồng, một chiếc kim tiêm, tất cả đều dính thuốc trông bẩn thỉu, một cái gạt tàn thuốc lá đầy những tàn thuốc.

Tôi không biết phải đứng ngồi thế nào. Cuối cùng tôi ngồi xuống chỗ sàn dưới chân ba tôi, thưa :

- Con vừa về tới.

Ông không nói gì sau câu nói của tôi. Tôi cũng không thể đoán ông nghĩ gì vì ông giữ vẻ mặt âm thầm, cái vẻ mặt ông đã có từ lâu và càng ngày càng trở nên u uất. Tôi cũng cố giữ vẻ bình thản vì dầu sao còn có một người lạ ngồi đó. Anh ta cũng có vẻ bối rối muốn tháo lui nhưng chưa biết nên làm thế nào. Ba tôi yên lặng tiếp tục công việc của ông, nướng thuốc trên ngọn lửa, chấm bồi vào lọ thuốc nước, vài ba lần như thế, điếu thuốc phồng to. Ông đánh cho thuốc keo lại, nhồi vào tẩu, hút. Tôi ngồi mé dưới chân ông và tôi có thể nhìn thấy một nửa khuôn mặt của người thanh niên khuất sau cái bóng đèn, và, muốn thấy cả khuôn mặt anh ta, tôi chỉ cần nhích người đi một tí, hay nghiêng đầu cho tầm mắt khỏi vướng cái bóng đèn. Thật ra, tôi đã chọn cái bóng đèn đó để che khuất cái nhìn của anh ta. Điếu thuốc réo sôi trong lòng chiếc tẩu. Cái tiếng tôi đã nghe ròng rã bao nhiêu năm, vậy mà trong đêm khuya, trong những lúc nửa thức nửa ngủ, trong những lúc đột nhiên tôi không biết thời gian vào khoảng nào, tôi vẫn ngỡ là tiếng một con chuột hay một con mèo, gậm nhấm hay cào một vật gì đó. Tôi không biết ông thức hay ngủ vào lúc nào. Đời sống của ông dường như chính là ngọn lửa trước mặt ông. Mặt ông giống như một chiếc mặt nạ. Ông đã tìm cách che giấu tất cả những xúc động đằng sau chiếc mặt nạ đó. Bộ mặt với nước da vàng bủng. Nước da mà cái cảm nhận đầu tiên mỗi khi tôi nhìn thấy là đời sống của ông chỉ còn ở bên ngoài, ở dưới sâu, ngay sau mặt da là cái chết. Cái chết vàng khè như sáp ong. không còn bóng một tia máu. Bất cứ điều gì ông nói ra, tôi cũng có cảm tưởng nó đã lọt qua lớp sáp đó như một mặt trống. Bộ mặt đôi khi giãn thẳng ra như bị chất sáp bên dưới đẩy phồng lên, có lúc rúm ró như cái lần sáp đang bị lỏng chảy ra.

Nhưng bao giờ ông cũng với một vẻ bình tĩnh, tự chủ, tựa một đứa bé chơi chiếc mặt nạ, giữ cái vẻ tàn tạ của mình đứng thẳng như ngọn lửa trước mặt.

Ông hút hết điếu thuốc, chỉ thở ra một làn khói mỏng, chiêu một hụm nước.

Tôi chờ đợi ông nói một điều gì đó về chuyến đi và cuộc trở về này của tôi. Nhưng có lẽ sự hiện diện của người thanh niên làm ông ngần ngại. Đột nhiên tôi cũng muốn cảm ơn sự có mặt của anh ta, mặc dầu nó gây trở ngại cho câu chuyện giữa cha con tôi. Nhưng chính nhờ vậy, nó tránh cho chúng tôi sự nặng nề, gay gắt, có thể có lúc bắt đầu, sau đó, giống như một hơi nóng đã được dàn trải đi, sẽ dịu bớt. Tôi còn nghĩ rằng, không có mặt người thanh niên, chắc tôi sẽ khóc. Đó là một việc khó đối với tôi, nhưng chắc tôi sẽ khóc, nếu không có mặt anh ta. Cuối cùng, có lẽ áng chừng cái thời gian ở lại đã vừa đủ để ra về một cách tự nhiên hơn, người thanh niên đứng dậy chào chúng tôi và tự tay anh mở cái nắp ván cửa đi xuống dưới nhà. Ba tôi không giữ anh và tôi cúi đầu chào đáp lễ anh.

Tôi lắng nghe tiếng chân anh đi ra cửa, mở cửa, đóng lại.

Trên căn gác bây giờ chỉ còn lại hai cha con.

Tự nhiên tôi cảm thấy một nỗi vui mừng, từ nãy tôi đã cố kìm giữ mà tôi cũng chẳng hay, ùa ra, cùng với máu chạy rần rần khắp cơ thể.

Tôi hỏi ba tôi :

- Các em con đi đâu cả, không thấy đứa nào ở nhà?

Ba tôi nói :

- Bà ấy dắt chúng nó đi đâu đó.

Tôi mừng vì thấy giọng ba tôi hết sức bình thường. Ông không thể không giận tôi. Nhưng lúc này, tôi mong hãy cứ được như vậy.

Tôi nói lại với ông, tóm tắt công việc tôi đã làm trong mấy năm và đã làm xong việc tôi muốn làm, nói như một cách kể lể, bằng giọng của một đứa con chưa bao giờ được nói với cha đúng như cha con. Ngần này tuổi tôi chẳng ngờ tôi còn ao ước được ông thương yêu đến thế, tôi chẳng ngờ sự lạnh nhạt của ông đã làm tôi bị thương tổn nặng nề đến thế. Tôi cũng nói với ông như một cách khoe khoang công lao của mình, cho nhẹ bớt tội tôi đã phạm? Tôi mong sau khi nghe tôi, nếu ông muốn nói gì tôi, ông sẽ nhẹ nhàng hơn một chút. Và chẳng hiểu có một sự thúc đẩy nào, tôi còn làm một cái việc hết sức trẻ con là chạy xuống nhà, mở va-ly, lấy đưa tận tay cho ông xem tất cả những chứng chỉ, văn bằng tôi đã nhận được, trong đó có một tấm hình tôi mặc áo choàng, đội mũ chéo trong buổi lễ tốt nghiệp.

Ba tôi nhìn thoáng qua những mảnh giấy nhỏ ấy bằng đôi mắt thờ ơ.

Rồi ông lại tiếp tục nướng thuốc trên ngọn lửa.

Ông phải nói một điều gì chứ? Tại sao ông có thể dửng dưng như thế được? Ông bằng lòng hay không bằng lòng?

Tôi đã nói hết lời, nhưng không nghe ông nói gì cả. Sự im lặng sau những câu nói của tôi, rớt vào sự yên vắng của căn nhà, siết dần lại trong ngực tôi, tôi thấy tim mình bóp thắt lại. Ngọn lửa trong khay đèn tôi nhìn thấy bắt đầu chao đi chao lại. Tôi nghe mồ hôi chảy rướm trong lòng bàn tay, một cơn mỏi buồn cơ hồ muốn làm rụng tóc, ngọn lửa đỏ như reo trong hai màng tai.

Tại sao ba? Tại sao ba lại không nói một lời nào cả?

Tất cả các cảm giác ê chề, đau đớn, tủi buồn dồn ứ trong người tôi.

Tôi cảm thấy mọi cố gắng của tôi, vì những nguyên cớ rõ rệt và, vì những nguyên cớ tôi không biết rõ, đều hỏng cả. Hình như tất cả những mấu chốt trong người tôi đều lỏng lẻo, rời ra. Nhưng dĩ nhiên tôi vẫn còn phải chờ xem ba tôi nói thế nào đã. Tôi phải cố giữ cho mình đừng suy sụp. Và sự cố gắng này làm cho đầu óc tôi lảo đảo.

Ba tôi kê cái dọc tẩu lên ngọn đèn. Ông rụt cổ lại kéo điếu thuốc. Đó là lúc tôi nhận ra hai chiếc xương bả vai ông nhô cao một cách dễ sợ, da cổ ông nhăn nheo gần như không còn tí thịt nào bên dưới, và khi ông trở đầu trên chiếc gối gỗ, những sợi tóc bị đè bẹp bật trở dậy, tôi suýt bật lên tiếng kêu vì thấy cả một nửa mái đầu ông đã trắng bệch, ông đã già đi một cách thảm hại, đã hết hơi, hay sự xúc động làm ông kéo không hết điếu thuốc ? Ông đặt lại chiếc dọc tẩu lên đèn, hút lại, hai ba lần mới hết điếu thuốc. Một cảm giác rùng rợn, ớn lạnh, chạy suốt người tôi. Quả thật ông đã tiều tụy, đã tàn tạ. Mái tóc ông như miếng vá của một lá cờ hàng. Thốt nhiên và ngay tức khắc, tôi cảm thấy tất cả sự phiền muộn của tôi, tất cả những nỗi đau đớn, dày vò, cực nhọc tôi đã phải chịu đựng đều không đáng kể chi trước cái đầu trắng phếch, với hai cái cánh tay nổi đầy những đường gân xanh, với bộ xương quai kéo cái đầu thụt xuống kia của ông. Không phải tôi chỉ thương ông mà tôi còn thương tôi nữa. Nếu cuối cùng, tất cả đều kết thúc bằng một mớ giẻ rách như thế thì lo toan cho lắm mà làm chi ? Tôi những mong cố gắng học hành là để có cơ hội làm cho ông đỡ thảm thương hơn. Nhưng sự thật bây giờ ông cũng chẳng còn bao nhiêu ngày nữa để sống. Ông đã mất bốn năm năm vào số ngày còn lại của ông đó, để đợi tôi. Bốn năm năm gấp gáp của những ngày cuối đời, cái gì có thể đền bù được ? Bốn năm năm ông sống thiếu đủ ra sao tôi không biết, những gì xẩy ra trong căn nhà này tôi cũng không biết, tôi làm gì ông cũng không biết, tôi có thể sa ngã, chết vùi chết dập đâu đó, có thể tan tành như xác pháo hay còn trở về như hôm nay, điều ấy có nghĩa gì đối với những ngày còn sót của ông ? Song, nếu không làm như thế là tôi giao cho ông đốt luôn cả đời tôi sao ? Nghĩ thế nào tôi cũng thấy có một cái gì đó không ổn. Tôi thấy đau quặn ruột gan khi nghĩ rằng, mỗi hơi thở của ông bây giờ chỉ còn là những hơi thở hắt ra thôi, kỳ hạn của ông đã sắp hết. Tôi ân hận vì đã không hy sinh tất cả tương lai của mình cho ông chăng ? Có hay không, nếu được làm lại, chắc tôi cũng không làm khác. Có điều, khi quyết định bỏ đi, tôi tưởng ông không đến nỗi thê thảm thế này, tôi cũng không tưởng tượng chỉ trong ngần ấy thời gian ông đã lụn bại đến cỡ đó. Bây giờ mọi việc đã dẫn đến khúc này, đành chấp nhận nó như vậy, làm sao khác được nữa ?

Đáng nhẽ tôi phải khóc.

Nhưng tôi chưa kịp khóc, không khóc được.

Và ông đã khóc.

Khi già, người ta trở thành yếu đuối thực sao? Hay thuốc phiện đã khiến ông suy nhược đến vậy?

Giọt nước mắt của ông làm tôi chết lặng. Đó cũng là việc tôi vừa không ngờ vừa không hiểu được. Tôi chưa bao giờ có dịp bầy tỏ một tình cảm nào với ông. Thành thử tôi không biết phải làm sao, phải nói với ông thế nào. Giọt nước mắt lăn trên má ông giống như một giọt cường toan đối với tôi. Nó làm tôi bỏng rát mặt mũi, xây xẩm đầu óc. Tôi quờ quạng hai tay mà không dám nắm lấy hai chân ông.

Đúng lúc tôi chẳng biết làm gì đó, tôi nghe dưới nhà có tiếng hai đứa trẻ trở về nói chuyện với nhau, tiếng dì tôi léo nhéo la mắng chúng.

Tôi nói:

- Hình như dì về.

Ba tôi đẩy tập giấy tôi vừa đưa cho ông xem để bên cạnh khay đèn cho tôi, rồi ông ra hiệu cho tôi xuống nhà.

Tôi nghe tiếng hai đứa trẻ hỏi nhau:

- Ủa, va-ly của ai thế này?

Và tiếng bà dì la:

- Của ai thì cứ để yên đó cho người ta. Đừng đụng vào.

Tôi cầm vội tập giấy, bước xuống nhà. Tôi nghe tiếng chân dì tôi bước lại chỗ tôi để chiếc va-ly. Có lẽ bà cũng ngạc nhiên vì không thể đoán là của ai.

Tôi lên tiếng trước:

- Các em, của chị đấy.

Cả hai đứa trẻ và người đàn bà cùng quay lại phía tôi.

Tôi thấy bà ngồi phịch xuống ghế bên cạnh.

Tôi ôm hai đứa trẻ vào lòng xoa đầu:

- Hai đứa lớn dữ rồi nhỉ.

Hai đứa trẻ đứng ngây người, không đứa nào nói gì cả. Tôi nói :

- Cảnh, Thứ không đứa nào mừng chị về à ?

Hai đứa nhìn tôi một lát, dường như để làm quen lại sau mấy năm xa cách. Trong tâm trí có lẽ chúng nghĩ rằng sẽ chẳng bao giờ tôi còn về nữa. Hoặc tên tôi không còn được nhắc tới trong nhà nên chúng cũng quên luôn.

Chúng nhìn tôi và cả hai đều nhoẻn miệng cười.

Nụ cười của chúng tựa những giọt nước mát tưới trên sự khô héo, bỏng rát của tôi từ lúc trở lại nhà. Những nụ cười ấy giống như sự tha thứ đầu tiên tôi nhận được, dầu sao tôi vẫn có mặc cảm đã phạm tội.

Tôi quay sang nhìn dì tôi. Sự thay đổi của bà làm tôi sửng sốt. Bà đã cắt tóc ngắn kiểu con trai, mái tóc nhuộm đen nhánh, chải uốn cầu kỳ, đeo lông my giả, mặt mũi son phấn kỹ lưỡng. Trông bà đẹp, trẻ ra và lạ hoắc. Bà mặc quần tây đen, áo thung vàng, sức nước hoa thơm ngát, chân đi hài đen nhận hạt cườm óng ánh. Cách ăn mặc, trang điểm, sự trẻ trung, khoẻ mạnh của bà, có liên quan gì đến những giọt nước mắt ba tôi vừa khóc ?

Hình như trước khi đi, tôi đã linh cảm một điều gì đó, không rõ ràng, nhưng có nghĩa gần giống như là sự cùng quẫn của bà và cả tôi nữa. Nhưng tôi không hề mường tượng đến một sự đổi thay của bà như tôi đang nhìn thấy đây. Bà làm tôi ngạc nhiên nhưng lại có vẻ là một sự ngạc nhiên tôi đã biết trước.

Tôi nói với bà :

- Thưa má con mới về.

Bà chờ tới lúc tôi nói câu đó mới mở to mắt nhìn tôi. Tôi không dám nhìn thẳng vào mắt bà. Thứ nhất, tôi cảm thấy như vậy có vẻ xấc quá. Thứ hai, tôi vẫn mang nặng mặc cảm rằng mình có lỗi. Bà cũng có vẻ ngạc nhiên về sự trở về của tôi. Tôi đã bỏ đi không cần đến sự đồng ý hay không của bà. Trong những năm sau đấy tôi cũng không hề có một sự liên lạc nào về nhà, không nhận một sự trợ giúp nào của gia đình, hay nói thẳng ra là sự trợ giúp nào của bà. Thành thử, có lẽ bà nghĩ rằng, tôi đi, ở, hay trở lại, bà cũng chẳng có quyền hành gì đối với tôi cả. Tôi đã làm gì trong mấy năm qua, xấu tốt ra sao ? Và tôi trở về đây với tư cách một người thế nào ?

Dầu sao, tôi cũng phải chờ bà nói ra mới có thể phỏng đoán bà nghĩ gì.

Bà đứng phắt dậy, đi lại phía chiếc tủ đựng tách chén, đứng xây lưng lại phía tôi bảo :

- Chị thưa gửi tôi làm gì. Đây là nhà chị, chị muốn đi hay về tùy ý. Tôi có quyền gì đâu.

Cả những câu bà vừa nói ra đó, tôi không dự đoán được những chi tiết, nhưng cũng không làm tôi ngạc nhiên, vì hình như đó cũng là điều tôi đã biết trước.

Tôi lấy giọng dịu dàng nói với bà :

- Con đã xin với dì và ba, cho con đi học thêm ít lâu.

Đây là lần thứ nhất tôi kêu bà bằng "dì". Tiếng gọi tình cờ thốt ra khỏi miệng đó, mắc ngang ngay cổ họng tôi, và tôi hiểu rằng, từ đây về sau tôi không còn gọi khác được nữa. Thôi cũng được. Bằng cách xưng hô ấy, tôi xác định vị trí của bà và của tôi trong nhà, có thể còn dễ cư xử với nhau hơn.

Bà nói :

- Phải, như thế dễ quá. Chị cứ lo việc chị, còn bao nhiêu phó mặc cho người khác là xong.

Bà có vẻ giận, hai vai rung lên.

Tự nhiên tôi thấy buồn nản. Một nỗi chua xót, bâng khuâng, thấm ngầm khắp người, không còn muốn phản ứng gì nữa.

Tôi nói :

- Thưa dì, con biết lỗi. Con cũng đã nói, con trông cậy ở dì. Từ giờ, may ra con sẽ giúp được các em con.

Tôi tưởng lòng tôi dửng dưng, vậy mà giọng tôi lại nghẹn ngào. Tôi còn muốn nói, tôi sẽ cố gắng chăm lo việc học hành cho hai đứa nhỏ, không phải chỉ như một bổn phận và đúng với nghề tôi đã chọn mà còn như một cách trả ơn bà nữa. Nhưng làm sao tôi có thể nói ra những điều ấy, thứ nhất lại nói ra như một lời hứa, vào lúc này ?

Bà nói :

- Đấy là việc giữa chị và bố chị. Nếu ông không trách thì thôi, tôi trách chị sao được.

Giọng bà đầy vẻ giận hờn, cay đắng cố nén, nghe chói tai.

Nhưng nghĩ lại, tôi cũng thấy thương bà. Bà đã phải lo liệu cho cả cái gia đình này, cái việc mà khi tôi bỏ đi, tôi biết rằng, giá tôi có ở lại, tôi cũng không làm nổi. Nhưng, bà đã làm gì để được như thế ? Tôi bỗng nghe rờn rợn khắp người.

Tôi vẫn phải giữ giọng bình tĩnh, nói với bà :

- Mọi việc dầu sao cũng đã như vậy. Con về đây là con muốn được ở nhà. Nếu dì không muốn thế thì con khó ở lại.

Bà quay lại phía tôi, nhếch miệng cười chua chát, bảo :

- Tôi không ghét bỏ gì chị. Nhưng đối với chị, tôi cũng chẳng là cái gì. Chi đi, về, xin phép tôi như một kiểu cách. Tôi bằng lòng hay không, chị vẫn xử sự như ý chị, đúng không ? Vậy, cái việc xin phép của chị thà đừng có cho xong.

Quả thật những điều trách móc của bà đối với tôi không oan. Nhưng còn biết làm thế nào đây ?

Tôi nói :

- Con xin dì bỏ qua chuyện ấy.

- Để nhớ rằng chị đã về đây, vừa ý thì chị ở lại, không thì chị lại đi nữa, phải không ?

Tôi thấy giọng bà mỗi lúc thêm gay gắt. Suốt một ngày đi đường mệt nhọc, bây giờ lại phải chịu những lời đay nghiến của bà, tôi thấy hai thái dương đau buốt, người muốn lả đi và đầu óc muốn tối sầm.

Bà muốn đẩy câu chuyện tới cùng một lần, điều này làm tôi sợ. Nếu bà không muốn tôi ở lại đây, chắc tôi sẽ phải đi thôi. Tôi không muốn đi. Trong những ngày theo học, sống lủi thủi một mình, tôi nhận ra tôi cần có một gia đình, một gia đình đổ nát còn hơn không. Đêm đêm ngồi học, thức dậy lúc nửa khuya, nhìn bóng mình chập chờn trên vách, nghe tiếng gió khua động quanh quẩn, tiếng chó sủa, tiếng côn trùng râm ran, mỗi thứ tiếng gõ thêm mãi vào nỗi lẻ loi, làm cho đời sống trở nên mất dần ý nghĩa, đời sống trở nên lỏng lẻo, nhẹ hẫng, làm cho thấy chẳng cần đến một sự cố gắng nào nữa. Cố gắng để làm gì ? Nếu chỉ có một đời để sống thì sống sao chẳng được ? Cũng may đó chỉ là những cảm nghĩ thoáng qua trong lúc chán nản, mềm yếu, rồi tôi vẫn tin rằng, tôi có thể làm cho đời mình khá hơn, rằng dầu sao, việc làm của tôi vẫn có ý nghĩa. Tôi nghĩ, tôi chưa muốn đẩy một lúc với bà cái chuyện đi hay ở của tôi đến cùng, ngay bây giờ, bởi vì xét ra, nếu chậm chậm được càng hay. Mặt khác, tôi cũng có quyền ở lại chứ. Bà không có quyền đuổi tôi đi, dù chỉ đuổi bằng cách làm tôi khó chịu. Tuy nhiên, nếu cả hai cùng cứng rắn trong việc lựa chọn thái độ, không khí sẽ khó thở. Tôi phải làm thế nào để có thể ở lại được và trong tình cảnh có thể chịu đựng được, nghĩa là đừng có cái gì gay gắt quá.

Tôi nói :

- Con làm dì khó chịu. Nhưng thật tâm con mong được dì thương. Con xin dì tạm gác mọi sự bực mình cho con ở lại một thời gian. Nếu việc ở lại của con sau đó không đem lại hòa khí trong gia đình, con xin đi chỗ khác.

Bà im lặng sau câu nói của tôi. Nhưng tôi có cảm tưởng không phải bà thử xem đề nghị của tôi có chấp thuận được chăng mà chỉ là để cho cơn bực bội trong người dịu xuống.

Một lát bà nói :

- Chị nói thế có khác gì chị cho là tôi rắp tâm không muốn chị ở đây.

- Con không nghĩ như thế.

- Tôi đóng cái vai trò gì trong nhà này đối với chị? Khi còn bé chị còn chẳng nghe tôi, bây giờ tôi nói gì với chị được.

- Nhưng thưa dì, con tự nghĩ, con không làm việc gì quá đáng cả.

- Chị đã nói thì tôi cũng nói luôn một lượt tất cả những gì liên quan đến chị và tôi cho rồi.

- Vâng, nếu dì thấy cần nói hết, dì cứ nói, con xin nghe.

Hai đứa nhỏ thấy mẹ và tôi nói chuyện với nhau một cách không mấy êm thấm, có vẻ sợ. Chúng nhớn nhác nhìn hết người nọ đến người kia. Tôi cũng thấy xúc động phải đứng vịn tay vào thành ghế. Tôi chờ xem bà nói gì.

Có lẽ dù tôi không muốn, chúng tôi vẫn phải giải quyết mọi chuyện một lần lúc này hay lúc khác. Thật tình tôi cũng hoảng sợ. Tôi không đoán trước bà sẽ nói ra những gì. Một tiếng nói giữa chúng tôi bây giờ chỉ có thể là dấu hiệu của sự đổ vỡ thêm. Để nguyên như cũ tôi còn không biết tìm cách nào sửa chữa, hỏng thêm nữa thì kể như hư hết bột hết đường rồi.

Đúng vào lúc cả hai chúng tôi cùng lúng túng đó thì ba tôi ở trên gác xuống. Có lẽ ông đã nghe hết những gì chúng tôi vừa nói với nhau. Ông xuống để tạm dẹp cuộc cãi vã.

Nghe tiếng chân ba tôi xuống thang, dì ngồi phịch trở lại xuống ghế.

Ba tôi tới và bảo :

- Con nó mới đi về còn mệt. Bà hãy để cho nó nghỉ ngơi một đêm. Mai muốn nói gì hãy nói. Hai đứa bé đi ngủ đi.

Hai đứa nhỏ lùi lũi đi vào trong nhà.

Dì tôi không nói gì nữa.

Ba tôi nói với tôi :

- Đi tắm rửa, thay đồ, xem có gì ăn thì ăn đi.

Tôi muốn nói với ba tôi là tôi xin đứng lại để nghe dì nói hết mọi chuyện và trước mặt ba tôi. Việc có lẽ chúng tôi phải giải quyết tay ba một lần như thế mới mong dứt khoát được.

Nhưng quả thật tôi mệt quá. Một ngày đi đường cộng với tinh thần căng thẳng từ chiều đến giờ khiến tôi muốn lả người và cũng muốn ngừng câu chuyện ở đó. Hơn nữa, nhìn vẻ mặt dì, vẻ mặt ba tôi, tôi linh cảm có một điều gì đó đã xẩy ra trong nhà, tôi phải biết rõ trước đã, rồi hãy dàn xếp công việc cũng chẳng muộn.

Ba tôi nói với dì :

- Bà lên trên gác tôi bảo cái này.

Dì tôi không nó gì. Tôi cúi xuống xách chiếc va-ly của mình đi vào nhà sau. Tôi kiếm chỗ để quần áo. Mồ hôi ướt rịn trên lưng, chân tay dính nhớp nháp bụi bậm.

Hai đứa trẻ đã nằm im trong giường.

Chiếc đi-văng nhỏ của tôi ngày xưa tôi thấy kê ở gần bếp, sát với cánh cửa nhỏ ra vào phía sau nhà. Đêm nay, chắc tôi hãy tạm ngủ ở đó. Tôi lật mặt chiếc đi-văng lên, cất quần áo bên dưới, rồi đậy lại. Ngày xưa nhà chật, ba tôi đã biến chế nó thành cái hòm luôn.

Tôi vào phòng tắm tắm rửa, nghe đầu óc lảo đảo như say sóng. Nước chảy ào ào và tôi không rõ ba tôi và dì tôi đã lên gác chưa hay còn ngồi ở phòng khách. Tôi để mặc cho nước chảy ướt hết đầu tóc, chà xà-bông gội đầu, kỳ cọ. Nước mát và sự tắm rửa sạch sẽ làm cho thấy dần dần da thịt. Lúc ngửa mặt cho nước xối, tôi thấy hai mắt cay xót, muốn khóc. Tôi muốn cho nước chảy phăng luôn nước mắt đi, không muốn thấy mình khóc. Tôi đói bụng nhưng nghĩ phải đi lục đồ để ăn lại ngại, nên nhịn luôn.

Thay quần áo xong, soi mặt chải đầu trong gương, những sợi tóc ướt dính còn chảy nước xuống ngực áo, một lần nữa lại làm tôi muốn khóc. Tôi cố ngăn xúc động, ra ngoài kiếm nước uống, tìm mùng giăng để ngủ.

Một lát sau tôi cũng thấy dì tôi xuống tắm và sau đó bà lên gác.

Tôi không biết hai đứa nhỏ đã ngủ chưa. Tôi muốn lại gần mùng nhìn xem có đứa nào còn thức. Nghĩ vậy, nhưng tôi không trở dậy.

Hai đứa có lẽ một đứa đã học tới lớp nhất và một đứa lớp ba hay lớp nhì rồi. Không hiểu chúng có học đúng lớp như vậy chăng ?

Khuya tôi vẫn không ngủ được. Nằm trong mùng tôi ngửi thấy mùi tanh của những đồ dùng bằng nhôm, bằng sắt, nồi niêu soong chảo, mùi dầu hôi, rác rưởi, những mùi quen thuộc của nhà bếp, tiếng lạch cạch của mấy con chuột lục lọi trong cầu rửa, nóc trạn. Tôi cố lắng tai nghe nhưng chỗ tôi nằm xa quá không nghe thấy tiếng ba tôi và dì tôi. Trong khu xóm vẫn còn những tiếng động của các người thức khuya, tiếng gáo va chạm vào chum nước, tiếng xối nước, tiếng mấy con chó ủng ẳng đuổi nhau trên lối đi sát vách cổng sau. Tôi không biết rõ mình vui hay buồn nữa. Trên mái tôn, tiếng gió cuốn những hạt sạn bay rào rạo, tiếng những que, gậy, nút chai, trẻ con nghịch vứt trên đó bị gió thổi lật, kéo lê, những tiếng khua động âm thầm muốn làm thức dậy những kỷ niệm, quá khứ tưởng đã quên hết. Tôi thấy hồn tôi giống như cái mái nhà trơ trụi, chảy xuôi hết nắng mưa. Hai mươi hai tuổi, tôi chưa bao giờ có đủ can đảm nhìn ngắm mình trong gương, nhìn ngắm như một kẻ có tuổi trẻ, có một đời riêng, một nhan sắc, để áng chừng hạnh phúc của mình sau này. Sự buồn thảm, nghèo khổ đã bao phủ lấy tôi như cái bóng đèn chụp ngoài ngọn lửa, tôi phải xua đuổi mỗi khi chúng lởn vởn trong óc. Có lẽ, thật ra, tôi chẳng lấy gì làm xinh đẹp. Nhan sắc của một người con gái, có phải, chỉ đúng thật trước mắt người tình của y ? Tôi chưa có người tình, nên chưa biết rõ mặt mũi mình ra sao trong mắt nhìn của tấm gương đích thực đó. Trong suốt mấy năm đại học, tôi cũng chẳng được một người bạn học nào tán tỉnh. Có lẽ cũng tại tôi làm họ thất vọng trước khi có ý theo đuổi tôi. Bởi vì, mỗi khi nghĩ đến việc phải đi chơi với nhau, tôi lấy đâu ra quần áo đẹp để mặc? Nghĩ thế thôi, tôi đủ trở nên khó thương trước mắt họ.

Và, từ lúc vào cho đến lúc ra trường, tôi đã học, đã sống như một cái bóng giữa đám người tươi trẻ, ồn ào và đầy hy vọng đó.

Tôi mệt ngủ thiếp đi sau đó, lúc thức dậy trời vẫn còn mờ tối, gió lạnh và chuyến xe lửa đang sắp băng qua ngoài trước cửa. Chính tiếng động đoàn tầu gây ra làm tôi thức giấc.

Tôi chạy lại phía cửa sổ, mở ra, vừa kịp nhìn thấy đoàn tầu chạy tới. Tim tôi đập thình thịch trong ngực. Bao nhiêu kỷ niệm, ngày tháng của tôi dường đang bị những hàng bánh sắt nghiến nát thêm một lần nữa trên đường rầy. Qúa khứ quả là một điều khó xoá bỏ. Nó giống như người chết có mặt ở khắp mọi nơi dù không ai thấy. Đoàn tầu chạy khuất hẳn về phía xa, nhưng mặt đất vẫn còn rung.

Trời vẫn chưa sáng hẳn, mặc dầu tiếng chuông nhà thờ đầu khu phố đã đổ.

Những chiếc xe bò chở hàng cũng đang lạch cạch lăn qua con lộ ngoài đầu ngõ. Âm thanh, cảm giác, nghe thấy, sống lại, làm như đời sống không hề có sự thay đổi nào, chỉ tự nó tàn đi, khô héo, quắt queo lại, như một đoá hoa nở và tàn ngay trên đài của mình. Tiếng cóc cách của những bánh xe bò niềng thép cán trên mặt nhựa, tôi đã bao lần nghe thấy trong những đêm về sáng, những đêm mất ngủ hay cố thức để học bài, nhiều khi làm tôi sợ hãi đến muốn cầm lấy nắm tóc dứt ra khỏi đầu.

Bao nhiêu năm, bao nhiêu buồn vui thay đổi nhưng cái tiếng xọc xạch ấy gần như vẫn vậy. Nó vẫn quay tròn cái vòng nhẫn nại, mòn mỏi, xói vào óc cái tiếng sắt đá va chạm với nhau, tôi còn nhớ cái tiếng động đều đặn hay cố thức để học bài, nhiều khi làm tôi sợ hãi đến muốn cầm lấy nắm tóc dứt ra khỏi đầu.

Bao nhiêu năm, bao nhiêu thay đổi nhưng cái tiếng xọc xạch ấy gần như vẫn vậy. Nó vẫn quay tròn cái vòng nhẫn nại, mòn mỏi, xói vào óc cái tiếng sắt đá va chạm với nhau đã ảnh hưởng dữ dội tới tôi đã có lần tôi mở cửa lẻn chạy ra tận đầu ngõ để xem mặt người đánh xe, tôi chạy ra vừa lúc chuyến xe lửa ầm ầm chạy tới, chiếc xe bò ngừng lại bên kia đường rầy để chờ cho đoàn tầu chạy hết mới băng qua. Và trong khi chờ đợi đó, người đàn ông đánh xe, bật một que diêm, khum tay che gió, hút một điếu thuốc lào bằng một chiếc điếu cầy. Tôi nhìn thấy khuôn mặt ông ta thấp thoáng qua khe hở của các cửa toa tầu và sau cùng một dãy những toa tầu không có nóc bỏ không. Một khuôn mặt đen bóng như nặn bằng đất, được chiếu sáng bằng que diêm và bằng cái ánh sáng vàng vọt của ngọn đèn bão ám khói treo bên thành xe. Đó là lần thứ nhất tôi biết đó là chiếc xe chở mía. Tôi không rõ đêm ấy tôi thức khuya hay dậy sớm quá, tại chuyến xe lửa làm rung rinh đầu óc, tại que diêm và ngọn đèn đỏ không đủ soi rõ khuôn mặt ông ta, hay tại cái mặt người tôi nhìn thấy đó không hoà hợp với sự tưởng tượng của tôi, hoặc tôi không hề tưởng tượng mặt mũi cái người đánh xe đó ra sao, nên khi nhìn thấy thật, trong trí tưởngcủa tôi không dành sẵn một chỗ nào cho ông ta, cả đầu óc lẫn chân tay tôi đều run lẩy bẩy. Cái khuôn mặt tôi nhìn thấy đó, tôi thấy nó giống hệt như bằng đất nung. Tôi bị cái tiếng lạch cạch đó ám ảnh đến nỗi, bữa tôi bỏ nhà lên Đà Lạt học, không định trước, tôi đã ra đường đúng vào lúc chiếc xe lăn tới, bằng vô thức, tôi đã chờ để gặp lại chiếc xe. Có lẽ tôi còn muốn nhìn tận mắt cái " tiếng khua" động những đêm mất ngủ, lo âu của mình một lần. Một cách để giã từ chúng. Cũng hôm đó tôi lại trông thấy chiếc xe chở mía [có lẽ nó chỉ dùng để chở mía]. Bây giờ nghe lại tiếng những bánh xe bọc sắt cán nghiến trên mặt nhựa, tôi tự nghĩ, không biết có phải vẫn cái người đàn ông đen đủi cũ cầm cương mấy con bò xưa đang đi vào thành phố hay một người nào khác ?

Tôi nhìn sâu theo con đường sắt, nhìn tới cuối tầm mắt có thể nhìn được, khi đứng nép mình vào một bên cửa sổ, sương giăng trắng cả một quãng trống, trên những thanh tà-vẹt lổn nhổn có những viên đá. Một con chó lắc lư cái đầu vừa đi vừa ngửi, hít. Quãng đường sắt có chỗ khuất hẳn vào bóng tối nhưng lại hiện ra ở phía xa nơi có ánh đèn chiếu xuống.

Tôi thấy mỏi mắt, trở lại giường nằm. Lúc này tôi lại thấy bồn chồn trong dạ. Ngày mai, mọi chuyện sẽ ra sao đây ?

Nằm một lát, tôi trở dậy gây bếp đun nước. Tôi bắt đầu thấy lóng ngóng với công việc này, không biết hộp quẹt để chỗ nào, cái ấm ở đâu, có phải pha trà riêng cho ba tôi không, hay chỉ cần pha vào ấm lớn ở dưới nhà rồi sau mang lên ? Còn hộp trà nữa, không biết dì tôi cất nơi nào ? Tôi phải mở trận lục lọi, tìm kiếm, mở hết hộp nọ tới hộp kia. Tôi cũng không biết hai đứa nhỏ học buổi sáng hay buổi chiều để đánh thức chúng dậy. Và lát nữa dì tôi xuống, tôi phải nói với bà cái gì đây ?

Nhưng cuối cùng rồi cũng đâu vào đấy. Hai đứa nhỏ thức dậy, đánh răng, rửa mặt, thay quần áo, sửa soạn đi học.

Tôi hỏi :

- Các em ăn sáng thế nào ?

Thằng Cảnh đáp :

- Má cho tiền tới trường ăn.

Tôi lấy tiền trong ví đưa cho mỗi đứa thêm một trăm và bảo :

- Chi cho hai đứa để ăn quà thêm.

Chúng ngập ngừng khi nhận tiền của tôi.

Thằng Thứ hỏi :

- Chị ở lại nhà không ?

Tôi cười bảo :

- Chị về thì chị phải ở nhà chứ.

Tôi nói nhưng không tin lắm ở câu nói của mình. Thằng nhỏ ngó tôi, hai mắt ánh lên sự lo lắng. Có lẽ nó cũng cảm biết được phần nào sự khó khăn giữa má chúng và tôi lát nữa đây.

Tôi nói :

- Thôi hai đứa đi học đi.

Hai đứa dắt nhau ra cửa.

Tôi quét dọn nhà, lau chùi sơ qua bàn ghế và đợi mãi không thấy dì tôi xuống. Tôi muốn xách giỏ đi chợ nhưng không biết mua gì, tôi cũng chẳng còn bao nhiêu tiền. Sau tôi nghĩ, có lẽ dì không muốn gặp tôi, nên tôi thay quần áo đi chợ. Tôi lặng lặng làm những công việc này vì chẳng còn biết nói với ai.

Lúc tôi ở chợ về, dì tôi đã đi khỏi nhà.

Ba tôi gọi tôi lên lầu bảo :

- Con đi đâu vậy ?

Tôi nói :

- Con đi chợ.

Tôi im lặng chờ ông nói tiếp những gì tôi sẽ phải làm. Chắc hẳn đêm qua dì đã nói với ông ý bà thế nào.

Và bây giờ là lúc ông nói lại với tôi.

Nhưng câu hỏi đầu tiên của ba tôi lại không liên quan gì tới chuyện đó cả.

Ông hỏi :

- Bao giờ con sẽ được bổ nhiệm ?

Tôi nói :

- Có lẽ không lâu đâu ạ.

- Tại sao mày muốn khá lại đi chọn cái nghề dạy học?

Câu hỏi của ông đập thắng vào đầu tôi như một nhát búa. Quả thực nếu tôi muốn khá mà chọn cái nghề này thì cũng khó mà khá được thật. Câu hỏi vừa khôi hài vừa thảm.

Tôi nghẹn cứng họng không biết nói gì.

Ba tôi sửa lại ngọn đèn của ông rồi bảo :

- Chắc gì con được dậy ở Sài Gòn.

Tôi nói :

- Vâng. Nhưng có thể con cũng không phải đi xa lắm. Bình Dương, Định Tường hay Biên Hoà gì đó thôi, con có thể đi về được.

- Lương giáo sư bây giờ thì được bao nhiêu.

- Nếu kiếm được ít quá con sẽ xin đi dậy tư thêm.

- Thế có phải vất vả quá không ?

- Thật tình lúc đi học con cứ thấy cố học được là may rồi. Học cái gì con cũng học.

- Không phải ba chê việc làm của con. Nhưng phải làm thế nào để sống chứ. Một tháng mấy chục ngàn đồng, đáng nhẽ mày chẳng cần phải khổ sở thế.

Tôi không hiểu rõ lắm ba tôi định nói gì, nhưng tự nhiên tôi cũng cảm thấy tủi thân. Tôi không tin ba tôi thiển cận đến độ chỉ nghĩ đến việc làm thế nào tôi có thể kiếm được nhiều tiền, nhưng

265

giá bây giờ tôi có mang cả số lương đưa cho ông không biết ông có đủ hút một tháng ?

Vậy thì mọi sự cố gắng của tôi chỉ đạt tới một kết quả hết sức giới hạn. Cái mục đích đầu tiên của tôi, cố học cho xong, đi làm, lấy tiền giúp đỡ ông, kể như hư hết một nửa.

Ba tôi nói tiếp :

- Hôm qua ba đã nghe hết những gì con và bà ấy nói với nhau.

Tôi nói :

- Con không biết dì có muốn cho con ở lại nhà không.

- Bà ấy không nghĩ thế đâu.

- Hình như dì nghĩ rằng con đã phạm tội gì đó với gia đình.

- Cũng không phải như thế.

- Vậy thì chẳng còn lý do nào khiến dì đối với con như vậy.

- Con oán bà ấy sao ?

- Nếu dì đối với con thế con làm sao ở lại nhà được.

- Con nghĩ bà ấy muốn đuổi con à ?

- Con cũng mong ba cho con biết sự thật thế nào.

Ba tôi chậm rãi nướng và tiêm điếu thuốc vào tẩu. Đó là điếu thứ mấy trong buổi sáng hả ba ? Tôi không biết một ngày bây giờ ông phải cần đến bao nhiêu thuốc. Nhưng cứ tưởng tượng, nếu ông không làm được gì cả, một người khác nai lưng kiếm tiền chỉ để ông thu vén mang đốt trong cái lò nhỏ bé kia, đốt không biết bao nhiêu cho vừa, tới lúc nào mới đủ, mới thôi, đủ điên người lên.

Ông nói :

- Con thử nghĩ, có nghề ngỗng như mày bây giờ, giỏi lắm cũng chỉ đủ nuôi thân. Một người như bà ấy, làm cách nào gánh vác cả một cái gia đình nặng nề thế này ?

Tôi nghĩ, có lẽ tôi nên hỏi thẳng ba tôi về việc này, tôi sẽ có cái chìa khóa để mở mọi ngõ ngách lẩn quẩn trong nhà.

Và tôi hỏi ông :

- Vậy, dì đã làm gì để kham nổi cái việc đó ạ ?

Ba tôi không trả lời câu hỏi của tôi. Ông hút điếu thuốc vừa tiêm, thở khói và trông bề ngoài có vẻ như ông không để ý, không hiểu rõ câu hỏi của tôi. Cũng có thể ông đã có sẵn câu trả lời mà ông không muốn nói ra.

Lát sau ông bảo :

- Việc nhà rồi con sẽ biết.

- Con cũng mong vậy. Nhưng con có cảm tưởng có một cái gì trục trặc giữa dì và con. Nếu phải chờ đợi để biết ra điều đó con sợ quá muộn.

- Lỗi tại ba cả.

- Con không dám nghĩ thế.

- Ba quá già, không thể làm gì được nữa.

- Con làm gì được cho ba không ạ ?

- Ba không trông cậy con thì trông cậy ai bây giờ ?

- Ba áng chừng sức con có sửa chữa được gì ?

- Con sẽ làm được hết hoặc con sẽ chẳng làm được gì.

Càng nói chuyện với ông tôi càng cảm thấy u uất. Những gì nhìn thấy quanh ông hình như toàn những cái không sửa chữa được nữa, tuổi già, cái chết. Điều khốn khổ không phải vì ông không còn làm được gì nữa [như ông thường nói] mà vì ông cứ phải tiếp tục làm cái việc ông không thể ngừng được là : hút.

Tôi nói :

- Nếu ba không nói, con hỏi ai để biết rõ chuyện được ?

Ba tôi tiếp tục yên lặng. Trông ông bạc nhược, tàn tạ một cách thảm hại. Sao ba lại chọn cái trò chơi ác nghiệt, thảm sầu vậy ba ?

Tôi đứng dậy, đi xuống nhà.

Tôi nói :

- Con xuống sửa soạn làm cơm.

Ba tôi ngừng hút. Ông nằm ngửa mặt lên trần nhà, nhắm mắt, không động đậy, chẳng buồn mở miệng nói nữa. Hai môi ông thâm tái và có lẽ, vì ngậm dọc tẩu lâu quá, đã vều lên một chút, để hở mấy cái răng vàng sỉn. Tôi lần bước xuống mấy bực thang gỗ với cái hình lặng lờ khô héo của ông và tự nghĩ, tôi có thật còn đáng sống ?

Tôi làm những công việc lặt vặt nhặt rau, vo gạo, xào nấu thức ăn trong trạng thái tinh thần bải hoải, nửa thúc, nửa ngủ, nhiều lúc tưởng như tôi chỉ còn làm việc bằng vô thức.

Trưa, dì tôi không về. Tôi lo dọn cơm cho hai đứa trẻ và mời ba tôi xuống nhà ăn. Như thường lệ, ông bảo tôi mang cơm lên gác cho ông, không bỏ thói quen cũ. Hai đứa nhỏ ăn xong, thoắt một cái đã biến đâu mất. Tôi lo rửa chén bát xong, lên gác xem ba tôi đã dùng bữa xong chưa, để đem đồ xuống rửa. Ông ăn rồi, nhưng ăn rất ít.

Trong khi xếp dọn chén bát, tôi hỏi ông :

- Bữa nay không thấy dì về ăn cơm.

Ông nói :

- Độ này bà ấy ít ăn cơm trưa ở nhà.

Tôi muốn hỏi ông, vậy dì ăn ở đâu, nhưng nghĩ, cả chuyện này nữa chắc cũng liên quan đến những điều khó hiểu quanh bà. Tôi có hỏi chắc ba tôi cũng không trả lời.

Tôi xuống nhà dưới lo rửa nốt bát đĩa, cất đồ ăn vào trạn, sau đó mang nước sôi lên chế vào vào ấm trà cho ba tôi. Mọi vật tôi động đến đều có một vẻ gì đó bất an [tôi bị xâm chiếm bởi một tình cảm bất an chăng ?]

Tôi bắt đầu sợ. Sợ ba tôi. Sợ hai đứa trẻ, chúng đã quen với nếp sống chẳng ai trông coi, muốn đi đâu làm gì thì làm. Chẳng biết chúng học hành ra sao ? Có lẽ tôi phải mang sách vở của chúng ra xem thế nào. Tôi sợ dì tôi. Linh tính cho biết, bà không muốn tôi ở lại đây.

Vì sao ? Nhưng, vì sao mới được chứ ?

Cái nguyên cớ ấy có đáng cho tôi mang sức ra tranh đấu để vượt qua không

Tôi chế nước sôi vào ấm trà cho ba tôi và một lần nữa lại muốn ngồi lại nói chuyện với ông, nhưng không biết nói về chuyện gì. Chừng ông cũng đoán ra điều đó, nên tôi thấy ông trở dậy, thay quần áo, ra phố.

Tôi nói :

- Trưa nắng, ba đi đâu ?

Ông nói :

- Ba có việc ra ngoài một chút.

Hai thằng nhỏ cũng chẳng chịu ngủ trưa, rủ nhau đi đâu mất.

Ba tôi đội cái mũ phớt xám lên đầu, cầm chiếc ô có bao bọc ngoài, bảo :

- Chúng nó chạy chơi đâu đó. Rồi con liệu mà trông nom chúng.

Trong tất cả các câu ông đã nói với tôi từ lúc tôi trở về, chỉ có câu ông vừa nói đó, tôi nghe ra một sự thân mật, có nghĩa như muốn tôi ở lại, bởi vì nó hẹn một công việc phải làm.

Ba tôi lẳng lặng xuống thang, ra đường.

Tôi ngồi xuống chiếu dọn dẹp, lau chùi bàn đèn cho ông, dùng cái phất trần quơ chung quanh sàn gác, vun bụi lại một chỗ rồi hốt bỏ vào trong một mảnh báo, gói lại. Trưa vắng, một mình tôi trên gác, ngửi cái mùi hơi ẩm của căn gác, của thuốc sống. Tôi cầm những chiếc lọ nhỏ xíu đựng thuốc của ba tôi lên xem, nhiều lọ cạn khô. Cứ nhìn những chiếc lọ đó mà đoán, có lẽ ba tôi không được đủ thuốc.

Khi tôi đã làm xong hết những việc muốn làm, quét dọn, lau chùi, xếp đặt mọi vật quanh chỗ ba tôi đâu đó gọn gàng, mấy đứa trẻ vẫn chưa thấy về. Căn nhà hoàn toàn im vắng. Tôi mệt, ngả lưng xuống chiếu, gối đầu lên chiếc gối của ba tôi, nghỉ. Một mùi hôi nặng xộc lên mũi, mùi của thứ mồ hôi lưu cữu, của thuốc rớt, của khói ám làm muốn buồn nôn. Tôi không hiểu được bao nhiêu kẻ mắc phải cái trò chơi khốn khổ này, họ đã bắt đầu thế nào để đến nỗi không gỡ ra được ? Họ phải có bắt đầu chứ, trước họ biết bao nhiêu người nghiện ngập đã phải sống như thế nào, họ mù cả sao không thấy ? Cuộc chơi thật chẳng khác một cuộc thiêu thân, sao vẫn có những kẻ tập dượt để lao mình vào ? Thế là cái quái gì mới được chứ ? Tôi thử nghiêng đầu nằm theo đúng cái thế ba tôi vẫn nằm hút, nhìn vào cái bóng đèn vừa được lau sạch sẽ, cái bóng trong suốt cho nhìn thấy ngọn bấc cháy đen, mùi dầu lạc, mùi tro than, bất cứ thứ gì tôi nhìn thấy, ngửi thấy, đều có vẻ như đã được

NGUYỄN ĐÌNH TOÀN | TIỂU THUYẾT I

tẩm đẫm cái chất của nó nhiều lần, chìm khuất, lạnh lẽo, vậy cái gì đã mê hoặc người ta đến thế ?

Tôi đang nghĩ vẩn vơ bỗng nghe dưới nhà có tiếng động. Tôi nhổm dậy nhìn qua khe tấm màn che xuống nhà xem có phải hai đứa trẻ đi chơi về không. Nhưng người mở cửa vào nhà lại là người thanh niên hôm qua tôi về, thấy anh đang nằm với ba tôi. Tuấn. Sự xuất hiện của anh ta làm tôi mất bình tĩnh. Anh ngó quanh không thấy ai, khẽ đóng cửa lại, chắc đã nhiều lần anh làm như thế, nên dáng vẻ tự nhiên, đi về phía cầu thang. Anh định lên đây vì tưởng ba tôi có nhà. Tôi chưa kịp hắng giọng hay làm một cái gì đó để anh biết có tôi trên gác, đã nghe tiếng chân anh bước lên chiếc thang gỗ, rồi cả cái đầu anh ló lên gác. Nhìn thấy tôi, anh giật mình. Cái giật mình của anh làm cho tôi hơi luống cuống. Vì tôi chợt nhận ra địa vị chủ nhân của mình, thế nào tôi cũng phải nói với anh một câu gì đó. Nhưng tôi chưa biết phải nói sao.

Anh khựng lại ngay bực thang chỗ anh vừa bước tới.

Anh nói giọng không được tự nhiên lắm :

- Cụ đi vắng ạ?

Tôi nói :

- Vâng. Ba tôi vừa ra khỏi nhà.

Anh có vẻ tần ngần định quay trở xuống, nhưng nghĩ sao đó, anh lại ngửng lên nhìn thẳng vào mặt tôi, bảo :

- Cô có thể cho tôi lên kiếm cuốn sách bữa qua tôi để quên không ?

Chắc là cuốn sách bìa xanh, dầy, tôi vừa thu dọn, nhưng không để ý xem đó là sách gì.

Tôi nói :

- Dạ, xin mời ông lên kiếm thử xem, vì tôi không biết là cuốn nào. Tôi vừa xếp cả trên đống sách của ba tôi.

Người thanh niên nhanh nhẹn bước hẳn lên gác, đi tới đống sách, lấy cuốn sách của anh. Đúng là cuốn tôi dự đoán.

Anh nói :

- Cuốn này của tôi.

270

- Ông cứ việc lấy lại.

Anh quay lại phía tôi bảo :

- Thường ngày tôi vẫn sang đây nói chuyện với cụ.

Giọng nói của anh rành mạch và dịu dàng. Tôi cũng thử ngửng lên nhìn lại mặt anh ta một lần xem sao. Trông anh mạnh khỏe, hai mắt sáng quắc, mặt vuông, miệng rộng. Anh nói chuyện với tôi hết sức tự nhiên, vững chãi, một người như vậy mà nghiện ư ? Ý nghĩ này làm tôi thấy nhói trong ngực.

Tôi nói :

- Tại lâu quá tôi không về nhà thành thử không biết rõ lắm về những người quen của gia đình.

Anh mỉm cười bảo :

- Thỉnh thoảng tôi có thấy cụ nhắc tới cô.

Tôi không biết anh ta chơi với ba tôi với tư cách thế nào, anh đã quen ông từ bao giờ, ba rôi đã nói gì với anh về tôi ? Có khi người thanh niên này lại biết rõ chuyện gia đình tôi hơn tôi không chừng. Giọng nói của anh ngay thẳng, dễ tin. Có lẽ tôi có thể nói chuyện với anh và biết ra vài điều gì chăng ? Cách anh ta ra vào nhà tôi cả lúc không có ai như thế, chắc là anh đã thân với nhà này lắm.

Tôi nói :

- Chắc tôi phải xin lỗi để nói với ông điều này, nếu đã có những lần ông đến chơi, ba tôi không có nhà và ông có thể nằm chờ thì mời ông cứ ở lại. Ba tôi chắc ra ngoài không lâu.

Tuấn cười bảo :

- Thực ra cũng đã có những lần tôi làm như thế.

Tôi nói :

- Vậy mời ông ở lại. Tôi vừa pha cho ba tôi ấm trà mới. Ông cứ tự nhiên. Tôi xin xuống dưới nhà.

Tuấn ngăn tôi lại, bảo :

- Tôi nói thế thôi, chứ cụ không có nhà thì tôi về.

- Thế ông không…

Tôi nói và không kịp nghĩ ra câu gì đó có nghĩa như là bảo anh ta không ở lại hút sao, và tôi ngừng câu nói ở đó.

Tôi cũng chợt nhớ ra cái hình ảnh anh ta ngừng ngang ở cầu thang lúc nãy.

Tôi ngừng ngang câu nói, nhưng anh ta cũng đã hiểu tôi định nói gì rồi. Anh làm bộ, tôi thấy anh có vẻ làm bộ, lấy tay che miệng ngáp, bảo tôi :

- Không sao. Tôi có thể lui giờ được.

Tôi thấy rõ là anh ta muốn trêu tôi .

Nhưng biết đâu anh chẳng nghiện thật.

Chỉ mới nghiện đây thôi. Vì với cái da dẻ hồng hào và bộ dạng lanh lẹ như vậy, nếu anh có nghiện cũng chỉ có thể là một người mới nghiện thôi. Một người như thế mà nghiện sao ?

Ai chẳng có thể nghiện.

Tôi loay hoay với mấy cái câu hỏi rồi trả lời một mình đó, và từ lúc nào, cứ thấy lòng thắt lại. Có lẽ nhìn bộ điệu tôi anh cũng đoán được tôi đang nghĩ gì, nên tôi thấy anh cứ mỉm cười nhìn tôi, nhìn như rình chờ xem tôi sẽ nói chi nữa. Nhưng tôi có thể nhận ra trong cái nhìn, cái cười của anh, một sự vui đùa chứ không có vẻ gì độc ác.

Tôi nhận thấy tôi có thiện cảm với anh.

Và tôi cười bảo :

- Như ông đã biết, tôi ở xa về, ba tôi có nhiều người quen, tôi chưa được chỉ dẫn nên chẳng biết cư xử thế nào cho phải.

Anh vẫn giữ nụ cười trên miệng nhìn tôi, bảo :

- Tôi tên Tuấn. Hình như hôm qua, nếu tôi nghe không lầm thì cụ cũng đã giới thiệu tôi với cô như vậy.

- Vâng tôi nhớ tên ông do ba tôi nói.

- Tôi hai mươi sáu tuổi.

- Tôi không ngờ ba tôi lại chơi với một người bạn trẻ đến thế.

- Tôi không dám chắc tôi là gì của ông cụ, nhưng nếu bảo là bạn thì hơi quá.

- Dầu sao nếu tôi không rõ ông là thế nào với ba tôi, tôi có thể cư xử, xưng hô, làm ông phật lòng.

- Tôi thường hay sang đây nằm nghe cụ nói chuyện.

- Thế nghĩa là thế nào?

- Tôi ở gần đây.

- Như vậy ông là hàng xóm mới của chúng tôi?

- Có lẽ cô đã định đúng vị trí của tôi rồi đó.

Anh ta làm tôi vui lây cái vui vẻ của anh. Tôi thấy tôi có thể nói thêm với anh một vài điều nữa. Nhưng trước hết tôi phải mời anh ngồi xuống đã, chứ cứ để anh đứng như trời trồng thế kia sao?

Tôi nói:

- Căn gác chật quá, chẳng có bàn ghế gì để mời ông ngồi.

Tuấn nói:

- Thường thì tôi với cụ chỉ thỉnh thoảng nhỏm dậy để lấy cái gì đó thôi.

Anh ta cố tình chọc cho tôi cười hay sao đây?

Tôi rót nước ra chén mời anh:

- Nếu ông ông không bận lắm, tôi xin mời ông chén nước này để làm quen.

Tuấn ngồi ké xuống bên chiếc chiếu, nhận chén nước tôi mời.

- Mừng cô trở lại nhà.

- Tôi tên Hóa, tôi nói.

Tuấn ngưng hớp chén nước đang kề trên miệng, sẽ nghiêng đầu, tôi không hiểu anh ta định đóng tuồng hay lắng nghe thật sự cái câu tôi vừa nói đó.

Anh tiếp:

- Cụ thường nhắc đến cô, nhưng tên thì chưa.

- Tôi chẳng làm được điều gì hay ho thành thử ba tôi cũng không có dịp khoe với ông, chắc vậy.

Tuấn tiếp tục uống chén nước của anh.

Sau đó, anh để chiếc chén vào đúng chỗ cũ trong khay, nghiêng đầu một lần nữa về phía ngược lại với cái nghiêng đầu lúc nãy. Tôi không biết anh mắc chứng gì hay chỉ là cách anh lấy lại thăng bằng cái đầu của anh.

Tuấn nói:

- Trước hết, cô không giống lắm với tấm hình tôi trông thấy.

273

Câu nói của anh làm tôi ngạc nhiên. Tấm hình nào đây ? Tôi có bao giờ chụp hình ngoài những lần lấy căn cước, lấy thẻ ở trường, đi thi…… Anh đã trông thấy một trong những tấm hình ấy chăng và trong trường hợp nào ?

Tôi nói :

- Tôi ít khi nào chụp hình, không hiểu sao lại có tấm hình ông thấy.

Tuấn cười bảo :

- Chắc lúc đó cô còn nhỏ.

- Vâng. Tôi đi như vậy cũng hơn bốn năm rồi.

Tuấn nhìn tôi. Chắc anh muốn biết câu nói của tôi có nghĩa như thế nào. Tôi đã bỏ nhà đi bốn năm năm. Tôi đã làm gì trong khoảng thời gian đó ? Điều ấy thì ngay chính ba tôi cũng chỉ vừa mới biết đây thôi, biết đúng như lời tôi nói lại, không hơn không kém.

Tuấn bảo :

- Cô có muốn coi lại tấm hình đó, cô có thể lật cái bìa cuốn tự điển cụ vẫn dùng để gối đầu, dưới cái bao bìa , phía trong.

Tôi làm theo lời Tuấn. Dưới mép cái bao bằng ny-lông bọc cuốn tự điển, ba tôi đã để một cái hình nhỏ của tôi, tấm hình tôi chụp năm đệ nhất. Có thể trong những lúc nằm một mình ba tôi cũng có nhớ tới tôi và ông đã cất tấm hình ở đó để thỉnh thoảng trông lại. Trông tấm hình và cách để tấm hình [có phải đó cũng là cách ba tôi thương con ?] tôi cảm thấy cái phần của tôi trong nhà quả thật nhỏ mọn.

Tuy nhiên, tôi vẫn cảm động, cảm đông vì cái cách ba tôi thương tôi đó, cảm động khi nhìn lại một tấm ảnh cũ, cảm động vì cái cách Tuấn đã chỉ chỗ cho tôi tìm thấy tấm hình.

Anh biết rõ ba tôi cất tấm hình của tôi như vậy, có thể anh cũng chú ý đến tôi. Chú ý về cách nói chuyện về tôi của ba tôi với anh. Chú ý vì không chừng, qua tấm hình ấy, anh cũng thấy tôi có một nhan sắc dễ coi, hay ít nhất, nó cũng hứa hen một người con gái sau này, nghĩa là bây giờ đây, tôi có thể dễ coi.

Cái sự thật ấy, anh đang trông thấy trước mắt anh đây, anh thấy sao, hỡi người xa lạ ?

Cũng có thể anh chỉ trông thấy tấm hình một lần và đã nhớ, nhớ cái chỗ để tấm hình, không phải nhớ tôi, hẳn thế, nhớ vì tò mò, một ông già suốt ngày nằm dài hút thuốc phiện, nói về đứa con gái đi xa, đi chẳng có một âm hao nào, cũng là chuyện khích động trí tò mò của anh ta chứ ?

Tôi nói :

- Tấm hình này tôi chụp năm cuối trung học.

Tuấn bảo :

- Đối với cô bây giờ phải coi như hai chị em.

- Chắc ông về ở trong xóm này đã lâu ?

- Vào kỳ Tết Mậu Thân.

- Lấy cái ngày ấy làm dấu mốc quả là một ngày đáng nhớ.

- Cô ở đâu trong những ngày đó ?

- Tôi ở trên Đà Lạt.

- Tôi quên khuấy đi mất. Cụ cũng có nói với tôi chuyện đó.

- Ông làm tôi sợ.

- Sợ cái gì ?

- Như thế chẳng khác tôi đang làm gì đó, có một người trông thấy mà không biết người ấy là ai và đứng đâu.

Tuấn cười, tiếp :

- Không phải chỉ có một người.

Tôi cũng cười bảo với anh :

- Ba tôi thì không đáng sợ lắm.

Tuấn nói :

- Nhưng chỉ có một mình cụ có thể trông theo cô. Tôi chỉ nghe nói.

- Cám ơn ông đã trấn an tôi.

- Tôi không biết gì hơn những gì tôi vừa nói với cô.

Tôi cám ơn Tuấn một lần nữa về những gì anh đã cho tôi hay. Tôi chắc, nếu anh không nghĩ tốt về tôi hẳn cũng không có gì xấu. Nhưng đó chỉ là những điều tôi phỏng đoán xuyên qua cách nói chuyện của anh với tôi thôi. Dầu sao, tôi cũng muốn bày tỏ một cảm tình đối với anh, về sự thành thật tôi cảm nhận được nơi anh, trong khi anh nói chuyện với tôi.

Tôi nói :

- Hôm qua, nhìn thấy ông nằm với ba tôi, tôi ngạc nhiên lắm.

Tuấn lại mỉm cười nhìn tôi, bảo :

- Sao, cô ?

- Ông còn trẻ quá.

- Để nghiện hay để làm gì ?

Giọng Tuấn vẫn vui đùa và dịu dàng. Có vẻ như anh không có một chút mặc cảm nào về cái việc hút sách của mình.

Tự nhiên tôi thấy mừng. Mừng vì có lẽ tôi đoán đúng, có lẽ Tuấn không hút. Tôi mong rằng anh không hút. Từng ấy tuổi mà anh đã hút thì đời anh kể như bỏ đi rồi. Điều ấy đối với ai cũng đáng tiếc, chẳng riêng gì anh. Trông anh khoẻ mạnh, tươi sáng như vậy mà mắc vào cái trò chơi đó quả thật là uổng phí. Nhưng nếu anh không hút thì anh đến đây làm gì ?

Nghĩ thế tôi lại bắt đầu thấy sợ.

Tôi lúng túng không biết nói thế nào. Sự lúng túng của tôi làm Tuấn thích thú vì anh có vẻ chiếm được ưu thế. Nhưng tôi tin là thế nào tôi cũng biết sự thật. Tuấn sẽ nói ra cái sự thật đó. Kéo dài sự hiểu lầm này để làm gì mới được chứ ?

Tuấn nhìn đồng hồ một lần nữa. Chắc anh có việc bận phải đi. Nhưng Tuấn không có vẻ vội vã.

Anh nói :

- Rất tiếc tôi đã làm cô thất vọng.

Trời đất, tôi phải hiểu câu nói của anh thế nào đây? Tôi thấy đầu óc choáng váng. Nhưng nhìn lại điệu bộ Tuấn, tôi vẫn có cảm tưởng anh chỉ định trêu tôi thôi. Tôi không quen nói chuyện với bạn trai, chưa bao giờ tôi phải đương đầu với họ trong những chuyện rắc rối, dằng dai như vậy.

Tôi bị thất thế thấy rõ.

Tôi lắp bắp nói :

- Thế ra ông ...

Tuấn cười. Lần này tôi nhận ra anh muốn trấn an tôi bằng ngay nụ cười của anh trước khi anh nói. Đây cũng là lần thứ nhất trong đời tôi thực sự để ý đến sự tinh quái của đàn ông, khi người ta muốn điều khiển tiến trình của một câu chuyện.

Có lẽ cho là đùa thế đã đủ, Tuấn lấy giọng đứng đắn, bảo :

- Tôi chỉ sang đây nằm chơi với cụ thôi. Tôi không hút.

Tôi nín hơi nghe Tuấn nói. Khi anh nói hết câu, tự nhiên, tôi thấy nhẹ nhõm cả người.

Tôi cười bảo với anh :

- Vậy mà ông cho rằng đã làm tôi thất vọng ?

- Có lẽ tôi nghiện tôi sẽ gợi được sự cảm động của cô hơn, phải không ?

- Ông không nghiện mà cứ nằm quanh bàn đèn mãi cũng có ngày bị cháy lây đó.

- Tôi xin ghi nhớ điều cô vừa nói.

- Ông có thể cho tôi biết, ba tôi đã làm cách nào "quyến rũ" nổi ông ngày ngày sang đây nằm với ba tôi ?

Tôi bắt đầu thấy mạnh dạn hẳn lên và có điều gì đó trong lòng khiến tôi còn có thể cho là mình phấn khởi nữa. "Quyến rũ", đó không phải là mấy cái từ hay ho tôi đã dùng được sao ?

Tuấn cười :

- À, tôi đang học chữ Nho. Và tôi có thể hỏi cụ những chữ tôi không biết. Vả lại, cụ nhà thuộc rất nhiều Thơ Đường, điều mà tôi rất thích nhưng lại không đọc được.

Lời giải thích của anh như thế đã đủ chăng ?

Tôi nói :

- Tôi cũng có nghe ba tôi, ngày xưa, thỉnh thoảng đọc cho nghe vài ba câu. Dĩ nhiên là tôi cũng chẳng hiểu gì.

- Chữ Nho cụ viết còn tốt lắm.

- Tất cả những người nghiện mỗi người đều có một cái tài gì đó.

Tuấn cười. Có lẽ anh cho là tôi bị ám ảnh bởi chuyện ba tôi nghiện. Tôi bị ám ảnh bởi điều đó chứ không phải cho là gì nữa.

Hầu hết những người bạn hút của ba tôi, tôi biết, đều có ít nhất mỗi người một cái tài gì đó thật, hoặc chữ tốt, hoặc hát hay, học giỏi, hoặc nói chuyện có duyên. Tôi đã được nghe họ bình thơ, hát nói, đọc Đường Thi, tôi chẳng hiểu một câu nào, nhưng cái âm điệu của nó và nghe họ dịch rồi bàn cãi với nhau từng chữ một, ý nghĩa của nó như chạm tới tận những phần u uẩn của tâm hồn, tôi nghe và có khi tưởng như thấy cả cái lung linh, lạnh lẽo của những đêm trăng sáng lùa vào trong người, cái khói mờ của những chữ nghĩa xa lạ đó lọt vào trí óc tôi như sương mù. Cho tới khi tôi hiểu được một cách lờ mờ những câu *"Bến Tầm Dương canh khuya đưa khách"* là được dịch từ chữ Nho *"Tầm Dương giang đầu dạ tống khách"* tôi càng bị huyễn hoặc bởi những dòng thơ kỳ ảo đó. Tôi đã nhìn thấy các bạn ba tôi thức suốt một đêm quanh một ấm trà thơm chỉ để nhìn một chữ nho được viết trên lụa, treo trước mặt mọi người, tôi không nhớ rõ lắm, nhưng hình như đó là chữ "hành" thủ bút của một danh sĩ đời Đường, được sao lại. Chính cái người được coi là chữ tốt nhất trong nhóm là người "sợ" nhất cái chữ đó. Ông ta nhìn xa, nhìn gần, ngẩn ngơ, sờ mó cái chữ vô tri trên manh lụa. Ông cũng kể lại rằng, Việt Nam xưa, có một người có thể viết được đủ bốn thứ chữ Nho Chân, Thảo, Triện, Lệ khiến sứ Tầu phải nể sợ là Cao Bá Quát.Chứng kiến bút pháp của Cao Bá Quát, một người trong đám sứ Tầu đã ghé tai ông bảo đừng viết nữa, giỏi quá, có thể sẽ bị ghen ghét, hãm hại đấy.

Cái trò chơi này, xưa, khi nhà tôi còn khá giả có vẻ là một trò chơi tao nhã, đến khi thiếu tiền đã trở thành chuyện để cười hay để... khóc.

Cũng trên cái ngọn lửa nhỏ bé đó, ba tôi đã đốt gần hết tất cả vẻ khả kính của ông. Nhưng tro than của cuộc thiêu hủy đó, của những ngày tháng êm đềm, những đêm trăng huyền ảo, hương trà thơm ngát, cái thuở phong lưu với những bóng người lảo đảo trên một chữ Nho giữa mảnh lụa, vẫn không ngừng bay quẩn, rơi rớt đâu đó trong ký ức buồn thảm của tôi.

Triêu như thanh ty mộ thành tuyết

Cái mái tóc của ba tôi, đúng như thế, buổi sáng như tơ xanh chiều đã thành tuyết trắng, nhưng lại chẳng có vẻ gì đẹp của câu thơ. Đó là thơ của một người nào khác, đời nào khác, xứ sở nào khác. Thế giới của ông bây giờ chỉ còn lại một chiếc chiếu nhỏ, một khay đèn, tôi đã trông thấy ông nằm đấy và chảy tuôn nước mắt.

Tôi nói với Tuấn :

- Tôi tưởng ông có hút, tôi sẵn sàng thắp lửa cho ông một lần.

Tuấn nói :

- Để khi nào tôi bắt đầu, tôi sẽ nhờ cô.

Tôi cũng hỏi Tuấn :

- Ông học chữ Nho kể cũng lạ.

Tuấn nói :

- Tôi cũng muốn đọc thêm một ít sách.

- Ông muốn đọc lại Đường thi ?

Tuấn cười, cúi xuống nhìn cuốn sách đang cầm trên tay, bảo :

- Không. Tôi muốn học để đọc thêm sách về Đông y. Nhưng cũng có lắm lúc tôi thấy mê thơ Đường hơn sách thuốc.

Tôi nghĩ thầm, có lẽ Tuấn đang học y khoa, nếu không, chắc anh ta mắc một cái chứng gì đó cũng khó hiểu và khôi hài như cái đầu của anh, lắc về bên này một cái, rồi lại phải lắc về bên kia một cái để lấy lại thăng bằng như lúc nãy tôi đã thấy.

Câu chuyện đến đó Tuấn đứng dậy, bảo :

- Bây giờ tôi phải đi. Cô làm ơn nói lại với cụ, tôi sang xin lại cuốn sách.

Tôi chào lại anh, nói :

- Tôi sẽ nói lại với ba tôi.

Anh ta ra về.

Hai đứa trẻ, từ sau bữa cơm, vẫn chưa thấy lảng vảng về nhà. Tôi ngồi lại một mình trên căn gác, loay hoay xếp lại mấy cái chén cho ngay ngắn. Tôi lật lại tấm bìa sách, nhìn lại tấm hình của mình. Tấm hình bỗng nhiên biến thành một giọt nước. Tôi nghe quanh tôi một sự im lặng nặng nề. Giữa tôi và tấm hình nhỏ bé ép dưới cái bao của cuốn sách kia cũng chẳng khác gì nhau. Cộng tất cả những năm tôi đã sống, cả tuổi thơ của tôi, có hơn gì một miếng bìa mỏng đó ?

Nhưng có lẽ bất cứ ai cũng phải có một thời để sửa soạn đời mình. Ngày mai tôi sẽ sống như thế nào, có phải đó mới là điều đáng kể ?

Hai đứa trẻ mở cửa nhảy vào trong nhà. Nếu không thể hỏi ai để biết mọi chuyện trong nhà có lẽ tôi có thể hỏi chúng.

Nghĩ vậy, tôi đi xuống nhà.

Xuống tới lưng chừng cầu thang tôi đã phải la lên :

- Buổi trưa không đứa nào ngủ hả ?

Hai đứa trẻ giật mình. Chừng như tới lúc đó chúng mới nhớ ra tôi đã trở lại nhà.

Thằng Cảnh nói :

- Tụi em không ngủ trưa.

Tôi nói :

- Nắng vậy mà hai đứa lôi nhau đi đâu thế ?

Chúng nhìn nhau và nhìn tôi, không đứa nào nói gì.

Tôi lại gần bên chúng, ngồi xuống ghế. Trông mặt mũi hai đứa, tôi biết, chúng chưa nhận ra được vị thế của tôi trong nhà. Chắc trong mấy năm rồi chúng đã được thả lỏng chẳng ai kìm giữ, và chúng đang thử xem có thể trả lời tôi thế nào. Cả hai đứa đầu tóc bù xù, mồ hôi mồ kê tèm lem mặt mũi.

Tôi bảo thằng Thứ :

- Vào trong nhà lấy khăn lau mặt đi.

Thằng nhỏ lẳng lặng đi vào phòng tắm.

Còn lại thằng lớn, nó ngước mắt nhìn tôi chờ đợi, mặt mũi cũng lem luốc không kém gì thằng kia.

Tôi nói :

- Trưa em không ngủ, không học bài, đi bêu nắng, ốm thì làm sao.

Nó không nói gì và vẫn đứng nguyên tại chỗ.

- Mày lớn không chịu trông em lại đầu têu cho nó đi chơi, tôi tiếp.

Thằng Cảnh vẫn không nói gì.

- Vào rửa mặt đi, rồi ra đây chị hỏi cái này.

Nó cũng lẳng lặng làm theo lời rồi.

Thằng Thứ đã lau mặt xong, đứng lấp ló chỗ cửa buồng tắm, nửa muốn đi ra, nửa sợ.

Tôi gọi nó lại, bảo :

- Mang cặp của em lại đây chị xem. Cả cặp của anh Cảnh nữa.

Thằng nhỏ líu ríu làm theo lời. Trong cặp của chúng có cả thông tín ba. Chẳng đứa nào được xếp hạng cao trong lớp, đứa khá môn này kém môn khác.

Thằng Cảnh từ dưới nhà lên, đứng cạnh em, lúc tôi giở sách ra coi.

Tôi nói :

- Chỉ tại hai đứa cùng lười. Sách vở quăn tít như ống sáo thế này.

Hai đứa này chắc phải cần một thời gian uốn nắn mới đâu vào đấy được.

Nhưng trước hết, tôi phải làm quen lại với chúng đã.

Tôi hỏi :

- Quên lúc sáng chị không hỏi, hai đứa đi học bằng cách nào ?

Thằng Thứ đáp :

- Đi bộ.

Thằng Cảnh nói :

- Trường ở gần đây.

- Thường thường hai đứa học bài vào lúc nào?

- Buổi tối.

- Ba có trông cho các em học không ?

- Có.

- Thỉnh thoảng thôi.

- Chừng không hiểu bài thì hỏi ai ?

- Không hỏi.

- Bộ em bỏ luôn à ?

- Bỏ.

- Sang năm một đứa lên trung học, một đứa lên lớp nhất rồi, phải học cho cẩn thận chứ.

Hai đứa lại lặng thinh không nói gì. Tôi cất lại sách vào trong cặp cho chúng.

Tôi hỏi :

- Má làm gì cả ngày ?

Thằng Cảnh nhìn tôi dò xét.

Một lát nó nói :

- Má đi.

- Đi đâu?

- Không biết.

- Ngày nào má cũng đi à ?

- Ngày nào cũng đi.

- Chừng nào má về ?

- Tối.

- Ngày nào má cũng đi từ sáng đến tối mới về à?

- Ừ.

- Trời đất ! "vâng" chứ "ừ" sao Cảnh ?

Thằng Cảnh lại lặng thinh. Thằng nhỏ leo lên ngồi trên chiếc ghế nghểnh cổ nghe chuyện hết nhìn tôi lại nhìn anh.

Tôi nhìn hai đứa nhỏ và tự nhiên thấy nhói trong lòng.

Dì tôi làm cái quái gì mà ngày nào cũng đi như vậy?

Liệu hai đứa nhỏ nói thật chăng? Tôi có cảm tưởng một đám mây u ám vừa trôi qua trong đầu óc. Tôi cố mường tượng lại vẻ mặt dì tôi chiều hôm qua. Quả thật bà chẳng còn mảy may dấu vết hình dạng trước ngày tôi đi. Bà thay đổi đến có thể coi như đã trở thành một người khác. Từ mái tóc kiểu con trai hớt tém đến quần áo, son phấn, nước hoa, hết thảy đều khác lạ. Cơn bão nào đã thổi qua gia đình tôi đây? Trận dịch nào đã rớt vào cái chốn khốn cùng này? Tôi bỗng nghe cùng một lúc lao xao trong đầu muôn ngàn tiếng động không phân biệt được, trên hai my mắt run rẩy những mảnh lam nham không hình thù, tim đập như trống trong ngực.

Tôi hỏi hai đứa nhỏ:

- Má làm gì mà làm cả ngày vậy?

- Em không biết.

- Má không cho các em đi theo bao giờ sao?

- Có.

- Em thấy gì?

- Không thấy. Má bảo đứng đằng xa chờ.

- Chờ? Thế má đi đâu?

- Má vô trong nhà một lát ra, dẫn đi chơi.

- Nhà nào?

- Không biết.

- Nhà có cửa bằng sắt có gắn những đồng tiền tròn.

Tôi nhìn thằng bé, cố gắng hiểu xem nó định nói gì?

Có lẽ nó muốn nói đến một quán ăn, một tiệm rượu, một cái snack-bar chăng? Tôi chịu, không thể đoán được.

Tôi hỏi:

- Má vào đấy lâu không?

- Chút xíu thôi.

- Lúc má ra em có thấy gì không?

- Em nghe thấy tiếng nhạc.

- Chỉ có thế thôi à ?

- Vâng.

- Rồi má mang các em đi đâu ?

- Đi chơi.

- Đi chơi ở đâu.

- Ăn kem. Đi xem xi-nê.

- Má có hay cho tụi em đến chỗ đó không ?

- Không.

Ngần ấy câu trả lời của lũ nhỏ có đủ để tôi ghép lại và hiểu dì tôi làm cái nghề gì không ? Chắc chúng cũng không biết gì hơn nữa. Tuy nhiên tôi vẫn muốn hỏi thêm chúng.

Tôi nói :

- Thế các em đi chơi về ba nói sao ?

- Ba không nói gì.

Chắc vậy. Chắc ba tôi không nói gì. Tôi áng chừng nếu dì tôi muốn giấu hai đứa trẻ chỗ làm của bà hẳn nó phải có cái gì cần giấu. Ba tôi biết hay không biết chuyện ấy ? Hay ông biết mà không nói với tôi ?

Không nói ? Lý do vì sao mới được chứ ?

Tôi có cảm tưởng một bức tường lạnh cứng đã phủ xuống quanh đây, bưng kín mọi thứ, khiến cho việc tôi muốn nhập lại vào quá khứ của mình và thoát ra khỏi đều khó như nhau.

Tôi phải làm gì bây giờ ?

Tôi bảo hai đứa trẻ :

- Hai đứa muốn đi chơi nữa thì cứ đi. Nhưng ăn cơm chiều xong thì phải học bài, nghe không.

Hai đứa trẻ chạy tót ra đường liền.

Tôi nhìn theo chúng và qua cánh cửa vừa được mở ra thấy nắng bên ngoài đã xế. Ba tôi vẫn chưa về.

Dì tôi cũng chẳng thấy đâu.

Nếu tôi không có nhà, những lúc như thế này, có khác gì căn nhà hoang ? Hai đứa trẻ chẳng thể không lêu lổng.

Tôi có thể sửa chữa được gì trong tất cả những việc này ?

Tôi nhớ lại dáng ba tôi lúc ông đi xuống cầu thang. Ngoài những lúc nằm dài bên khay đèn, có lẽ ông chẳng biết làm gì hơn là đội mũ đi ra đường trong chốc lát như thế, để vui chơi, để khuây khỏa.

Vui chơi ? Ông còn có thể vui chơi được chăng ? Tôi không biết rõ chuyện gì đã xẩy ra ở đây, nhưng tôi cảm nhận nó như một cơn bệnh đã thấm nhập vào cơ thể.

Tôi phải làm sao đây ?

Câu hỏi đó gieo trong hai tai tôi như những tiếng chuông rời rã, ngân nga, kéo lê một cường độ, một âm cấp, làm tôi muốn lảo đảo.

Dù sao, tôi cũng phải làm gì chứ ? Hoặc là tôi sẽ phải bỏ đi, hoặc tôi sẽ ở lại, cả hai trường hợp tôi đều phải chuẩn bị tinh thần để quyết định.

Nghĩ cho cùng, tôi chẳng làm gì khác được, không có quyền lựa chọn, không có quyền bỏ đi. Tôi phải ở lại. Sự bỏ đi của tôi chẳng có ý nghĩa gì khi ba tôi còn nằm lại đây. Nhưng tại sao tôi đã trở về đến đây lại chỉ nghĩ đến chuyện đi như thế ? Có phải tôi giống như con sâu, đã nghe ra sự ẩm thấp, dấu hiệu của một cơn mưa lạnh lẽo quanh đây ? Có thể tôi đã đoán, đã có những dự cảm chẳng hay, chỉ vì thói quen ?

Tôi nhận được lệnh bổ nhiệm về làm việc tại một trường trung học hỗn hợp cách Sài Gòn chừng vài giờ xe hơi, sáng đi sớm, xế trưa về. Những hôm có giờ dậy buổi chiều thì tới tối tôi mới về đến nhà. Tôi di chuyển bằng xe lam hay xe đò, nhưng cũng có khi đứng đón xe, gặp các người bạn làm việc cùng một chỗ, họ cho đi ké bằng xe hơi hay xe gắn máy.

Tại trường các nam giáo sư bị động viên khá nhiều thành thử thiếu người, những người còn lại chia nhau dậy đủ các môn, các lớp, trong khi chờ đợi các thầy được biệt phái trở lại.

Trường tọa lập trên một khu đất rộng giữa cánh đồng và tuy nằm sát bên trục lộ giao thông giữa Sài Gòn và các tỉnh ly, nhưng quãng đường cũng chỉ nhộn nhịp một chút lúc buổi sáng, dân chúng buôn bán đáp xe hàng, xe gắn máy, xe đạp hoặc đi bộ tới chợ. Chợ cách trường chừng hơn một cây số, nơi chúng tôi thường kéo nhau đi ăn bữa trưa tại một cái quán đằng trước chợ vào những hôm có giờ dậy buổi chiều, cơm dĩa, cơm phần, thịt heo kho trứng, sườn ram mặn, gà luộc, canh cải, canh khổ qua. Cái tên "khổ qua" đã hấp dẫn vài người trong bọn chúng tôi, khi tô canh được bưng tới, một chị bạn nếm thử và nhận ra đó chỉ là "mướp đắng", chị cười và từ đó chị gọi là canh "khổ quá". Quãng chín mười giờ, khi những đám sương đã tan hết và mặt trời chói lóa khắp nơi, hơi nóng từ trên những miếng fibro-ciment bắt đầu tỏa xuống các lớp học thì quãng đường cũng trở nên vắng vẻ, thỉnh thoảng một chiếc xe đò cũ kỹ xành xạch chạy qua, mầu sơn xe còn nhìn thấy rõ, những chuyến xe buổi chiều, phần nhiều bụi bậm, phủ mờ cả màu sơn. Có bữa cả lớp học nhốn nháo vì bỗng nhiên trên sà nhà có đôi rắn rất lớn vặn vẹo cuốn quanh mấy chiếc kèo nhỏ, thả cái đầu ngoèo xuống nhìn lũ học trò, lũ trẻ la hoảng, bỏ chạy ra sân, các lớp bên cạnh cũng xôn xao, mấy đứa lớn đi kiếm gậy gộc. Rắn chạy lẩn đâu mất rồi thế nào cũng có lúc xuất hiện trở lại và cảnh tán loạn lại diễn ra. Có bữa các cán bộ "bên kia" đột nhập vào trường tập hợp tất cả các giáo sư, học sinh lại, kêu gọi mọi người "chống Mỹ cứu nước". Các nam giáo sư bị đe dọa không được đi lính cho "ngụy". Họ nói biết "những ai đi lính cho ngụy, những ai thuộc thành phần ngoan cố, có tội với nhân dân", phân phát những tờ truyền đơn, yêu cầu "các đồng chí giáo viên" cũng như học sinh hãy phổ biến rộng rãi "để toàn dân biết rõ đường lối đấu tranh của cách mạng, của Mặt Trận Giải Phóng". Sau đó họ mau chóng rút lui, cũng có khi bị lực lượng an ninh địa phương biết, đến vây bắt phải nổ súng chạy trốn. Hai bên bắn nhau, thầy trò nằm la liệt tránh đạn. Đến một cuộc thu nhặt các tài liệu vừa được tung ra, thầy trò lại nghe một cuộc diễn thuyết ngược lại. Sự nghi ngờ người này, người khác được rì rầm bàn tán. Đôi khi, một xác người bị chặt đầu treo trên một chiếc cọc cắm đâu đó, giữa một thửa ruộng sát lộ giao thông, gần lối đi tới trường để "cảnh cáo". Nhìn cái đầu bị cắt lìa cắm trên ngọn cọc bên cạnh một cái thây trần trụi hay chỉ còn một chiếc quần xà lỏn, cái đầu với hai con mắt nhắm nghiền, da mặt đen bầm, nạn nhân có lẽ đã bị giết trong đêm, mùi hôi và tanh lợm của máu thịt đã đông, rữa, hình như còn đọng lại rất lâu trong không khí trên quãng đường. Đó là những người, thường là các nhân viên xã ấp, địa phương quân, bị cán bộ bên kia thanh toán. Rồi tới cuộc ruồng bắt trả đũa của quân đội quốc gia. Những người qua lại dần dà dửng dưng với những cái xác ruột gan lòi ra cả đống, môi bị cắt, bể một bên mắt, vỡ sọ... Người ta liếc mắt ngó nhìn hoặc xây mặt ra phía khác. Nhà chức trách địa phương mau chóng dọn dẹp các hiện trường. Chỉ còn lại những dấu vết không rõ rệt, đám cỏ bị dẫm nát, chiếc cọc được nhổ đi để lại một lỗ nhỏ kéo theo một chút đất bị bung lên, vài hôm cỏ mọc lan kín hết. Nhưng cái mùi của máu khô, thịt thối đó còn bám mãi trong hai mũi và cổ họng tôi, một vài ngày sau tôi vẫn còn ngửi thấy lẫn trong miếng ăn, nước uống. Chẳng phải chỉ trong những đêm khuya ngủ một mình mới khiến tôi sợ hãi, nhiều buổi trưa nằm lại trong phòng các giáo sư, trong lúc những người khác tụ tập ở các phòng khác trò chuyện, chấm bài, đánh bài, đi cầu, đi dạo, tôi bỗng nghe ớn lạnh khắp người, một chất nước từ dạ dầy, từ các chân răng ứa ra, làm lợm giọng. Tôi nhắm mắt nằm nghe ngóng sự yên lặng chung quanh, nghe những tiếng bàn tán, cười nói, trêu chọc nhau của các bạn đồng nghiệp trong các phòng bên cạnh, nghe tiếng gió thổi lùa qua các khe cửa, reo rì rào trên mái, cái mái cao ngất ngư chưa được làm trần, chính ở đó mấy con rắn thường xuất hiện, bóng những con chim sẻ nhẩy qua nhẩy lại, đậu trên miếng kính hình chữ nhật lợp trên mái để lấy ánh sáng cho lớp học, những tiếng động, những cảm giác, những gì mắt nhìn thấy có thể rất mơ hồ hay rõ ràng, tùy theo những bữa tôi khoẻ mạnh hay mệt nhọc.

Trong trường không phải chỉ có các thầy đi lính, học trò cũng chẳng thiếu những đứa đang học bỗng nhiên thấy nghỉ hẳn, ít lâu sau trở lại trường với bộ đồ trận trên người, mặt mũi đứa nào đứa nấy sạm nắng, đen thui, tươi cười chào hỏi thầy cô, các bạn. "Bây giờ em vô lính rồi cô, tụi nó còn léo hánh tới đây em đánh thấy mẹ". Tôi nói đùa với chúng "Em nhắm đánh được chúng không?" "Tụi em bây giờ đâu có rỡn nữa. Không muối nổi nó thì nó muối mình liền, sức mấy nó tha". Có đứa mang lon chuẩn úy mặt còn non choẹt. "Cô yên trí, trong vòng mười năm nữa em sẽ lên tướng". "Chắc thế, trông bộ vó em có thể làm tướng được", tôi nói và nghĩ thầm "sớm hơn chỉ nay mai em sẽ thăng cố thiếu úy". Chỉ nghĩ vậy thôi mà tôi muốn khóc. Những đứa đã nhập ngũ đó, thường thường chỉ trở lại thăm trường một lần rồi không thấy đâu nữa, cũng chẳng biết còn hay mất. Có đứa trước khi từ biệt còn nói với tôi "Cô cho em một cái gì đó mang theo làm kỷ niệm". Chắc nó tự cho đã đủ lớn, bây giờ tán cả cô.

Có bữa có đứa trên đường hành quân qua trường, đã ngừng xe chạy vào trong trường thăm thầy cô, súng đạn đầy mình. Chúng cười cợt hỏi thăm người này người khác bằng giọng thành thực hay chế nhạo, nón sắt gỡ ra cầm trong tay, tóc cắt ngắn, mồ hôi nhễ nhại, trông chúng già dặn hẳn lên thật. Không biết các bạn đồng nghiệp nghĩ sao, riêng tôi, nhiều lúc cảm thấy mình thực sự yếu đuối. Những lúc đó, nếu chúng xin ngồi lại trong lớp có lẽ tôi sẽ không nói được gì nữa. Không phải tôi bị chúng lòe bởi cái bộ vó anh hùng của chúng, nhưng quả thật chúng đã thoát khỏi môi trường của chúng tôi, giữa chúng và chúng tôi đã có một sự cách biệt, chúng làm những công việc của chúng và chúng tôi làm những công việc của chúng tôi, những công việc chẳng còn liên quan gì đến nhau nữa, đó có phải là dấu hiệu chúng đã trưởng thành ?

Chỉ trong vòng một năm, một năm chậm chạp và mau chóng trong sự đổi thay riêng của mỗi người, tôi đã thông thạo hết các công việc, tôi có thể theo dõi sức học của từng học sinh trong lớp, tôi đã thở quen không khí chiến tranh, bất trắc, sự mỏi mệt, mùi sương sớm và cỏ non trên lối đi từ thành phố tới trường học, những chuyến xe đò, xe lam. Không phải tôi định nói đến cuộc chiến tranh mênh mông đang diễn ra trên đất nước đâu. Tôi chỉ muốn nói đến cuộc chiến tranh trên quãng đường từ nhà tới trường học, những gì diễn ra ở ngay trường học, ở chung quanh đó, các người bị cắt đầu, bị mổ bụng cũng bắt đầu ít đi. Có sáng xe chạy lướt trên xa lộ, nhìn xuống hai bên cánh đồng, nhìn các cơ xưởng đang được xây cất, đang hoạt động, những cánh đồng cỏ, lúa xanh ngắt, mặt nước chói ánh mặt trời sớm mai, tôi vẫn tự hỏi, không biết tôi nên ao ước cho cái quãng trống bao la đó nhà cửa sẽ mọc lên, một thành phố sẽ hình thành hay cứ để các thôn xóm, làng mạc giữ nguyên như thế ? Hiển nhiên đó chỉ là những ý nghĩ vơ vẩn, tưởng tượng cho qua thì giờ trên quãng đường nhàm chán, buồn nản, ngày nào cũng đi qua, cũng trông thấy. Cũng có khi nhìn thấy những thửa ruộng lúa đang ngả màu vàng, tôi bỗng nhớ những cánh đồng ngày còn bé đã đi qua, chạy loạn qua, nhớ những dòng sông ào ào nước chảy, hai bên bờ không nhà cửa, chỉ nhìn thấy những bãi lau sậy, cát trắng, vài cái chòi mái rạ đã bạc phếch, đã mủn đen. Dường như tháng năm của đời tôi cứ kéo dài trong những nỗi bất định, đe doạ. Một buổi chiều lúc tôi chừng năm sáu tuổi, đi đón mẹ về chợ, bị lạc giữa một quãng đồng, mưa bỗng ập xuống, một trận mưa lớn chưa từng thấy, trời đất đen kịt, sấm chớp vang rền, tôi muốn kiếm một chỗ nấp mà không có, không nhìn thấy rõ một cái gì, đứa trẻ sợ hãi tưởng tượng ra cảnh mẹ chết trên dọc đường đi chợ xa bị bom, chẳng còn ai trông nom. Trời rét, đứa trẻ vấp ngã, gió quật không đứng lên nổi, chân tay lạnh cứng, càng sợ càng ngã hoài, lúc nhìn thấy những hàng trám bên con đê dẫn lối về nhà, sợ đến nỗi không dám cúi nhặt cả mấy trái trám gió quăng tới tận chân. Những hình ảnh, cảm giác đó, có lẽ suốt đời chẳng bao giờ tôi có thể quên. Đứa trẻ bơ vơ đó, sau khi mẹ chết, được bố đưa về Hà Nội. Bố mải mê buồn bã, mải mê chơi, cả tháng không ngó ngàng gì tới con, giao phó con cho người vú già, rồi người vợ kế, cái cảnh như một cơn ác mộng, đôi khi tôi muốn quên, muốn quên hết, nhưng chẳng thể nào quên được. Có lúc cầm viên phấn viết bài cho lũ trẻ trong lớp, tôi đánh rớt xuống đất. Tôi bàng hoàng nhiều hơn sợ hãi, tôi không kiểm soát được việc điều khiển mấy ngón tay nữa. Đời sống nhiều khi là những gì ngoài mong ước, ngoài tưởng tượng.

Một bữa, tôi đang dậy bỗng được mời xuống văn phòng trường. Ở đó, một vị trung úy đưa cho tôi một lá thư của một chuẩn úy thuộc đơn vị của ông, nhờ ông trao cho tôi, anh ta hiện bị thương nặng và đang nằm điều trị trong bệnh viện dã chiến. Nhìn tên đề ngoài phong bì, tôi chỉ nhớ mang máng, tuy nhiên tôi có thể chắc chắn rằng, đó không phải là một người thân hay quen biết nào của tôi. Tôi hỏi lại ông ta : " Trung úy có chắc không nhầm khi trao thư này cho tôi không ?" Ông ta nói : "Nếu tên đề ngoài phong bì đúng cả tên lẫn họ cô, và nếu trong trường không có ai trùng tên với cô, thì tôi chắc đó là thư của cô". Tôi nói "Tôi không nhớ tên người gửi này là ai? ". Ông ta bảo: "Cô cứ thử mở ra xem, nếu không phải của cô thì thôi. Thực ra tôi cũng không biết rõ việc này. Tôi có việc phải về qua đây và được nhờ làm giúp việc này, vậy thôi"

Tôi mở thư ra đọc. Đó là thư của một học sinh lớp đệ nhất, tôi phải cố gợi lại tưởng tượng mới nhớ ra hắn. Hắn học được đâu hai ba tháng gì đó thì bỏ đi lính. Hắn viết một cách mập mờ về những tình cảm của hắn đối với các bạn hữu, với các thầy và với tôi, về quyết định hắn bỏ ngang học. Thực ra tôi không thể biết hắn định nói cái gì. Chỉ có một điều rõ ràng là hắn xin tôi cho hắn gặp tại bệnh viện, nơi hắn đang điều trị. Yêu cầu của hắn làm tôi nóng mặt. Giọng hắn có vẻ muốn chấm dứt sự kiện hắn là học trò trong trường, nhưng lại rụt rè không nói thẳng ra, cũng như hắn không nêu rõ lý do hắn muốn gặp tôi để làm gì ?

Tôi nói với người Trung úy : "Vâng, đúng là thư gửi tôi. Nhờ Trung úy làm ơn nhắn lại với người gửi là tôi quá bận, không thể tới bệnh viện được, chỉ xin gửi lời chúc mau bình phục".

Ông ta ra về.

Khoảng hơn một tuần sau, tôi được tin hắn chết. Hắn gửi lại cho tôi một tập nhật ký, một tấm hình tôi hắn chụp lén lúc nào trong lớp, được phóng lớn kẹp trong tập nhật ký. Ảnh phóng bị rạn, trông như hình người chết được chụp lại. Đọc tập nhật ký, tôi mới biết là hắn yêu tôi. Hắn yêu tôi ? Điều đó, đối với tôi, thật vừa khôi hài vừa thảm thương như cái chết của hắn. Thư từ, kỷ vật của hắn làm tôi bàng hoàng. Tôi tự hỏi, nếu biết trước hắn yêu tôi và sẽ chết như vậy, không biết tôi có vào thăm hắn không ? Có lẽ hắn yêu tôi, nhưng đó là thứ tình tôi không hiểu được, nó kỳ quặc như những dòng chữ trên tờ giấy, nó có vẻ một thứ gì khác chứ không phải là tình yêu được.

Tôi băn khoăn mất ít hôm, không biết nên đốt những thứ đó đi hay giữ lại. Tôi chẳng tiếc gì những vật đó, nhưng dầu sao hắn đã chết. Cuối cùng, tôi giữ lại tấm ảnh, còn đem đốt hết. Tình của hắn đối với tôi, nếu có, cũng chẳng khác tấm hình đó. Tôi cũng nghĩ, nếu hắn còn sống chắc tôi cũng không đến thăm hắn đâu. Nhưng bây giờ, nếu có dịp đứng trước mộ hắn, tôi xin sẵn sàng thắp cho hắn vài nén nhang.

Một năm tôi sống như một cái bóng lẩn lút trong nhà. Ba tôi, dì tôi và tôi đều tránh không gặp mặt nhau, tôi muốn nói gặp nhau cùng một lúc, thực ra thì phải nói, chỉ có tôi và dì tôi không ai muốn đối diện với ai.

Tôi vẫn gặp ba tôi những khi bà không có nhà. Còn bà, tuy đi suốt ngày, nhưng đêm khuya về, bà vẫn rút lên cái "pháo đài" của ba tôi trên gác. Chuyện gia đình vẫn không có gì sáng tỏ cả. Đó là một sự vô lý và chính sự vô lý này càng khiến chúng tôi tìm cách lẩn tránh nhau.

Cũng phải nói rằng tôi bắt đầu e ngại cái sự thật mà tôi muốn biết. Sự dè dặt của tôi bây giờ chỉ là sự trì hoãn việc biết cái sự thật đó. Tôi đã muốn làm một thứ đà điểu chúi đầu xuống cát để khỏi trông thấy gì cả. Cho đến lúc nào mọi việc tự nó không còn gì che giấu được nữa, chừng đó sẽ hay. Không những tôi với bà tránh gặp nhau mà còn tránh nói với nhau nữa. Đây là một việc khá khổ cực. Khi bà về đến nhà, thường thường là vào lúc tôi đã đi ngủ, nhưng vào những hôm phải soạn bài, chấm bài, giờ đó tôi còn phải ngồi ở bàn. Phiền hà nhất là những hôm tôi phải ra mở cửa cho bà [bà có chìa khóa cửa, nhưng mấy đứa trẻ đã cài chốt bên trong].

Cũng may công việc này hầu hết là do con nhỏ giúp việc trong nhà làm. Nếu tôi phải mở cửa, không thể tránh được phải nói với bà vài ba câu gì đó, chẳng hạn chào hỏi "dì mới về", bà lí nhí trả lời, rồi đi vội vào trong nhà, trở lại bàn làm việc, nhưng ngay cả khi không còn việc gì để làm nữa, đã nằm trong màn, tôi cũng chưa ngủ được, yên lặng nghe ngóng tiếng chân bà đi lại. Có khi bà mở trạn lấy đồ ăn mang ra bàn khách ngồi ăn một mình. Chắc bà cũng thừa biết tôi chưa ngủ, thừa biết tôi đang chú ý xem bà đang làm gì. Tôi phải thở rất nhẹ, bởi vì tôi không muốn bà biết tôi còn thức. Tôi nghe tiếng bà nhai cơm, tiếng thìa đũa chạm vào bát đĩa, nhìn thấy bóng bà lờ mờ qua lần vải sô của tấm màn, tự nhiên tôi cũng thấy buồn cho bà. Hai đứa trẻ ngủ đã từ lâu, nhưng cũng có hôm chúng gắng thức chờ mẹ về, bà nói với chúng dăm ba câu rồi đuổi chúng về giường. Bà nói và nhiều khi thấy tiếng nói của mình quá lớn hay sao đó, nên tôi thấy bà tự hạ thấp giọng. Phần tôi ít khi nói gì lúc bà có nhà. Đời sống của tôi và cả của bà nữa, trong nhà, như vậy đã mất tự nhiên. Ý định đi ở riêng lâu lâu trở lại với tôi, nhưng tôi vẫn không quyết định được, dù thế nào cũng còn ba tôi. Thêm vào đó, từ ngày tôi về nhà, việc trông nom hai đứa nhỏ kể như tôi phải lo liệu. Dù tôi không hề nghe dì tôi nói một tiếng về việc này, nhưng tôi chắc bà tin cậy tôi trong việc dạy dỗ chúng.

Điều khổ tâm hơn cả là số tiền lương của tôi, sau khi chi dụng vào việc nhà, may mặc sơ sài, tiêu vặt hàng ngày, xe pháo đi lại, chẳng còn bao nhiêu. Tôi đưa cả cho ba tôi cũng kỳ, không đưa cả cũng kỳ. Thực ra thì dù tôi có đưa hết số tiền còn lại cho ông, cũng chẳng đủ cho ông hút, tôi cũng không biết ông cần bao nhiêu mới đủ hút. Chẳng lẽ tôi không giữ lại một đồng một chữ nào phòng thân lúc ốm đau hoặc cần dùng vào những việc không biết trước ? Cuối cùng, tôi chia đôi số tiền còn lại, đưa cho ông một nửa, một nửa cất để dành.

Như thế, gánh nặng trong gia đình trên vai dì tôi, hình như chỉ giảm bớt thôi.

Tôi cũng nói với ba tôi :

- Con cố để dành mỗi tháng một chút để dùng những khi cần.

Ba tôi nói :

- Tùy con.

Câu nói của ba tôi dội vào tôi cái ý nghĩa nửa dửng dưng, nửa chịu thua của ông đối với tôi, đối với cái hoàn cảnh chúng tôi đang sống đây. Tốt hơn tôi cũng chẳng nên nói thêm gì về việc đó nữa.

Tôi không nói gì và tôi sống trong niềm áy náy không nguôi và nhất là không biết phải làm thế nào trong cái hoàn cảnh không rõ ràng của mình.

Từ ngày tôi trở về nhà, Tuấn cũng ít sang. Có lẽ anh vẫn tới chơi với ba tôi nhưng anh chọn những lúc tôi không có mặt ở nhà. Nếu anh sang vào buổi sáng, tôi không thể có nhà được. Khi về, tôi cũng không dễ gì gợi chuyện để ba tôi nói về anh. Nhớ buổi đầu tiên gặp anh, khi anh đến lấy lại cuốn sách, tôi có nói lại việc ấy với ba tôi, khi ông ở ngoài phố về. Ba tôi chỉ nói một câu ngắn ngủi:"Thế à? Ở của cậu ấy, trả cho người ta.Tôi nói: "Con thấy cậu ấy còn trẻ quá".

Tôi nói không hết câu, nhưng chắc ba tôi đã hiểu tôi định nói gì. Yên lặng mốt giây, ông bảo :"Cậu ấy chỉ sang chơi với ba thôi, không hút". "Con cũng có nghe cậu ấy nói vậy, nhưng nghĩ có thể cậu ấy nói tránh đi". Ba tôi chặc lưỡi bảo : "Việc gì người ta phải nói tránh". "Cậu ấy muốn học chữ Nho hả ba ." "Cậu ta nói vậy chứ chữ Nho cậu ta khá cừ rồi". "Cậu ấy học thuốc hở ba?". "Ba cũng nghe nói vậy".

Tôi còn muốn hỏi thêm ba tôi vài câu nữa, nhưng tôi thấy ông đã mở cái bóng đèn, quẹt diêm châm vào ngọn bấc. Sau đó ông cầm cái kéo nhỏ, cắt sửa tim đèn cho ngọn lửa ngay ngắn. Ông làm công việc này với một bàn tay khéo léo, mềm mại, yên lặng, dường như ông sợ tiếng nói làm ông run tay không làm được vừa ý. Tôi nghiệm ra trong suốt một năm, bây giờ trong những lúc rảnh rỗi tôi có thể leo lên gác ngồi với ông một lát nếu tôi muốn, không như trước nữa, ngồi nhìn ông hút, tôi nhận ra, tất cả cử chỉ của một người nghiện, cái gì trông cũng buồn thảm, từ cách châm đèn, tiêm thuốc, nạo ống, hút, thở khói, lim dim mắt, nằm duỗi dài để nghe cơn say thấm đi khắp cơ thể, cái cảnh ông mở cái bóng đèn thổi tắt ngọn lửa khi đã hút đủ cữ, hình ảnh nào tôi cũng thấy một vẻ gì đó muốn làm rơi nước mắt. Có lẽ vì thế, khi tôi còn bé, ông không muốn cho tôi nhìn thấy ông hút ? Mà chẳng phải riêng tôi, những người nghiện hút, họ thường túm tụm để hút nhưng không ưa những kẻ không hút lẩn quẩn quanh chỗ của họ. Ngày xưa, khi ba tôi có nhiều bạn bè tới chơi, tôi đã nhận thấy như thế. Quanh họ, dù là lúc họ đang hút hay đã ngưng, hình như lúc nào cũng vẫn còn một đám khói, một ánh lửa vô hình. Có lẽ vì cái vẻ mơ màng của họ đã khiến những người nhìn thấy họ có cảm tưởng như vậy. Cũng có thể da mặt họ đã được tạo thành bởi hai màu khói và ánh đèn trộn lẫn.

Dù tôi không gặp Tuấn ở nhà, nhưng thỉnh thoảng tôi vẫn gặp anh trên đường từ ngõ vào nhà. Anh vẫn vui vẻ chào hỏi tôi và bao giờ cũng với vẻ mặt hóm hỉnh và điệu bộ nhanh nhẹn sẵn có của anh. "Cô mạnh giỏi chứ?"."Mấy hôm nay sương mù và hơi lạnh, phải không?". "Mưa thế này mà cô phải đi làm xa ngại quá nhỉ?". Như thế, chắc anh đã biết cả nơi làm việc của tôi.

Tôi cũng cười hỏi thăm lại anh và nhắc :

- Đã lâu không thấy anh sang chơi.

Tuấn nói :

- Vâng, độ này tôi cũng hơi bận.

Thường, sau đó, anh rồ máy cho xe chạy. Tôi ngó theo anh chạy ra ngoài phố hay khuất sâu vào trong ngõ. Tôi thử đoán xem nhà anh ở vào quãng nào trong ngõ, nhưng dự đoán của tôi cũng lộn xộn như tất cả những căn nhà nhìn thấy, sơn đủ màu, đủ kiểu, cao thấp, lồi lõm chẳng ra hàng lối chi cả. Nhiều bữa vào nhà rồi, tôi lại hồi hộp lo sợ vu vơ, nghĩ rằng, có lẽ Tuấn biết rõ về nhà tôi hơn cả tôi không chừng. Anh đã ở đây mấy năm, những năm tôi vắng nhà.

Anh đã biết những gì ?

Lễ Giáng Sinh tới, hình như luôn luôn sau một vài cơn bão lớn nhỏ, một vài thành phố ở miền Trung bị lụt. Sài Gòn trong hơi sương lạnh, trong những trận mưa bất chợt, biến đổi, có vẻ lãng mạn hơn, quyến rũ hơn vì những thứ quần áo lạ mắt người ta đem ra mặc.

Một buổi chiều, sau giờ cuối đứng lớp, tôi ra khỏi trường, sương mờ đã bao phủ trên những cánh đồng, trên mấy hàng kẽm gai giăng làm giới hạn của trường, ngửa mặt nhìn chiếc cột cờ khẳng khiu vươn trên bầu trời u ám, tự nhiên tôi thấy đầu óc váng vất, có thể vì sương xuống quá dày, cũng có thể tôi bị mệt, tôi bước những bước hao hụt ra đường.

Khi về đến nhà, tôi thấy dì tôi tiếp hai người đàn ông Đại Hàn trong nhà.

Điều này quả ngoài sức tưởng tượng của tôi, nhất là tôi lại nghe bà nói tiếng Anh nữa. Tôi thấy hai chân tôi như bị buộc lại, líu ríu, không đi được nữa. Cũng may dì tôi ngồi quay lưng ra phía cửa không nhìn thấy tôi. Qua cánh cửa mở một bên, tôi trông thấy họ và nghe họ nói.

Tôi bối rối không biết nên vào nhà hay bỏ đi.

Đúng lúc ấy tôi thấy Tuấn chạy vespa qua.

Tôi chạy theo anh, gọi :

- Anh Tuấn. Anh Tuấn.

Tuấn dừng xe lại, bảo :

- À, cô.

Tôi nói :

- Nhà tôi có khách, tôi không tiện vào. Anh cho tôi theo sang bên ấy một chút, được không ?

Tuấn nói :

- Mời cô.

Anh ra hiệu cho tôi ngồi sau xe và chở tôi về nhà.

Tuấn mời tôi ngồi trong một căn phòng khách nhỏ, nhưng bàn ghế, đồ đạc trông khá sang trọng. Anh bật nút chiếc máy quay băng để trên mặt tủ ly tách, mở nhạc cho tôi nghe. Anh xin lỗi đi lau qua mặt mũi trước khi trở lại. Người nhà của anh mang cho tôi một ly trà.

Tuấn trở lại, bảo :

- Cô chạy loạn à?

Tôi nói :

299

- Mệt quá.

Tuấn nói :

- Nghe nhạc đi, sẽ hết.

Giọng nói bình tĩnh pha một chút bỡn cợt cố hữu của anh làm tôi nhớ lại cái vẻ hoảng hốt thái quá của mình. Anh chỉ là một người hàng xóm, tôi làm như vậy coi sao được ?

Nghĩ vậy, tôi cố lấy lại bình tĩnh. Tôi bưng ly trà lên uống, cảm thấy hai tay bị run. Cái điều tôi sợ hãi bấy lâu, cái sự thật được che đậy, tôi đã cố tình xây lưng để khỏi thấy, đã tới lúc phơi bầy ra cả chăng ?

Tuấn gỡ cuốn băng đang chạy ở máy ra, lắp vào một cuốn khác.

Anh nói :

- Để tôi mở cho cô nghe cuốn nhạc mới này.

Tôi không chú ý bao nhiêu đến lời anh nói, tuy nhiên tôi cũng mỉm cười tỏ dấu cám ơn anh.

Tâm trí tôi không ngớt bị cái cảnh vừa nhìn thấy ám ảnh.

Cuốn băng quay mấy vòng rồi bắt đầu phát tiếng. Đó là một bản nhạc tôi đã nghe từ lúc còn nhỏ, bây giờ nghe lại, lẩm nhẩm theo, thấy mình nhớ sai nhiều chỗ, cả âm điệu lẫn ca từ. Nhưng bài hát đã làm vơi trong giây phút nỗi sợ hãi đang chất chứa trong lòng. Tôi ít khi nghe nhạc. Thứ nhất tôi không có thì giờ rảnh. Thứ hai, nhà tôi từ ngày tôi lớn lên, chẳng thấy khi nào dư giả để mua một chiếc máy quay băng đĩa tạm gọi có thể nghe nhạc được. Phần khác, tôi sợ cái thế giới quá dịu dàng do âm nhạc gây ra và tôi không muốn bị nó lôi cuốn theo. Những câu hát tôi nhớ lõm bõm trong đâu, hầu hết tôi đã nghe mẹ tôi hát, và, càng ngày tôi càng nhận ra những bài hát đối với tôi chỉ là những dấu hiệu của sự bất hạnh.

Nghe hết bài hát, tôi thấy nổi gai cả người. Tôi phải xin với Tuấn hãy tắt máy đi.

Tuấn có vẻ ngạc nhiên, hỏi :

- Cô không muốn nghe nữa à?

Tôi mỉm cười bảo với anh :

- Anh cho tôi mượn cái hộp băng một chút.

Tôi muốn biết tên bài hát, tên tác giả và tên ca sĩ trình bầy. Đó là những cái tên lạ hoắc đối với tôi. Nhưng những âm điệu, cái giọng trầm ấm ấy, tôi đã nghe thấy nhiều lần ở đâu đó.

Tuấn ngừng máy quay lại ngó tôi.

Tôi trả lại anh cái hộp băng, bảo :

- Bài hát này tôi đã nghe từ ngày còn nhỏ, bây giờ mới biết tên tác giả, tên bài hát và luôn cả tên người hát.

Tuấn nói :

- Bài đó có lâu rồi.

- Vâng.

- Tôi có nhiều băng nhạc. Thỉnh thoảng nếu cô thích, mời cô sang nghe.

- Cám ơn anh.

Nói xong câu đó tôi mới chợt nhớ ra, trong lúc hoảng hốt khi thấy Tuấn chạy qua cửa, tôi đã gọi anh bằng anh, và bây giờ tôi đã tiếp tục câu chuyện với anh bằng cái tiếng xưng hô ấy.

Sự yên lặng sau lời cảm ơn của tôi rớt vào câu chuyện lại lôi kéo tôi trở về thực tại, cái thực tại mà bài hát vừa làm tan loãng ra. Tôi lại cảm thấy chân tay muốn run trở lại.

Tuấn nhìn tôi một lát, rồi sau dường anh cũng đoán được nỗi áy náy của tôi, anh mỉm cười dịu dàng bảo :

- Cô không muốn về nhà à ?

Tôi ngửng lên nhìn Tuấn, thử xem câu nói của anh có ý mỉa mai, đùa bỡn gì chăng ? Nhưng vẻ mặt Tuấn chẳng có gì chứng tỏ anh định đùa cợt tôi cả. Tôi cũng chẳng biết đáp sao cái câu hỏi của anh. Sau có lẽ thấy tôi không được tự nhiên, anh hỏi tôi một vài câu khác, về những công việc của tôi ở trường, có phải dậy nhiều giờ không, có vất vả lắm không, cô đi về bằng gì ? Tôi nói, không, cũng chẳng có gì đáng coi là vất vả, chỉ cực vì phải đi làm xa quá, muốn giữ đúng giờ giấc thường phải dậy rất sớm. Tuấn bảo, như thế cô nên mua một chiếc xe gắn máy để di chuyển. Tôi nói, đường

301

xá nhiều xe cộ quá tôi cũng sợ, nhưng để xem, chắc tôi cũng đến phải giải quyết bằng cách đó thôi.

Tuấn ngỏ ý mời tôi ở lại ăn cơm.

Tôi chưa muốn về nhà nhưng ngại không nhận lời.

Tôi cũng muốn nhân dịp này gợi chuyện hỏi xem may ra Tuấn có biết chi về chuyện nhà tôi, nhưng chẳng biết nên nói thế nào, rồi nhớ ra Tuấn vừa mời tôi ăn cơm, chắc đã đến giờ ăn của gia đình anh, tôi bèn đứng dậy xin phép ra về. Tôi cũng nghĩ, có lẽ tôi chẳng cần phải hỏi ai nữa, mọi việc như thế đã khá rõ ràng.

Tuấn nói :

- Cô đừng ngại, cứ ở lại chơi, lúc nào tôi ăn cũng được mà.

Tôi bảo Tuấn :

- Thôi. Cám ơn anh.

Tuấn đưa tôi ra cửa, lúc vào cũng như lúc ra, tôi không gặp một ai khác trong nhà anh trừ người giúp việc [có lẽ vậy] mang nước cho tôi. Cũng may. Nếu không, hẳn anh lại phải mất công giải thích.

Tôi về nhà vừa đi vừa run. Tôi không biết những người khách có còn lại trong nhà chăng ? Tôi cũng nghĩ, cái vẻ hốt hoảng của tôi lúc nãy khi gọi Tuấn, chắc đã làm anh ngạc nhiên. Nó không thích hợp với cái vẻ bình tĩnh tôi cố làm ra lúc đứng dậy đi về. Hoặc anh đã hiểu lý do vì sao tôi đã gọi anh như kêu cứu. Đằng nào thì cũng có vẻ thê lương cả.

Tôi bước dọc theo con đường sắt trở về nhà. Vào giờ này, hầu như nhà nào mọi người đều cũng đang quây quần quanh bữa ăn. Những hình ảnh bình thường ấy tự nhiên cũng làm tôi mủi lòng. Một bữa ăn được ngồi với nhau đủ mặt người trong nhà, trong một không khí ấm cúng như vậy, đối với tôi là một điều hiếm hoi. Cứ tình trạng này kéo dài mãi, còn có thể nói, đó là việc không thể có nữa là đằng khác.

Đi được nửa đường, tôi chợt nghĩ, giờ này có thể dì tôi và mấy người khách chưa ra khỏi nhà. Nếu họ chưa đi khỏi thật, tôi có về cũng không dám vào.

Tôi bèn quay sang cái ngõ kế cận và ra đường cái. Tôi đi kiếm một chỗ nào đó để ngồi, điệu này kể như tôi chẳng thể ăn được bữa cơm chiều nữa. Vậy tốt hơn, tôi nên kiếm một cái quán, ăn qua loa một chút gì đó.

Tôi đi gần hết quãng phố, tới một tiệm Tầu, vào gọi một tô mì nhỏ, một chai xá xị.

Quán vắng, cạnh bàn tôi có hai đứa trẻ ngồi đánh cờ với nhau như hai ông già. Tôi để ý thấy chúng cũng đăm chiêu, tính nước, cất tay đi những con cờ một cách thận trọng.

Tôi ăn hết tô mì thì chúng cũng xoá bàn cờ bầy ván khác. Tôi muốn ghé sang tận nơi xem chúng đánh, nhưng sợ làm rộn chúng, lại thôi. Một lát, người chủ tiệm to béo, bụng phệ, cởi trần, ra đứng bên cạnh bàn coi hai đứa trẻ tiếp tục ván cờ. Cái lưng của ông ta che kín bàn cờ, tôi phải ngồi thụt vào trong phía tường, nghiêng đầu, mới nhìn thấy lại. Người chủ tiệm không nói gì. Hai đứa trẻ cũng không đứa nào mở miệng. Thật là lạ. Chốc chốc, một đứa một đứa giơ tay đập con cờ đánh chát xuống bàn ăn một con của địch thủ. Đứa kia cũng làm một cử chỉ tương tự hoặc lặng lẽ đi một nước khác trên bàn cờ. Tôi tưởng tượng cái ngón tay nhỏ của đứa bé vẽ một đường vòng trên cái lưng đầy mỡ của người chủ tiệm. Tưởng tượng khiến tôi nhìn lại cái lưng của người Tàu đứng trước mặt, thấy một dòng mồ hôi chảy từ cần cổ có những nếp nhăn xuống cái sống lưng lõm sâu của ông ta.

Lúc tôi đứng dậy ra ngoài, hai đứa nhỏ vẫn chưa đánh xong ván cờ. Người Tàu bỏ đi lúc nào tôi cũng chẳng hay. Mãi khi tôi kêu người trả tiền mới lại thấy ông ta từ trong nhà chạy ra lấy.

Chiếc đồng hồ tròn treo trên tường chỉ hơn chín rưỡi. Chuyến xe lửa thường lệ đang rần rần chạy tới. Mặt đất rung chuyển, mặc dầu từ quán này tới đường xe lửa khá xa. Đứng ở đây tôi có thể trông thấy hai ngọn đèn đỏ treo trên hai chiếc cần gỗ được hạ xuống làm rào cản các xe đang lưu thông trên đường ngừng lại chờ cho xe lửa chạy qua. Và mặc dầu bóng tối dầy đặc tôi vẫn nhìn thấy những đám khói trắng từ đầu máy tàu nhả ra.

Trong giây lát, tiếng bánh sắt lăn trên đường rày nghe nhỏ dần rồi mất hẳn. Xe cộ bị chặn lại hai bên đường lưu thông trở lại.

Tôi nhận ra hai chân mồ hôi và bụi cát ướt dính, khó chịu. Tôi muốn đi mau về nhà, tháo dép, tắm rửa cho sạch sẽ. Tôi cũng chẳng còn nghĩ đến việc dì tôi và mấy người khách của bà có còn ở trong nhà không nữa.

Tôi ngửi thấy mùi tàn than trong hơi gió vừa thổi tạt tới người.

Tôi vừa mệt vừa cảm thấy khắp người gây gây lạnh như sắp bị cảm.

Đêm sâu và lẩn khuất sau những đám mây cao ngất chi chít những đốm sao có chung một màu vàng nhợt.

Nhà tôi đã đóng cửa, đèn được tắt bớt, đó là dấu hiệu có lẽ những người khách đã đi khỏi.

Quả vậy, tôi nhìn qua cửa sổ không thấy ai nữa.

Tôi mở cửa bước vào trong nhà. Mùi thuốc lá vẫn còn lẩn khuất trong không khí.

Dưới nhà, con bé giúp việc đang ngồi rửa những chiếc tách và chiếc gạt tàn bằng sứ. Như thế chắc dì tôi cũng đã đi khỏi nhà cùng với mấy người Đại Hàn.

Hai đứa nhỏ còn chạy chơi ngoài đường chưa về.

Thấy tôi về, con nhỏ ngửng lên nhìn rồi lại cúi xuống tiếp tục làm công việc. Nó cũng chẳng buồn chào hỏi tôi nữa.

Tôi cất đồ dùng, sách vở, bỏ dép ra đi đất, cúi xuống gầm giường tìm đôi guốc xỏ vào chân, lấy quần áo mang theo vào buồng tắm để thay.

Tôi tắm rửa, lấy bàn chải chà hai bàn chân đầy bụi cát. Trong khi làm những công việc đó, tôi cố giữ cho đầu óc khỏi nghĩ đến một điều gì.

Ở trong buồng tắm ra, tôi thấy người dễ chịu, nhẹ nhõm. Nhưng chỉ vài giây sau, tôi lại thấy tay chân muốn run lên khi nghĩ đã đến lúc không còn thể né tránh chuyện gì được nữa, phải đối mặt, phải đương đầu thôi.

Con nhỏ giúp việc hỏi :

- Cô có ăn cơm không để cháu dọn.

Tôi nói :

- Hôm nay cô không đói. Mày cứ cất hết đi.

Tôi cũng tránh không nhìn mặt con nhỏ và cũng không muốn nó nhìn thấy mặt tôi. Tôi ngồi ngay vào bàn làm việc, mang sấp bài của lũ học trò ra chấm, nhưng đầu óc loãng nhạt đến nỗi phải cố gắng theo dõi từng đoạn bài một.

Hai đứa nhỏ từ ngoài đường len lén mở cửa vào nhà.

Tôi phải gắt gỏng bắt chúng đi rửa mặt mũi chân tay, coi lại bài vở, lên giường đi ngủ.

Còn lại một mình với ngọn đèn nhỏ chiếu sáng trên mặt bàn, lúc đó tôi để hết tâm trí lắng nghe xem ba tôi làm gì trên gác, không biết ông ngủ hay thức mà tôi chẳng nghe một tiếng động nào. Ông làm gì suốt buổi chiều nay ? Đây là lần thứ mấy dì tôi đưa khách về nhà như thế ? Ba tôi đã xử sự thế nào với bà về việc này ? Chắc chắn ba tôi chưa ngủ, có bao giờ ông ngủ vào giờ này đâu. Ông đang làm gì mà trên đó mà yên tĩnh quá vậy ?

Tôi viết một con số vào cái khung điểm và tự nhiên thấy không dám chắc đã viết số điểm đúng như ý mình. Cái việc nhỏ đó làm tôi rúng động cả người. Tôi phải đặt cây viết xuống bàn để nghỉ. Tôi phải làm một việc gì đó không phải nghĩ. Và tôi đứng dậy đi rót nước uống. Ấm trà đã nguội.

Tôi đi lấy nước, đặt lên bếp đun, lấy nước pha trà mới. Tôi cũng thấy đói bụng nhưng không muốn ăn, tính sẽ uống một ly trà nóng pha đường thay cho bữa cơm tối.

Dầu sao tôi cũng đã có một tô mì trong bụng.

Pha nước xong, tôi trở lại bàn. Ly trà vàng sánh, nóng bỏng, tôi uống từng hớp nhỏ, vừa uống vừa thổi. Uống hết nửa ly trà cơn đói dịu đi, nhưng tôi lại thấy hơi xót ruột.

Tôi muốn lên gác nói chuyện với ba tôi, nhưng tôi sợ rằng cái việc chúng tôi trông thấy nhau bây giờ là một việc khó thở. Bởi vì đã đến lúc chúng tôi không thể kéo dài thêm cái trò chơi tảng lờ nữa. Tôi nghĩ, có lẽ tôi phải tránh cho ba tôi cái phút đau lòng tự ông phải nói cho tôi hay những việc làm của dì tôi. Tôi phải tự quyết đoán lấy mọi việc, sau đó, sẽ tự chọn lấy thái độ.

Cho đến phút này, tôi có thể hiểu như là, chắc dì tôi làm cái nghề bây giờ người ta gọi là "nghề bán bar" hay một việc gì tương tự như thế.

Đối với mọi người, đối với ngay chính tôi nữa, bà vẫn là mẹ tôi. Việc đó ảnh hưởng tới tôi như thế nào ? Giả thử rằng việc đó đúng, và giả thử rằng, học trò của tôi biết điều ấy, liệu tôi còn có thể nói năng gì với chúng được nữa không ? Liệu chúng có để yên cho tôi làm việc ? Các đồng nghiệp của tôi nữa, họ sẽ nhìn tôi với đôi mắt như thế nào khi họ biết ra điều đó ?

Cứ nghĩ vậy, mỗi phút, tôi tưởng như tóc tai cứ dần dần dựng ngược cả lên, mồ hôi rướm ra lạnh toát khắp người.

Cho đến khuya, tôi vẫn loay hoay chờ ba tôi gọi lên để nói một điều gì đó.

Ông phải nói một điều gì đó chứ ?

Nhưng tuyệt nhiên trên cái gác xép của ông tôi chẳng nghe một động tĩnh nào, ngoài cái tiếng lanh canh của mấy cái chén thủy tinh va chạm vào nhau, chắc là những lúc ông rót nước uống.

Tôi ngồi ở bàn làm việc, chiếc bàn nhỏ, không bao giờ đủ chỗ để dùng, sách vở, ấm nước, chén tách, bút xanh, bút đỏ, luôn luôn tôi cứ phải tìm cách cất bớt thứ này hay thứ khác để lấy chỗ. Tôi ngồi như vậy, ngọn đèn cháy soi sáng những trang giấy trước mặt, ly nước cầm trên tay, vậy mà lắm lúc tôi tưởng như ngửi thấy cái mùi hôi hám của cái khay đèn của ba tôi. Cái mùi hôi không phải chỉ có ở một chỗ nào mà hình như bám trên tất cả mọi vật quanh ông. Trong lòng chiếc khay đèn bằng sắt của ông là một bức tranh in lại, bây giờ rỉ xét, loang lổ, không thể chắp nối lại với nhau, một đám mây, một cái đầu ngựa, mấy cái vó ngựa cất cao, một đám binh sĩ cầm giáo mác, tất cả lẫn lộn trong một màu đỏ sẫm, có thể do chất nổ gây ra, cũng có thể là bóng ấy của buổi chiều. Tôi nhớ, trong lòng chiếc khay đó, ba tôi còn để một cái hộp đựng thuốc của hãng Roussel bằng thiếc, tròn, ông thường nạo sái bỏ vào đó, sái để lâu chảy ra, keo lại, phủ một lớp trên cùng trông như chocolat. Những giọt thuốc rơi vãi ra ngoài mặt khay trông đen hơn. Trên hai cái lưỡi kéo nhỏ ông vẫn dùng để sửa bấc đèn, thuốc và tàn than bám đen kịt, trông rõ ra là một thứ nhựa còn sống. Thuốc nướng chín biến thành màu cánh gián. Thỉnh thoảng tôi thấy ba tôi nhúng một ngón tay vào chén trà lấy nước bôi quanh cổ tẩu chỗ nối liền với xe có quấn một miếng vải nhỏ. Hình như thuốc từ tay ông làm cho chén nước trở nên đắng hay thay đổi mùi vị thế nào đó, vì có lần tôi thấy ông có lẽ đã quên mình nhúng tay vào, cầm lên uống rồi vội vàng nhổ toẹt hớp nước ra. Tôi có nói với ông, hãy để tôi thay chén và lau chùi khay đèn cho ông mỗi ngày, nhưng xem ra ông không muốn ai động đến một vật gì quanh ông cả. Đối với ông có lẽ nước nóng cần hơn chén sạch. Ông uống nóng một cách dễ sợ. Nước sôi vừa chế vào ấm, ông có thể uống ngay qua vòi ấm không cần rót ra chén. Mọi trò chơi [việc làm?] của một người hút cái gì trông cũng kỳ quặc. Từ cách người ta lấy thuốc, ngay cả cái lọ đựng thuốc, nướng thuốc, tiêm, hút, đèn lửa, cách nằm, thở khói, khói, hưởng thụ khoái cảm do thuốc gây ra, tất cả chẳng có cái gì ngoạn mục cả.

Nhiều lần tôi ngồi với ba tôi, rót nước cho ông, nhưng chưa bao giờ tôi uống một hụm nước nào trong những cái chén đó. Những cái chén tôi vừa nghe tiếng va chạm lanh canh, tôi tưởng tượng cái cánh tay gầy guộc, nổi những đường gân xanh chằng chịt của ông đang giơ ra với ấm nước, đưa lên miệng, và tôi nghĩ, đáng lẽ ông phải gọi tôi lên để nói một điều gì đó về cái cảnh vừa xẩy ra trong nhà chứ, tại sao ông lại yên lặng như vậy ?

Tôi ngồi tới hai giờ sáng, không thấy buồn ngủ, cũng không thấy dì tôi về. Như thế, đêm nay bà không về.

Tôi cảm thấy như một cơn sốt lạnh cuộn dưới da mà không phát ra được.

Tôi tắt đèn, vào giường nằm. Hai đứa trẻ đã ngủ say.

Tiếng thở của con bé giúp việc nằm gần bên chỗ tôi nghe cũng đều hòa. Chỉ có ba tôi, không biết ông thức hay ngủ. Tôi không còn nghe một tiếng động nào nữa trên chỗ ông nằm, nhưng vẫn còn ánh đèn chiếu hắt qua khe ô cửa tò vò đầu cầu thang lối lên gác. Cơn lạnh cứ làm tôi ghê gai khắp người và tôi thấy tôi còn muốn ói nữa.

Cả ngày hôm nay tôi phải làm việc, đi lại, không ăn bữa tối, uống trà đặc, có thể đó chỉ là cơn cồn cào, đúng vào lúc quá mệt, nên buồn nôn.

Tôi cũng thấy nước mắt chảy ra mặc dầu tôi không muốn khóc. Tôi lấy tay thấm nước mắt, bẻ đốt ngón tay, ngón chân, trong đêm khuya nghe tiếng kêu lắc rắc đó, dù là những tiếng động do chính mình gây ra cũng làm cho sợ.

Buổi sáng tôi thức dậy một cách khó khăn. Không phải tôi tự thức dậy như mọi ngày mà con bé ở phải đánh thức.

Tôi sửa soạn đến trường trong khi đầu óc váng vất vì thiếu ngủ và có lẽ tôi cũng bị sốt thật, sờ trán thấy hâm hấp nóng.

Hai đứa em đã ăn sáng xong, xách cặp, vào xin tiền tôi, đi học.

Tôi lấy tiền đưa cho chúng, hai tay run lật bật. Mỗi lúc tôi nhận ra một phần thân thể mình như của một người khác. Tôi tự biết là tôi đã hết sức chịu đựng. Nhưng chịu đựng cái gì, phải làm sao, là những điều tôi không muốn nghĩ ra nữa.

Tôi ra đường, sương còn mờ mịt, hai chân lẽo đẽo dường không theo nổi nhau. Một con chó nằm ngủ trên một thanh tà vẹt, thấy tôi đi tới, ngẩng đầu lên nhìn rồi lại nằm bẹp xuống. Không biết nó có ốm không, nhưng nằm ở giữa một chỗ lạnh lẽo, ướt át, bẩn thỉu như thế, lại chẳng buồn cử động.

Tôi leo lên ngồi trện xe lam, tới trường, vào lớp. Đôi ba phen trong lúc giảng bài, tôi muốn té, một phần có lẽ cũng vì đói. Tôi mong cho xong buổi học để có thể đi ăn. Nhưng nghĩ đến quãng đường từ trường tới quán ăn tôi lại sợ. Sợ nhưng vẫn phải đi. Tôi biết chắc tôi bải hoải qúa cũng vì đói.

Ăn cơm xong, tôi biết mình bị sốt thật chứ không phải chỉ choáng váng vì đói không thôi.

Người bạn gái đi ăn cùng với tôi hỏi :

- Bộ bà bị ốm hay sao mà tái xanh thế ?

Tôi nói :

- Chắc thế.

- Sao không xin nghỉ buổi chiều về luôn đi.

- Để coi. Có lẽ tại đêm qua không ngủ được.

- Thức chi vậy, đi chơi à ?

Tôi đáp cho qua :

- Ừ, đi chơi.

Chúng tôi trở về trường tìm chỗ ngủ. Mấy chỗ có thể nằm được mấy người không đi ăn trưa đã chiếm cả và đang ngủ. Tôi và người bạn còn lại phải trải chiếu xuống sàn nhà nằm. Tôi mệt không muốn nói chuyện gì nữa, thay đồ xong là nằm xây lưng lại với chị bạn.

Nhưng nằm mãi vẫn không ngủ được. Nhìn qua khe hở dưới cánh cửa ra vào, thấy nắng bên ngoài. Thứ nắng ở những chỗ có lá cây hình như cũng dịu hơn cái nắng trong thành phố. Thỉnh thoảng một cơn gió rất nhẹ thổi qua khe cửa tạt vào mặt mang theo cả hơi nóng và mùi đất khô. Tôi cũng nghe thấy tiếng chim sẻ rúc dưới mái hiên trường, tiếng cót két của một vật gì bằng gỗ bị gió đu đưa.

Những đứa trẻ đi học sớm nhất đã đến trường.

Các nam giáo sư ở bên phòng kế cận, nghịch ngợm đã cầm thanh gỗ đập vào tường đánh thức chúng tôi dậy, nói một cách ẩm ờ :

- Mời các bà dậy thay quần áo xem nào.

Chị bạn kêu lên :

- Quỷ sứ !

Người khác nói :

- Ăn nói chẳng giữ mồm giữ miệng gì, học trò chúng nghe thấy thì sao.

- Các bà cứ yên trí thay đi, ở bên này mồm miệng giữ hay không cũng có thấy gì đâu !

- Ông nào đó, có vợ chưa, về bảo vợ dạy, đừng có nói bậy nữa

- Đâu có dám học lại, vợ biết nó lại ghen mất công.

Nói vậy nhưng lát ra lớp, ông nào ông ấy lại mặt mũi nghiêm trang, nói ra rả, lại giảng bài, lại than mệt, than học trò đứa này khá, đứa nọ dốt, và rồi không bỏ lỡ cơ hội nói bậy. Mấy bà có chồng lãnh nhiệm vụ trả những trái banh lếu láo sút ẩu giữa trời.

- Các ông nói gì mà nói lắm thế. Nói như vậy thì chúng tôi chỉ là đồ ăn hại thôi à.

- Nói để về nhà nhịn.

- Bộ vợ nó không cho nói hả ?

- Nó không cấm đâu, nhưng không dám.

- Rồi đến đây bắt nạt trẻ con hả.

- Để giữ hào khí. Mà tại chúng cũng ngu quá cơ.

- Hay là ông thử nói ít đi xem chúng khá hơn không.

- Bà có cách nào giúp chúng tôi không chứ việc ấy chỉ có thể làm ở nhà thôi.

- Lúc nào ông cũng ngậm chuyện nhà trong miệng thế, lúng búng là phải.

- Chịu bà thôi. Chuyện gì bà cũng biết, tôi làm sao nói lại.

- Quỷ sứ !

Những câu đùa bỡn tai quái đó làm cho những buổi trưa, những giờ dậy bớt mệt nhọc hơn một chút. Nhưng chỉ khổ cho vài đứa chưa chồng chúng tôi, lắm khi nghe các ông các bà ấy "đấu" với nhau, chỉ còn biết tảng lờ, làm như không hiểu gì cả. Nhưng mấy ông nội cũng biết thừa như vậy, nên có dịp là không ông này thì ông khác, chẳng bao giờ chịu bỏ qua.

Nên trưa nay vừa nghe tiếng mấy đứa trẻ léo nhéo ngoài sân trường, nghe tiếng đập tường là chúng tôi vội lồm cồm bò dậy.

- Dậy mau lên không mấy ông nội lại "pháo kích" bừa bãi bây giờ.

Chúng tôi ra sau phòng, nơi có kê sẵn vài chum nước, rửa mặt mũi, vào phòng chải lại đầu tóc, thay quần áo, chuẩn bị ra lớp.

Trong mấy giờ dậy buổi chiều tôi cảm thấy dễ chịu hơn, trí óc căng thẳng suốt một đêm và một buổi sáng, đã chùng xuống. Tôi nghĩ đến lúc tan học, trở lại nhà cũng thấy bớt ngại. Không phải tôi đã hết sợ. Nhưng tôi nhận ra tôi chỉ còn cách liều, tôi cứ về, muốn ra sao thì ra, nếu cứ sợ bóng sợ gió thì cái gì cũng đáng sợ cả.

Lâu lắm tôi mới lại thấy Tuấn sang nhà chơi trò chuyện với ba tôi. Sự năng lui tới của anh trong ít ngày sau này khiến tôi nửa mừng, nửa lo. Mừng, vì dường như gặp anh tôi có cảm tưởng như được nương tựa, anh nói chuyện vui vẻ, dễ dàng, anh có cách làm cho mọi chuyện bớt đi cái vẻ nghiêm trọng của nó dù là chuyện gì đi chăng nữa. Sợ, vì tôi e anh đi lại thân mật với ba tôi như thế, không thể tránh khỏi có lúc anh trông thấy những cảnh kỳ quặc, những người khách của dì tôi chẳng hạn.

Nhưng nghĩ đi nghĩ lại, tôi chắc anh cũng chẳng lạ chi cái cảnh đó nữa. Vả lại, tôi đã chẳng từng tự nhủ, cầm bằng như mọi chuyện có ra thế nào, cũng đành, tôi làm được gì cơ chứ ?

Có bữa anh tới chơi, ba tôi không có nhà, tôi ngồi nói chuyện với anh.

Tôi hỏi :

- Độ này anh đỡ bận ?

Tuấn nói :

- Vâng. Tạm yên trong nửa năm đầu.

Tôi nhắc lại công việc học chữ nho của anh, pha nước mời anh uống.

Tuấn bảo :

- Tôi vẫn tiếp tục đấy, chỉ tiếc không có đủ thời giờ.

Anh quay hỏi tôi :

- Sao không thấy cô qua nghe nhạc ?

Tôi nói :

- Tôi bận quá. Nhưng thế nào cũng có lúc sang nghe nhờ.

Nhắc đến việc nghe nhạc, Tuấn nhìn tôi dò hỏi. Hình như anh muốn hỏi xem "chuyện hôm đó" rồi ra sao? Nhưng rất có thể đây cũng chỉ là điều tôi tưởng tượng ra. Việc có liên quan gì tới anh đâu mà anh thắc mắc?

Không lẽ tôi để ý đến anh? Đến mức nào đây? Câu hỏi thầm làm tôi cười một mình.

Tuấn nói:

- Tôi ít thấy cô đi chơi.

Tôi bảo::

- Tại tôi không có mấy lúc rảnh. Vả lại cũng chẳng biết đi đâu.

- Bận là một chuyện. Đi chơi làchuyện khác chứ.

- Tôi lười biếng nên đã thành thói quen. Phải ra đường là thấy ngại rồi.

Tôi cũng hỏi Tuấn về việc học của anh. Tuấn cho biết năm nay là năm chót. Anh có ý muốn trình luận án ngay sau khi ra trường.

Tôi cười hỏi đùa anh:

- Anh có thêm được một chữ Nho nào vào trong đấy không?

Tuấn cũng cười bảo:

- Học xong là tôi phải nhập ngũ ngay.

- Vậy là khi học thì anh học chữa người bệnh, nhưng cuối cùng có lẽ sẽ chữa người bị thương trước.

- Làm thầy thuốc chỉ cần không nhầm thôi.

- Nói như vậy chắc anh sẽ là một bác sĩ giỏi.

- Điều đó thì tôi không dám bảo đảm. Nhưng khi tôi ký giấy xác nhận một người nào đó đã chết, cô có thể tin chắc là người đã chết thật rồi.

Tuấn nói rỡn mà mặt anh lại có vẻ nghiêm trang trông tức cười. Tôi chắc Tuấn có tập một thứ võ gì đó vì trông anh rắn chắc và có vẻ tự tin.

Tôi thầm nghĩ: "Cứ kể giá có được một người yêu như thế, một người chồng như thế..."

Tôi cười nói đùa tiếp với anh:

- Miễn sao anh đừng là người vừa ký đơn thuốc vừa ký giấy cái giấy chứng đó là được.

- Nhưng cô phải biết cái chết nào thiếu cả hai thứ giấy ấy đều là những cái chết đáng nghi ngờ cả.

- Vậy, đáng nhẽ người ta nên bỏ cả hai thứ giấy đó vào túi cho người chết, một cái ở ngực cho tim đừng đập lại nữa, một cái ở bụng cho đỡ đau dạ dày.

Tuấn cười. Anh kể lại cho tôi nghe, ngày còn ở trung học, anh có một cô giáo dạy Pháp văn, chồng mèo mỡ sao đó, cô hay khóc, nên thay vì bảo họ trò làm rédaction cô lại nói thành réaction, từ đó cả lớp gọi cô là réactionnaire.

Tuấn nói :

- Còn cô đã có chuyện gì để khóc chưa ?

Tôi nhìn Tuấn thử xem anh nói câu ấy có nghĩa thế nào.

Anh muốn dò hỏi xem tôi có mối manh gì chưa chăng ? Hay chỉ nói vậy nhân câu chuyện đang nói chứ không có hậu ý gì.

Tốt hơn là tôi cứ trả lời thật thà, còn anh có ý gì là việc của anh.

Tôi nói :

- Tôi mới ra trường năm nay. Lúc còn đi học, tôi phải làm việc vất vả lắm.

Tuấn dịu dàng bảo :

- Vậy là cô còn dư nước mắt hả ?

- Tôi ít phí phạm lắm.

Chúng tôi cùng lặng thinh sau câu nói đó. Chỉ là câu nói vu vơ thôi, nhưng tư nhiên tôi bị xúc động vì nó gợi đến hoàn cảnh của mình. Có lẽ tôi chú ý đến Tuấn quá chăng ? Có lẽ tôi đã có lúc tôi mơ tưởng tới anh, nghĩ tới anh, như một người tình, một người chồng, dù đó chỉ là những ý nghĩ, tưởng tượng mơ hồ thoáng qua, như mới vừa đây, trong lúc nói chuyện với anh. Không, tôi không tin là tôi để ý đến Tuấn nhiều đến thế. Chính những ý nghĩ của tôi làm tôi buồn chứ không phải Tuấn. Anh chỉ là sự liên tưởng gần gũi nhất đối với tôi trong chuyện ấy. Có lẽ trong lòng người con gái nào cũng mang sẵn một niềm mơ ước giống như một mặt nước có thể in bóng bất cứ một vật gì lướt qua và Tuấn đối với tôi, cũng chỉ là cái hình bóng thoáng qua đó không hơn thế.

Tuấn nói :

- Hẳn cô dậy học hay lắm.

Tôi cũng làm bộ nghịch ngợm như Tuấn khi nãy bảo :

- Tôi chưa hề bị khiển trách bao giờ.

Những bữa ba tôi có nhà Tuấn lên thẳng trên gác nằm nói chuyện với ba tôi. Những lần đó tôi tránh gặp anh, nhất là gặp bên cái khay đèn của ba tôi. Mặc dầu tôi còn nhớ, lần thứ nhất gặp anh, tôi đã gặp trong cảnh ấy. Nhưng bây giờ chắc đã khác. Hoặc là tôi sẽ rất tự nhiên, hoặc là tôi sẽ rất áy náy. Cứ tưởng tượng anh sẽ nhìn tôi qua cái ánh lửa vàng vọt của ngọn đèn dầu, tưởng tượng anh sẽ nhớ lại tất cả những gì anh đã trông thấy ở đây… Tôi có nghe con bé giúp việc kể lại có một lần dì tôi đi với mấy người Đại Hàn từ nhà ra bằng xe hơi, chiếc xe đã bị chuyến xe lửa chạy qua máng phải văng hẳn vào một bên đường. May là tất cả mấy người ngồi trên xe chỉ bị sây sứt xoàng thôi. Nhưng chiếc xe bị móp một bên, cánh cửa không mở ra được. Tai nạn làm cả xóm xôn xao. Người ta phải mang búa, kìm, xà beng ra cậy, đập mới giải thoát cho các người ở trong xe ra. Cảnh sát tới điều tra, lập biên bản. Thiên hạ được một mẻ cười. Chuyện đó làm sao Tuấn không biết ? Tất cả những chi tiết ấy thêm vào bộ dạng tôi chắc sẽ làm cho nó trở nên ly kỳ. Tôi cũng chẳng muốn nhìn thấy anh ta lọt vào giữa hoàn cảnh của chúng tôi như vậy, lọt vào không còn như một cách nói nữa, mà là một việc cụ thể tức cười.

Nhưng có phải tôi cứ cố tìm cách tránh những sự ám ảnh phiền muộn của mình một cách vô ích như muốn tách rời cái bóng ra khỏi mình ?

Lễ giáng sinh tới, trong khu xóm nhiều nhà đã đem mắc những dây đèn trên các cành cây trước cửa. Càng cận ngày lễ trời càng lạnh. Buổi sáng đi làm tôi đã phải mặc thêm áo ấm, những chiếc áo cũ mặc ngày đi học, cất trong đáy rương được lục ra, mùi băng phiến lẫn với mùi hăng mốc của sương và hơi nước trong tơ len, thớ dạ, lưu cữu bao nhiêu ngày, phơi chưa kỹ đã đem cất, làm nhớ lại chuỗi ngày xa cũ.

Tôi nhận ra thời tiết đã ảnh hưởng nặng nề đến trí óc và tính tình của tôi nữa. Có lẽ chỉ vì lý do giản dị tôi đã sống một mình lâu quá, chẳng có một người thân nào bên cạnh để nói điều này, điều khác, thành thử thời tiết trở thành thân thiết, đêm ngủ nghe gió thổi tôi có thể đoán được những ngày thay đổi mùa màng.

Đêm Giáng Sinh Tuấn mời tôi sang nhà anh ăn cỗ nửa đêm. Việc này làm tôi hết sức cảm động.

Tôi bảo với Tuấn :

- Vậy là anh có đạo mà tôi không biết.

Tuấn nói :

- Vui chơi thôi mà.

Tôi may một bộ quần áo mới mặc trong dịp này. Đôi giầy mới mua, mầu nâu sẫm với một chiếc khoá hình chữ nhật màu da mận ánh vàng. Tôi thoa son, đánh phấn, kẻ lông mày, xức nước hoa và ra đường với lòng náo nức.

Hội hè quả nhiên là một điều thú vị.

Nhìn thấy tôi, Tuấn bảo :

317

- Con gái phải chịu khó làm đỏm một chút chứ.

Tôi cười hỏi anh :

- Bữa nay anh thấy tôi sao?

- Xinh lắm.

- Cả anh bữa nay cũng ăn mặc chỉnh tề thật.

- Tôi phải tiếp khách mà.

Nhưng hình như khách cho đến khuya, chỉ gồm bạn của các em anh. Khách của Tuấn chỉ có một mình tôi.

Tôi không dám chắc, nhưng tôi không thấy anh giới thiệu với tôi một người bạn nào khác. Như thế, ngày hội thứ nhất trong đời tôi là một ngày xứng đáng. Tôi sung sướng vì nghĩ rằng, Tuấn đã dành cho tôi một vinh hạnh lớn.

Vinh hạnh ấy có nghĩa như thế nào ?

Có lẽ nó chẳng có nghĩa gì hơn anh biết tôi không có bạn, không đi đâu bao giờ và anh dành đêm vui này cho tôi. Dù sao, như vậy, cũng đủ làm cho tôi sung sướng và cảm ơn anh.

Mười một giờ khuya, các bạn của em Tuấn đã đến đông đủ cả và đang trò chuyện và nghe nhạc với nhau.

Ơn châu báu không bờ bến

Biết tìm kiếm của chi đền

Tôi ngồi cạnh Tuấn. Trong số các em Tuấn và các bạn của họ chắc thế nào cũng có người thắc mắc hỏi xem tôi là ai, tôi là gì đối với Tuấn ? Cái câu hỏi tôi tưởng tượng ra đó, trôi lềnh bềnh trong đầu, trôi lềnh bềnh trong căn phòng ấm cúng, trong một gia đình, cứ nhìn bên ngoài có vẻ nền nếp, êm ấm, cha mẹ lương thiện, các con học hành tử tế. Ôi, tôi thèm muốn biết bao có được một gia đình như vậy ! Tôi nhập vào cái thế giới êm đềm đó như nhập vào một cơn mộng. Tôi là gì đối với anh ?

Ngày còn là sinh viên tôi đã có đôi lần dự vào các cuộc hội hè, vui chơi, nhưng ở đấy có một vẻ gì quá trớn, người ta tranh nhau nói cười, tranh nhau nhảy nhót, chọc ghẹo, đùa rỡn, tôi không thích. Có lẽ tôi sợ sự thiếu ngăn nắp, lúc nào cũng chỉ ao ước sự ngăn nắp. Tôi là gì của anh ? Cô láng giềng ?

Cái tên gọi cũ kỹ ấy khua ròn rã trong tôi làm tôi buồn cười.

Nào còn đâu bao ngày gần nhau
Bên than hồng êm ấm
Ta xum vầy sung sướng

Bài hát mỗi chữ dường toát ra một chất men dịu dàng.

Tình ái có lẽ chỉ là lòng hoài hương thu nhỏ.

Tuấn hỏi tôi, tôi trả lời anh. Tôi nhìn anh và nhận ra anh rất tự nhiên, không có một hậu ý gì, không có một chút tình riêng nào, khi mời tôi sang đây. Nhưng có phải hãy cứ được như thế, hãy cứ được hưởng những phút êm đềm như vậy ? Tôi không thể nhớ rõ Tuấn đã hỏi tôi những gì, tôi đã nói với anh những gì, bởi vì, cả trí nhớ, cả cảm giác của tôi, đêm đó, đều mất hết phần bén nhậy. Tôi thấy tôi lạc trong cơn vui, biến sau nỗi buồn, cả hai thứ đều xa lạ đối với tôi. Tuấn hỏi tôi : "Có muốn đi xem lễ nhà thờ nào không?" Tôi nói : "Vâng, đi". Tôi cũng đã đầy ứ cảm giác êm đềm đang muốn biến tôi thành kẻ mộng du, lười biếng.

Tuấn lấy xe hơi của gia đình chở tôi ra phố.

Anh hỏi tôi :

- Cô muốn đi đâu ?

Tôi nói :

- Đi đâu cũng được.

Phố xá kẹt cứng xe cộ. Tuấn phải đổi đường đi mấy lần, cuối cùng chúng tôi đi lung tung hết, chỗ nào len xe được là đi. Mười hai giờ khuya chuông nhà thờ đổ rộn rã khắp nơi.

Tới bờ sông, Tuấn ngừng xe và chúng tôi tản bộ trên cầu tàu.

Gió thổi lồng lộng từ mặt nước lên, phút chốc chân tay, mặt mũi đều lạnh ngắt. Tôi ngạc nhiên thấy người ta quây những thùng gỗ, che bạt nhựa, làm chỗ ở ngay trên sàn cầu tàu. Trong những túp lều đó người ta túm tụm nhậu nhẹt, đánh bạc. Ngay dưới gầm cầu cũng có người bắc mấy tấm gỗ làm chỗ nằm. Trên boong một chiếc tàu nhỏ cặp ở bến, có mấy người ngồi câu cá, gác cần trên thành tàu, những chiếc cần câu dập dềnh lên xuống theo nhịp sóng. Sóng cũng làm dập dềnh cả chiếc cầu nổi chúng tôi đang đứng bên trên, lúc mới bước xuống tôi cứ ngỡ là kè đá hay vỉa hè. Bên kia bờ sông, những dãy nhà sàn cất sát mép nước, nhiều nhà còn thắp đèn, ánh sáng hắt xuống mặt sông làm thành những quầng răn reo gẫy khúc.

Tàu lớn, nhỏ, với những dây đèn chi chít, đậu dài theo các kho hàng bên cảng Khánh Hội. Tít xa, về phía kho xăng Nhà Bè, một chiếc máy bay nhấp nháy đèn đỏ vừa bay vừa thả những trái sáng.

Tôi nghe cái lạnh thấm qua quần áo vào người. Những người bán hàng đêm trên bến tàu đang xếp những chiếc ghế nhựa, dọn dẹp đồ đạc ra về.

Đêm trên mặt sông trông thăm thẳm, những căn nhà bên kia bờ cũng lần lần tắt bớt đèn.

Tôi bảo Tuấn :

- Thôi đi về, anh.

Tuấn hôn tôi trước lúc trở ra xe. Tôi không biết anh nghĩ gì khi làm như thế. Tôi lặng lặng đi theo anh. Ngồi trong xe, tôi để ý nhìn Tuấn, tôi thấy anh không còn tự nhiên. Tôi không biết tôi có muốn nhận cái hôn của anh không, nhưng tôi không phản ứng. Cái hôn đầu đời sao có thể xảy ra vào lúc tôi không chờ đợi, không mong ước, mất hết cả ý thức tự vệ ? Sao lại dễ dàng, nhạt nhẽo đến thế ? Tôi giống như một vật gì đó, anh ta chỉ cần thò tay ra là lấy được. Có thật như vậy không ? Tôi biết tôi đã để xảy ra một việc đáng tiếc, nhưng tôi thấy buồn nhiều hơn ân hận.

Tuấn đưa tôi về trước cửa nhà.

Tôi muốn cám ơn về bữa tiệc anh đã mời tôi tham dự.

Nhưng một cảm giác bẽ bàng đã làm tôi không nói được gì.

Lúc tôi xuống xe, Tuấn hỏi :

- Tôi sẽ gặp lại cô chứ ?

Tôi nói :

- Vâng.

Và tôi nói thêm :

- Nếu anh còn muốn.

Câu nói của tôi giống như một câu tuyên bố thất trận.

Tuấn cho xe chạy.

Tôi vào nhà. Mọi người đã đi ngủ cả. Trên bàn làm việc của tôi, tôi được để phần một miếng bánh. Tôi thay quần áo, rửa mặt, ngồi vào bàn, ăn miếng bánh, rót nước uống, chẳng còn muốn nghĩ đến chuyện gì nữa. Không muốn nghĩ nhưng tôi vẫn không thể quên việc Tuấn vừa hôn tôi. Thật là buồn. Đáng nhẽ đó phải là một việc tốt đẹp, nhưng tôi chỉ thấy dư vị chua cay.

Tôi nằm ngủ, nhưng tôi không ngủ được. Miếng bánh tôi vừa ăn, tách nước tôi vừa uống, thực ra, tôi chẳng nhận ra một tí hương vị gì, tôi đã nhai, đã nuốt cái hôn bất ngờ của Tuấn. Trong một lúc bất ngờ anh đã giáng xuống tôi như một trò chơi tàn nhẫn. Tình ái là như vậy sao ? Người ta có thể đùa bỡn như vậy sao ?

Tôi như kẻ bị chích chất độc và bây giờ là lúc nằm nghe ngóng cái chất độc đó thấm đi khắp người.

Tôi nhận ra trước hết sự sai lạc hoàn toàn giữa điều tôi tưởng tượng và sự thật.

Tôi nhận ra cái trò chơi đó có nhiều vẻ giả dối hơn thành thật.

Tôi không nói Tuấn giả dối.

Tôi cũng không thấy tôi có gì cần phải che giấu.

Tôi cũng không thấy tôi có điều gì để hãnh diện.

Tình ái, nếu quả thật cái điều mà tôi vừa biết đó là một phần của tình ái, thì tình ái có một vẻ gì cẩu thả, nhạt nhẽo, chẳng có chi khích lệ.

Nó không kết như nụ, nở như hoa.

Nó là việc người ta có thể bịa đặt, chọn lựa, thay đổi, chấp nhận hay từ chối.

Cuối cùng có lẽ nó chỉ là một cuộc chơi, hoặc là người ta có chơi hết mình hoặc người ta có thể bỏ dở.

Tuy nhiên, có điều chắc chắn, tôi thấy tôi đã đổi khác.

Cái hôn ấy là dấu mốc của cuộc đổi khác, dù tôi muốn hiểu nó như thế nào và dù Tuấn nghĩ thế nào khi anh làm như vậy.

Tôi không biết tôi nên vui hay buồn.

Tôi e rằng, sự bồi hồi đang làm tôi tim tôi đập một cách thất thường trong ngực lúc này chính là vì tôi sợ vẻ giả trá trong cuộc chơi chứ không phải của Tuấn.

Nhưng biết đâu, Tuấn chẳng làm việc ấy với một ý nghĩa tốt đẹp hơn?

Song nghĩ như tôi đang nghĩ có lẽ chỉ là một cách nghĩ quẩn.

Hãy quên đi và phải ngủ một giấc, mai còn nhiều việc phải làm.

Dẫu sao, cũng xin cám ơn.

Em xin cám ơn anh.

Tôi nhủ thầm và mỉm cười một mình, sau đó ngủ một giấc êm ái.

Buổi chiều cách hai ngày sau, tôi ở trường về, ba tôi bị một cơn bệnh bất ngờ tưởng chết. Mặt mũi ông nhợt nhạt. Ông nằm nhắm mắt gối đầu trên chiếc gối gỗ ông vẫn nằm để hút, đắp trên mình tấm chăn hoa mỏng màu nâu đã cũ bạc.

Bàn đèn của ông đã được dẹp để ở một góc bên cạnh chiếc thùng sắt tây đựng dầu hỏa bây giờ ông dùng để cất sách báo. Tuấn đã sang coi mạch, chích thuốc cho ông. Anh khuyên nên đưa ông bệnh viện để việc chẩn bệnh và điều trị được cẩn thận hơn, nhưng ông không chịu.

Lúc tôi về, Tuấn còn ngồi bên cạnh ông.

Ba tôi không nói gì, nhưng cơn bệnh cũng đã dịu, ông đã thở một cách không đến nỗi vất vả nữa.

Tuấn chỉ cho tôi vài thứ thuốc anh đã để lại sẵn để nếu cần thì cho ông uống. Anh phải vào nhà thương, nhưng anh hứa thế nào cũng trở về một lần để coi tình trạng ông ra sao.

Đó cũng là lần thứ nhất tôi gặp lại Tuấn kể từ đêm Giáng Sinh.

Cả hai chúng tôi đã tránh được sự lúng túng ắt có khi gặp lại nhau vì cái cảnh ba tôi nằm thoi thóp đó.

Lúc ba tôi ngất xỉu, dì tôi không có nhà, có mấy khi bà ở nhà đâu, mấy đứa trẻ xúm quanh ông khóc lóc, con bé giúp việc đã chạy sang nhà kêu Tuấn.

Tuấn đi khỏi rồi, tôi ngồi trông cho ba tôi ngủ. Trông ông

nằm hút đã buồn, thấy ông nằm mà không có ngọn lửa bên cạnh còn thảm hơn nữa. Căn gác trở nên lạnh lẽo, u ám. Ngọn đèn quả thật không chỉ còn là biểu trưng cho đời sống của ông nữa mà nó chính là đời sống của ông. Nó được nối liền với ông bằng cái dọc tẩu dù chẳng hiểu nó truyền đến ông sự sống hay cái chết. Bởi vì, cứ nhìn ông nằm đó và cái bàn đèn xếp trong xó kia, đủ thấy rõ sự liên hệ giữa ông và nó thảm thiết biết chừng nào. Cái bóng tối vây quanh ông có một vẻ thê lương, chết chóc, dễ sợ. Nó bôi xoá mọi vật. Nó biến ông thành một thứ xác ướp. Tôi có cảm tưởng rùng rợn lá cái chất sáp nằm dưới lần da vàng bủng, căng phù trên mặt ông đang muốn rã tan ra. Và trong cơn hoảng hốt, xót thương, tôi tưởng như việc đang xảy ra thật, ba tôi đang dần dần teo tóp, xẹp lép xuống.

Tôi phải ghé sát vào tận mặt ông lắng nghe ông thở. Cái hơi thở khò khè, yếu đến nỗi tôi phải chú tâm mới nhận ra được.

Tôi gọi : "Ba. Ba" và chẳng thấy ông cựa quậy chi cả.

Tôi gọi thêm một lần nữa, đưa tay thử sờ trên trán ông. Tôi chạm phải một làn da khô héo, mềm nhũn, mặc dầu nhìn bên ngoài ông có một vầng trán rộng, phẳng, đôi khi trò chuyện với ông, tôi đã vui thích ví nó như tờ giấy bản bọc ngoài một tập thơ Đường, trong đó xếp đặt ngăn nắp từng trang những bài thơ thỉnh thoảng hứng trí ông vẫn đọc cho bằng hữu nghe hay ngâm nga một mình. Gần đây nhất, có phải ông chỉ đọc cho một mình Tuấn nghe ?

Tôi gọi ông một lần nữa.

Ba tôi từ từ mở mắt nhìn. Hai tròng mắt ông vàng khè.

Tôi hỏi :

- Ba thấy đỡ không ?

Ba tôi lặng thinh một giây rồi ông trở mình nằm nghiêng sang một bên bảo :

- Con mới về hả ?

Tôi đáp :

- Vâng

Ông trở mình một lần nữa, miệng nhóp nhép, làm như ông

muốn nuốt nước bọt nhưng miệng khô không làm được, cái yết hầu của ông lên xuống liền một lúc ba bốn lượt.

Tôi lấy tách rót nước, đưa cho ông, nói :

- Ba uống nước cho đỡ khô miệng.

Ba tôi đỡ chén nước, nhỏm đầu dậy chiêu một hụm rồi lại nằm xuống. Ông phải uống như thế mấy lần mới hết chén nước.

Trên trán ông, dưới những sợi tóc mọc sát bên ngoài, bắt đầu rịn ra một chút mồ hôi.

Tôi biết ông đã tỉnh. Tôi kéo lại cái chăn đắp trên nửa người ông cho ngay ngắn, bưng cái khay đèn lại bầy trước mặt ông, mở tâm phong, quẹt diêm châm lửa, đậy lại, đặt ấm nước sát bên cạnh ông để ông dễ lấy rót không cần phải với.

Sau đó, tôi đứng dậy, bảo :

- Con xuống nhà rửa mặt một chút. Ba thấy dễ chịu chưa?

Ông gật đầu ra ý bảo tôi cứ việc đi.

Tôi nói :

- Nếu ba thấy khó thở trở lại thì gọi con liền nghe.

Ba tôi không nói gì. Tôi chắc trong lúc tôi xuống nhà tắm rửa, ăn cơm, ba tôi đã hút một vài điếu, vì khi tôi ló đầu lên khỏi cái cửa tò vò đã thấy ông ngủ được và thở đều hoà. Tôi để yên cho ông ngủ, xuống nhà làm việc.

Mười một giờ đêm, Tuấn trở lại.

Tôi đi cùng với anh lên lầu thăm ông. Ba tôi đang nằm vắt tay lên trán. Ngọn đèn vẫn cháy trong khay.

Nghe tiếng động ông mở mắt nhìn. Thấy Tuấn và tôi, ông khẽ cựa mình làm như muốn dẹp một chỗ cho Tuấn ngồi.

Tuấn cười bảo :

- Xin cụ cứ nằm yên.

Rồi bằng một cử chỉ rất tự nhiên, anh ngồi xuống bên cạnh ông, duỗi dài chân trên sàn gác cầm lấy cánh tay ba tôi nghe mạch. Anh không nói gì sau khi nghe và tôi đoán rằng mọi sự đã yên.

Ba tôi nói :

- Lâu rồi tôi mới bị như vậy.

Tuấn nói :

- Chắc cụ bị cảm mà không biết. Mạch đã bình thường.

Anh đứng dậy, chào ba tôi, ra về.

Tôi đưa anh ra cửa.

Tuấn dừng lại ở cửa bảo tôi :

- Cô yên tâm. Cụ không sao đâu.

Tôi ngước mắt nhìn anh. Tuấn bắt gặp cái nhìn ấy và chắc anh cũng nhận ra rằng không phải nó chỉ liên quan tới cơn bệnh của ba tôi thôi.

Khu xóm khi ấy đã gần như hoàn toàn yên tĩnh. Con đường sắt trước mặt cũng chỉ nhìn thấy mờ mờ qua ánh đèn còn sót của những căn nhà kế cận. Đột nhiên, Tuấn nắm lấy hai vai tôi. Anh nhìn tôi, yên lặng. Rồi anh kéo tôi lại cho đến lúc môi tôi chạm vào môi anh.

Tuấn hôn tôi lần nữa.

Lần này tôi bỗng thấy run rẩy chân tay, tưởng như không đứng vững nổi một mình nữa.

Tuấn vỗ vỗ trên vai tôi, sau đó bảo tôi bằng giọng dịu dàng :

- Em vào ngủ đi. Anh phải đi trực.

Câu nói của anh, giọng nói của anh, làm tôi thao thức suốt đêm không ngủ được.

Tôi không thể tự phân tích để hiểu xem, chính tình yêu, không biết Tuấn có yêu tôi không, nhưng chắc tôi có yêu anh và yêu ngay từ cái buổi gặp đầu tiên, làm cho lòng tôi bồi hồi hay tôi chỉ đang mong được lấy Tuấn để giải quyết cái mối lo âu từ lâu tôi cứ quẩn quanh mãi mà không tìm ra được lối thoát. Có lẽ cách tốt nhất để tôi ra khỏi cái gia đình này là lấy chồng, hoặc ít ra, đó cũng là cách tự nhiên nhất, mọi cách khác, dù thế nào cũng không tránh được vẻ khiên cưỡng.

Nhưng mọi chuyện chỉ giản dị có vậy sao ?

Tôi nghe tim đập thình thịch trong ngực, gân máu hai bên thái dương nổi hằn, tôi rờ tay thấy, hai động mạch giật mạnh đến nỗi tôi nghe cả người choáng váng.

327

Bên ngoài trời muốn đổ mưa, nhưng mãi không mưa xuống được, không khí bỗng trở nên oi bức, khó thở.

Một lúc lâu sau, khi tôi cố dằn sự xúc động, xua đuổi những ý nghĩ cứ mỗi phút làm cho cả cái đầu như có hơi nóng bốc bên trong, cố gắng lấy lại sự bình tĩnh, tôi chỉ còn nghe quanh mình một nỗi trống trải, buồn bã.

Tuấn hôn tôi, cái hôn đó có thể chỉ do một động cơ rất tầm thường là ý thích chiếm đoạt của anh mà thôi, nhất là tôi lại không có ý kháng cự. Từ cái hôn ấy đến những chuyện khác còn rất xa, tưởng tượng làm chi cho mệt.

Nghĩ thế, nhưng cho đến khi trời sáng, tôi chỉ chợp mắt được một lát. Lúc phải trở dậy để đi làm, đầu óc váng vất, tuy vậy, tôi vẫn gắng tới trường.

Vào lớp, tôi nói với lũ trẻ, hôm nay cô không được khoẻ, các em yên lặng làm bài, đừng nói chuyện.

Lũ nhỏ dạ ran. Trong đám có mấy nữ sinh, chúng mon men đứng lên hỏi thăm khi tôi xuống gần bàn chúng. Một đứa nói :"Tụi em có dầu nóng, cô vào phòng trong em cạo gió cho". Đề nghị của chúng nghe cũng hay hay. Đến giờ ra chơi, tôi và mấy đứa học trò gái vào phòng trong, nơi chúng tôi vẫn dùng để ngủ trưa, nhờ chúng cạo gió giùm. Chúng xúm lại, đứa cạo gió, đứa bắt gió trên trán. Tôi có cảm tưởng chúng làm bật máu lưng, nhưng cùng một lúc, tôi cũng cảm thấy dễ chịu thật sự.

Một đứa nói :

- Cô bị cảm rồi. Lưng bầm hết.

Tôi cười bảo :

- Em cạo thế lưng nào không bầm.

Một đứa cãi :

- Không đâu. Không có gió cạo mấy cũng không bầm đâu cô.

Đỡ chẳng thấy đâu khi chúng buông tôi ra, tôi dường hết ngồi dậy được. Chúng kéo khoảng da giữa tam tinh tôi rớm máu, đỏ ửng. Khi mở xắc soi gương tôi mới biết.

Tôi nói :

- Các em làm mặt mũi cô thế này sao cô trở ra ngoài lớp được ?

Một đứa nói :

- Thôi, bữa nay cô đau, cho tụi nó nghỉ đi cô ạ.

Tôi bảo :

- Để tôi thử cố xem. Cho các em nghỉ, thầy hiệu trưởng la chết.

Nhưng lúc đứng dậy để đi ra ngoài tôi thấy hai chân run lật bật gần muốn khuyu xuống.

Điều này làm chính tôi cũng sợ.

Tôi nói với lũ trẻ :

- Quái, vừa mới đây thôi, sao cô muốn đứng không vững.

Tôi nói và phải vịn tay vào cái bàn bên cạnh để đứng lên, bàn bị rung, mấy cái chén uống nước bên trên va vào nhau kêu leng keng.

Mấy đứa trẻ nói :

- Cô đừng cố nữa, để em ráp mấy cái ghế lại cho cô nằm.

Tôi thấy chóng mặt không gượng được nữa đành phải làm theo lời chúng.

Tôi nhờ một đứa trong bọn ra mời thầy giám thị vào, xin anh trông giùm lớp hoặc cho học trò nghỉ. Anh bảo tôi cứ yên tâm, anh sẽ lo mọi việc. Anh cũng hỏi tôi có cần tới bệnh viện không, anh sẽ chở đi. Tôi nói, không sao, tôi bị cảm hơi chóng mặt, nằm nghỉ một lát chắc sẽ hết.

Một đứa nhỏ đề nghị với tôi hãy về nhà nó nghỉ, vì ở trường không có chỗ, tôi có muốn ngủ một lát cũng khó.

Nó nói :

- Cô về nhà em, em nhờ má em lo giùm cho cô.

Tôi cảm ơn đứa học trò và bảo :

- Sợ phiền ba má em.

- Không có đâu. Cô đến nhà chắc ba má em mừng lắm.

- Thôi được, nếu lát nữa cô không đỡ sẽ hay.

Tôi cũng bảo mấy đứa hãy trở lại lớp làm nốt bài, gom lại, đưa cho tôi rồi nếu thầy giám thị cho nghỉ thì về đi. Mấy đứa ra khỏi phòng.

Chỉ còn lại tôi với trò Nguyệt, đứa vừa ngỏ ý mời tôi về nhà.

Con nhỏ dùng bàn tay mềm mại, mát rượi, bóp nhè nhẹ hai bên thái dương cho tôi. Tôi thấy buồn ngủ đến dính cả hai mắt lại. Nhưng dễ gì có thể ngủ được một chút vào lúc này. Thành thử tôi cứ phải ậm ừ, hỏi chuyện con bé về nhà cửa, ba má, anh em nó. Nguyệt cho hay nó chỉ có hai chị em gái, nó là lớn. Ba má nó buôn bán nhỏ thôi, nhưng nhờ có ít ruộng vườn, nên nhà cũng khá. Em ở trên lầu, có phòng riêng, cô đến em sẽ nhường phòng cho cô. Tôi nói, để hôm nào rảnh cô sẽ ghé nhà em chơi. Tôi nói và nghĩ đến một ngày nào đó, nếu không còn ở nhà mình được nữa, nhà trò Nguyệt có thể là nơi trú ngụ tốt của tôi không chừng. Nghĩ vậy chứ tôi có biết nhà cửa nó ra sao đâu ? Tôi bị ám ảnh bởi nỗi bất an nhà tôi chỉ là chỗ ở tạm bợ, tôi sẽ phải rời bỏ bất cứ lúc nào.

Tôi nói với Nguyệt :

- Chắc cô bệnh thật rồi.

Nguyệt lo lắng hỏi :

- Cô thấy sao ?

- Chóng mặt.

- Trường chật hẹp, các cô và các thầy dậy xong không có chỗ nghỉ, dễ bị bệnh lắm.

- Không phải đâu. Chỉ tại đêm qua cô mất ngủ.

Đến giờ tan học, học trò về hết. Nguyệt muốn ngồi lại với tôi, nhưng sợ ở nhà trông vì tan học không thấy về, vả lại tôi cũng không chịu, nên nó đành đứng dậy ra về.

Nguyệt nói :

- Em sẽ đem thuốc đến cho cô. Cô có muốn ăn cháo để em mang tới luôn.

Tôi phải gạt đi, bảo :

- Không, em đừng mất công làm gì. Cô nghỉ một lát, chốc đỡ cô sẽ đón xe về Sài Gòn luôn.

Nguyệt nói :

- Cô đừng về vội. Cô cứ nghỉ đến chiều hãy hay. Em về cho má em hay rồi lát em sẽ trở lại.

Mấy người bạn dạy xong trở về phòng, hỏi :"Sao thế Hoá?".

"Chóng mặt hả, buồn nôn hả?". "Buồn nôn thôi chứ, có thèm ăn chua không?". "Khỉ gió ở đâu ấy". "Nói bậy, nói bạ, trẻ con nó nghe thấy đấy". "Bà ăn gì tụi tôi mua về cho?". "Bánh mì được không ?". "Đồ ăn không cần. Làm sao mang về cho tôi một cục nước đá".

Họ đi hết. Tôi trở dậy thay quần áo mặc nhà cho dễ chịu, nằm lại một mình trong phòng, quanh trường không nghe một tiếng động, tự nhiên tôi thấy sợ. Nắng reo khô trên mặt tường, trên nóc nhà. Cũng có thể tai tôi bị ù.

Những tiếng gà trưa như đẩy hẳn đời sống trôi sâu vào một quãng không lặng lẽ. Tôi nghe cơn sốt bừng bừng dưới da.

Mấy người bạn đi ăn trở về, mang theo cho tôi một bọc nước đá trong túi nylon.

Tôi đắp túi nước đá lên trán và nhai khúc bánh mì họ mang về cho. Tôi ăn miếng bánh mà như nhai cỏ trong miệng, lưỡi đắng và tôi chẳng còn nhận ra mùi vị gì. Tôi uống chén trà nguội, sau đó, tìm cách nằm tựa vào vách tường cố ngủ.

Ngủ một giấc, thức dậy, tôi thấy đỡ váng vất, nhưng hai vai và chân tay mỏi rời, đau nhức, một cảm giác lỏng lẻo luồn lỏi khắp thân thể. Mấy người bạn cũng vừa thức dậy đang sửa soạn ra đứng lớp.

- Sao, bà thấy đỡ không ?

- Khá rồi.

- Dạy được không ?

- Có lẽ phải nghỉ thôi.

- Mới có tí tuổi đầu đã quặt quẹo rồi. Già tí nữa thì sao ?

- Nào có chịu già không đâu, còn sinh năm đẻ bảy nữa.

- Không ăn nói tử tế được à ?

Ngoài sân trường tiếng cười nói của lũ học trò phút chốc đã đầy. Tiếng kẻng gõ kêu lanh lảnh. Lũ nhỏ đã vào lớp chiều.

Đó là lúc các thầy, các cô bắt đầu "mở máy".

Tôi tưởng tượng ra cái cảnh làm việc của họ và buồn cười một mình.

Tôi đang lưỡng lự không biết nên cố nhắm mắt ngủ thêm một

chút nữa hay đứng dậy sửa soạn ra đường đón xe về Sài Gòn thì nghe tiếng gõ cửa.

Tôi nói :

- Mời vào.

Trò Nguyệt trở lại như đã hứa lúc tan buổi học sáng.

Con nhỏ đã thay áo mới, chiếc áo màu hồng nhạt làm rạng thêm đôi má đỏ vì nắng, trông khác hẳn với lúc nó mặc chiếc áo trắng đồng phục hàng ngày.

Nhìn nó, tôi không khỏi trạnh nghĩ đến những ngày đi học của mình.

Nguyệt bước lại gần tôi, hỏi :

- Cô thấy đỡ không cô ?

Tôi xây người ngồi nhỏm dậy, bảo :

- Em đấy hả ?

Nguyệt nói :

- Em mang thuốc lại cho cô.

Nó nói và mở chiếc ví tay nhỏ, lấy đưa cho tôi một vỉ thuốc cảm.

Tôi nói :

- Nắng vậy mà em cũng chịu khó đi.

Nguyệt đi lại phía bàn rót nước mang lại cho tôi, nói :

- Chịu khó uống một viên đi cô.

Tôi đỡ chén nước trên tay con nhỏ, cảm động về sự săn sóc của nó. Lẫn trong cái im vắng của buổi trưa, tôi nghe tiếng giảng bài của các người bạn, tiếng thước kẻ gõ trên bàn, tiếng chó sủa, gà gáy, xe chạy ngoài lộ. Cái bóng dáng nhỏ bé của đứa học trò đang đứng trước mặt, chiếc áo hồng ủi thẳng, vẻ khép nép lẫn làm dáng của nó, cho tôi một cảm giác êm đềm, cái êm đềm có lẽ chỉ thấy trong các buổi trưa ở tỉnh ly, sự im vắng toát ra từ những khu vườn, những kinh rạch, những cánh đồng, tích tụ từ bao nhiêu năm, bám trên quần áo, vẻ mặt của đứa con gái, làm thành một phần nhan sắc của nó.

Tôi uống viên thuốc rồi hỏi đứa học trò :

- Năm nay em mấy tuổi ?

Nguyệt đáp :

- Dạ em mười bảy ạ.

Tôi nói :

- Tôi nằm một lát nữa, chờ hết nắng, sẽ về.

Nguyệt ngó quanh tìm chỗ ngồi. Tôi nhích người sang một bên, bảo :

- Em ngồi xuống đây này.

Nguyệt ngồi xuống cạnh tôi, nói :

- Sao cô không tới nhà em chờ cho khỏe hẳn, mai hãy về.

Tôi nói :

- Cô phải về chứ. Không nhà lại tưởng bị tai nạn.

Nguyệt lấy trong cái làn nhỏ nó xách theo mang ra cho tôi mấy thứ trái cây.

Nó nói :

- Trái vườn nhà em đấy ạ.

Tôi hỏi :

- Vườn nhà em rộng lắm hả ?

Nguyệt cười :

- Vườn để trồng trái thì rộng, còn vườn ngay cửa nhà thì không lớn lắm, nhưng ba má em cũng trồng nhiều cây lấy bóng mát.

Nó bóc trái cây cho tôi ăn.

Tôi nói :

- Em ăn cùng với cô chứ.

Nguyệt nói :

- Dạ.

Nguyệt kể lại cho tôi nghe về cái cảnh Tết Mậu Thân, nhà nó cũng bị trúng một trái pháo sập hết một nửa, ba má nó mới làm lại, nhà sập và cây bưởi bên đầu hồi. cũng bị gẫy luôn Cây bưởi trái rất ngon và mùa bưởi đâm bông, hoa thơm lừng cả phòng của nó.

Tôi nói đùa với Nguyệt :

- Em được ướp hoa bưởi mười bảy năm, thảo nào người em thơm quá, từ lúc nãy cô cứ không biết ở đâu ra.

Nguyệt cười. Con bé có hàm răng nhỏ, trắng tinh.

Nó nói :

- Ba em đã cho trồng cây khác thay vào đấy và chắc năm nay cũng sẽ bói trái.

Tôi nhìn đồng hồ tay thấy đã hơn ba giờ.

Tôi bảo Nguyệt :

- Bây giờ cô về đây. Em có ra đón xe với cô không ?

Nguyệt nói :

- Dạ đi.

Tôi đang rửa mặt thì nghe tiếng kẻng báo hết một giờ học. Học trò được nghỉ mười phút.

Tôi thay lại quần áo đi đường, trang điểm qua loa, soi gương thấy mặt mũi xanh nhợt.

Tôi nói :

- Để học trò vào lớp rồi cô với em đi.

Nguyệt hỏi :

- Cô nhắm đi nổi không ?

Tôi cười bảo :

- Được mà.

Nguyệt tỏ ý tiếc không mời được tôi về nhà.

Nó nói :

- Kỳ hè tới, em mời cô về ở nhà em một tuần.

Tôi nói :

- Cô sẽ không quên hảo ý của em.

Nguyệt đi cùng với tôi ra ngoài lộ đón xe, đợi cho tôi ngồi yên chỗ.

Tôi nói qua cửa sổ xe :

- Cám ơn Nguyệt.

Nó giơ tay vẫy, và chỉ khi xe chạy rồi, tôi mới thấy nó quay đầu bước đi.

Tôi về đến nhà cũng gần sáu giờ chiều.

Ba tôi lại vừa bị một cơn bệnh làm xanh xám hết cả người. Tuấn không có đó. Dì tôi đang lấy chiếc khăn ướt lau mồ hôi trên trán cho ba tôi.

Tôi ngồi xuống bên bà hỏi :

- Ba lại bị xỉu nữa sao ạ ?

Bà không ngửng lên nhìn tôi, chỉ đáp :

- Từ trưa đến giờ hai trận rồi.

Tôi nghe từ trong cổ họng ợ lên vị chua và mùi bưởi đứa nhỏ vừa mời ăn ở trường.

Tôi nói :

- Cậu Tuấn đã sang coi dùm cho ba chưa ạ ?

Dì tôi nói :

- Có thấy ai đâu ?

Tôi vội đứng dậy, bảo :

- Để con xem cậu ấy có nhà không, nhờ cậu ấy sang coi giùm cho ba.

Dì tôi không nói gì.

Tôi đi vội sang nhà Tuấn, người nhà cho biết anh đi từ sáng chưa thấy về. Tôi hỏi : "Có phải anh trực trong nhà thương không". "Chắc thế", một người đáp. Cứ xem cái cung cách người nhà Tuấn nhìn tôi, trả lời tôi, tôi thấy nhà Tuấn không mấy có cảm tình với tôi. Tôi đã làm gì họ ? Tôi có làm gì đâu. Thậm chí còn không biết họ là những ai nữa. Vậy thì lý do chỉ có thể giải thích như là vì thấy Tuấn đi chơi với tôi, thấy Tuấn có chút cảm tình với tôi, họ nghĩ, điều ấy rất có thể dẫn đến việc một ngày nào đó Tuấn sẽ lấy tôi, và chắc đó là chuyện họ không hài lòng.

Đúng hay sai, hiện giờ, tất cả những điều ấy có gì quan trọng ?

Tôi quay lại nhà, thầm tính, nếu ba tôi không bớt, tôi sẽ mang ông vào nhà thương. Ở đó, Tuấn có thể chữa chạy cho ông một cách đầy đủ hơn và có lẽ cũng thuận tiện hơn.

Nhưng tới lúc đó tôi mới chợt nhớ ra là không biết Tuấn làm việc ở bệnh viện nào. Trở lại nhà anh để hỏi chắc là việc tôi không làm được.

Tôi về nhà và lại leo lên gác. Dì tôi vẫn ngồi nguyên ở chỗ cũ bên cạnh ba tôi.

Tôi nói :

- Cậu ấy không có nhà.

Bà hỏi :

- Cậu ấy là ai ?

Câu hỏi của dì tôi làm tôi ngạc nhiên. Như thế, bà không biết gì về Tuấn sao? Có thể lắm. Có thể bà có gặp Tuấn nhưng chưa bao giờ nói chuyện với nhau nên kể như không biết

Tôi nói :

- Cái cậu thường sang đây chơi với ba. Cậu ấy học thuốc.

Dì tôi lặng yên không nói gì.

Ba tôi trở mình. Da mặt ông, trông như có một lớp dầu nhờn, lỏng, bên dưới. Ông mở mắt nhìn, thấy dì tôi và cả tôi ngồi quanh, ông có vẻ khó chịu. Tôi muốn hỏi xem ông có muốn đi nhà thương không, nhưng không dám nói. Thấy ông cau có quá, tôi bỏ xuống nhà.

Tôi cũng muốn được lau qua mình mẩy, thay quần áo vì thấy người nhớp nháp khó chịu quá.

Tôi làm xong tất cả các việc này, leo trở lại lên gác.

Dì tôi đã ngồi xích sang bên cạnh, tựa lưng vào chiếc thùng đựng sách. Ngọn đèn trong khay đã được thắp cháy.

Ba tôi tiêm thuốc, nhưng ông làm việc này một cách uể oải.

Tôi mời dì tôi xuống nhà xơi cơm và hỏi ba tôi có muốn ăn cháo không, để tôi nấu.

Nhưng cả hai người chẳng ai nói gì.

Tôi nhắc lại câu hỏi với ba tôi một lần nữa.

Ông lắc đầu tỏ ý không muốn ăn gì hết.

Dì tôi lắc lắc cái đầu cho đỡ mỏi rồi bà lom khom đứng dậy, bảo :

- Chị ở đây với ba một lúc. Tôi đi.

Ba tôi kê dọc tẩu lên đèn, hút. Tôi thấy hai tay ông run rẩy và ông phải kéo từng hơi ngắn.

Tôi ngồi xuống mép chiếu phía bên này khay đèn, loay hoay rót nước cho ba tôi, đậy lại chiếc nắp ấm giỏ.

Tôi nói :

- Sao ba không chịu khó đi nhà thương để người ta khám bệnh cho.

Ông nói :

- Không sao.

Tôi nói :

- Để con nhờ cậu Tuấn đưa ba đi nhé ?

Ba tôi gạt đi :

- Đừng làm phiền người ta.

Tôi ngửi thấy mùi dầu lạc cháy khét, mùi hơi gây gây tanh của sái thuốc. Vẻ lạnh nhạt của dì tôi lúc nãy và cách trả lời dửng dưng của ba tôi vừa rồi, tự nhiên làm tôi não ruột.

Tôi chưa biết nên ngồi lại với ba tôi thêm một lát nữa hay xuống nhà nằm nghỉ ngơi một chút trước khi mang bài vở của lũ học trò ra chấm, bỗng nghe ba tôi khịt khịt mũi hai ba lần. Tôi quay lại nhìn đã thấy đầu ông ngoẹo sang một bên gối, nước rãi chảy ròng ra mép.

Tôi gọi lớn :

- Ba ! Ba !

Nhưng ông có vẻ không còn biết gì nữa.

Con nhỏ giúp việc ở dưới nhà cùng hai đứa trẻ nghe tiếng tôi la lớn đều leo cả lên gác.

Tôi bảo với con nhỏ :

- Ra đường kêu một chiếc taxi mau lên, cô đưa ông đi nhà thương.

Trong khi con nhỏ chạy đi kêu xe, ba tôi tỉnh lại. Ông lắc lắc cái đầu dường như không chịu nổi cơn lạnh trong người, cũng có thể ông bị nghẹt thở. Tóc ông rũ ra mốt cách dễ sợ. Mặt ông tái mét.

Tôi và con bé ở phải khó nhọc lắm mới dìu được ông từ trên gác xuống dưới nhà và đưa ra chiếc taxi đậu sát cửa.

Tôi dặn dò con bé ở nhà lo cho hai đứa trẻ đi ngủ rồi mới bảo xe chạy tới nhà thương.

Thực ra lúc ấy tôi cũng cuống quýt chẳng biết phải làm gì nữa.

Không biết sự run rủi hay may mắn nào sui khiến, tôi đã đến

337

đúng nơi Tuấn làm việc và lúc ấy anh lại đang cùng với mấy người khác đứng trong phòng nhận bệnh.

Tuấn nhận ba tôi là người nhà. Ông mau chóng được đưa ngay vào phòng cấp cứu.

Tuấn hỏi tôi :

- Cụ bị từ bao giờ ?

Tôi nói :

- Vừa mới đây thôi. Nhưng lúc trưa ba em đã bị xỉu một lần rồi.

Vị bác sĩ trao đổi với Tuấn vài câu bằng tiếng Pháp. Tuấn cho hay ba tôi nghiện thuốc phiện.

Rồi hai người tiếp tục nói với nhau bằng tiếng Việt, tôi nghe câu được câu chăng, có lẽ ba tôi bị thiếu thuốc hoặc ông đã muốn bỏ hút, đã uống một thứ thuốc cai nào đó và bị phản ứng, dầu sao cũng phải chờ kết quả thử nghiệm mới biết chắc được.

Tuấn bảo tôi :

- Phải để cụ ở lại đây.

Người ta để ba tôi trên một chiếc giường có bánh xe đẩy về phía các phòng bệnh sâu trong phía sân tối.

Tuấn ra hiệu cho tôi đi theo anh.

Ba tôi được đẩy vào một căn phòng, khênh lên giường nằm và y tá chích cho ông những mũi thuốc theo toa ghi sẵn của bác sĩ.

Tuấn nói :

- Cô ngồi chờ ở đây. Tôi đi xem kết quả xét nghiệm ra sao.

Tuấn đi khỏi. Ba tôi vẫn chưa tỉnh. Dù thế nào đã vào đến đây cũng thấy yên tâm hơn. Tôi không biết ông được chích những thứ thuốc gì, nhưng cứ nhìn bề ngoài lúc này thấy ông có vẻ một người đang ngủ nhiều hơn bị xỉu.

Chừng một tiếng đồng hồ sau Tuấn trở lại cho hay không có gì nguy hiểm. Có lẽ ba tôi muốn bỏ hút nên bị suyễn hành. Suyễn hành nên ông không hút được và vì không hút được, thiếu thuốc và bị thuốc hành luôn. Tuy nhiên, Tuấn nói thêm, nên để ông cụ ở lại nhà thương, phòng khi có có chuyện gì xẩy ra, ở đây, có nhiều phương tiện chữa chạy hơn.

338

Tôi nói :

- Từ nãy không thấy ba em tỉnh lại.

Tuấn cầm tay ba tôi lên nghe lại mạch.

Anh nói :

- Không sao. Cụ ngủ được càng tốt.

Lúc nhìn ra ngoài sân bệnh viện, dưới bóng những cây cao và ánh sáng vàng mờ của những ngọn đèn thắp trên các lối đi , thấy sương trắng xóa, tôi mới biết trời đã khá khuya.

Tôi hỏi Tuấn :

- Em có thể ở lại với ba em không ?

Tuấn nói :

- Được. Nếu em muốn.

Tôi nhìn quanh phòng bệnh không thấy một giường trống. Có lẽ tôi sẽ phải ngồi hay đứng ngoài hành lang suốt đêm thôi.

Tuấn nói :

- Lát, tôi sẽ nhường phòng trực của tôi cho cô nghỉ.

Tôi hỏi :

- Vậy có được không ?

Tuấn nói :

- Y sĩ và sinh viên nội trú trực đêm ít có hy vọng được ngủ lắm.

Tuấn nói :

Chừng cô xuống ngủ, tôi sẽ nhờ y tá họ trông cụ cho, cô cứ yên tâm.

Bây giờ tôi mới thấy đói bụng. Vừa đói vừa mệt suốt từ sáng, tôi cũng thấy cần được đặt mình xuống nghỉ ngơi một chút.

Tôi nói với Tuấn :

- Ở đây có gì ăn không anh, kiếm cho em một miếng.

Nói rồi tôi mới chợt nhận ra, từ nãy đến giờ, nói chuyện với Tuấn, lúc tôi xưng "em", lúc xưng "tôi", anh cũng vậy, lúc gọi tôi là "em" lúc gọi "cô".

Tuấn nói :

- Có Câu Lạc Bộ mà. Thiếu gì thức ăn. Cô theo tôi xuống đây rồi tính.

Tuấn đưa tôi tới phòng trực của anh. Phòng có bàn ghế, giường màn hẳn hoi.

Tuấn bảo :

- Cô ngồi đây, tôi đi kiếm thức ăn cho.

Tuấn ra ngoài. Lát sau, có người lao công mang đến cho tôi một ly cà phê sữa và một tô cháo gà bốc khói. Tuấn đi đằng sau người lao công.

Tôi cám ơn bác ta.

Bác để đồ ăn trên bàn rồi đi ra liền.

Tuấn kéo chiếc ghế ra khỏi gầm bàn, bảo tôi :

- Cô ngồi xuống, ăn đi.

Tuấn ngồi đối diện với tôi. Tôi ăn hết nửa tô cháo và kể cho anh nghe những chuyện xẩy ra từ sáng đến giờ.

Tuấn nói :

- Cô ráng ngủ một chút, sẽ khoẻ lại.

Tôi nhờ Tuấn đưa lên phòng ba tôi một lần nữa xem sao.

Ba tôi vẫn nằm thiêm thiếp, chưa có vẻ gì tỉnh lại.

Tôi trở về phòng của Tuấn.

Khi Tuấn bấm tắt ngọn đèn, tôi mới thấy cái việc tôi nằm lại phòng anh một mình trong đêm thế này là một điều cũng đáng lo ngại.

Đèn phòng đã tắt, nhưng đèn ngoài khu vườn bên cửa sổ hắt qua khung kính vẫn còn đủ soi cho nhìn thấy mọi vật trong phòng.

Tuấn đi từ chỗ công tắc điện tới chiếc giường tôi đang ghé ngồi.

Rất nhẹ nhàng anh cúi xuống ôm hôn tôi.

Việc xẩy ra đột ngột và tôi chẳng còn một chút sức lực nào để tỏ một cử chỉ phản đối.

Có lẽ tôi yêu anh.

Cũng có thể Tuấn yêu tôi thật chứ ?

Mọi sự đã hẳn không chấm dứt ở đó.

Trong đêm ấy, tôi đã dễ dàng trao thân cho anh.

Khi biết tôi còn trinh, Tuấn có vẻ ân hận nhiều hơn thích thú.

Tôi biết ra điều ấy khi nhìn thấy mặt anh qua ánh sáng lờ mờ giống như ánh trăng của ngọn đèn ngoài cửa sổ hắt vào.

Tuấn nằm lại với tôi một lúc lâu.

Nhưng khi tôi tỉnh dậy [làm thế nào tôi có thể ngủ được, dù chỉ một chút, vào lúc ấy ?] anh đã đi khỏi. Có lẽ đã gần sáng. Tôi thức giấc và nghe quanh mình một sự lạnh lẽo đến rởn da gà.

Tôi nhớ lại mọi chuyện và càng cảm thấy lẻ loi và ê chề hơn nữa.

Tôi quơ chân tìm đôi dép. Tôi muốn băng ra ngoài lên phòng ba tôi xem ông có làm sao không. Nhưng sau khi đã sỏ cả hai chân vào dép rồi, tôi lại thấy không muốn làm việc ấy nữa.

Tôi nhìn quanh căn phòng, muốn kiếm chỗ nào có nước rửa mặt.

Ngoài vườn và trên cái lối đi hun hút nhìn thấy bên ngoài cửa sổ, tôi nhìn thấy cái bóng trắng của một y công hay y tá gì đó, đang đẩy một chiếc băng ca không.

Cả khu bệnh viện vẫn còn im vắng.

Ngoài phố, bắt đầu nghe tiếng xe cộ, nhất là tiếng những chiếc xích lô máy nổ ròn rã chạy lướt qua.

Tôi muốn đi tìm Tuấn, nhưng không biết anh ở đâu. Hết đứng, ngồi, tôi lại nằm xuống giường và cứ thế chập chờn cho đến lúc Tuấn trở lại đánh thức dậy.

Ba tôi phải ở lại trong bệnh viện ba ngày rồi mới được đưa về nhà . Ông gầy dộc hẳn đi.

Tôi lấy giấy chứng của bệnh viện, xin nghỉ một tuần để trông nom người bệnh.

Mấy bữa ba tôi đau nặng, dì tôi cũng bỏ công việc, ra vào bệnh viện trông nom ông. Mấy ngày sau khi ông về nhà, bà cũng bỏ nhiều thì giờ, ở nhà.

Từ bữa ở nhà thương về, tôi cũng gần như ốm thật.

Tuấn có sang, mang thuốc men cho ba tôi và mỗi lần đến nhà, anh đều ghé tới bàn làm việc chuyện trò với tôi đôi ba câu, một việc trước kia chưa bao giờ anh làm.

Chúng tôi cố tránh không nhắc với nhau một điều gì về cái đêm đó cả.

Tuấn chỉ hỏi tôi những câu giản dị đại khái :"Hoá khoẻ chứ, không sao chứ, em không làm sao chứ?". Tôi nói "Không, em không sao".

Một buổi tối, trong lúc tôi đang soạn bài thì dì tôi lại, bắc ghế ngồi gần tôi và hỏi tôi :

- Chị muốn giải quyết sao về vấn đề ba chị ?

Tôi hơi ngạc nhiên, hỏi lại bà :

- Dì nói sao, con chưa hiểu rõ ý dì.

Bà nói :

- Tôi muốn có sự hoà thuận trong nhà. Nhưng giữa chị và tôi hình như không có được điều đó.

Tôi nói :

- Con đã làm gì khiến dì phật ý ?

Dì tôi nói :

- Không. Nhưng tôi biết những việc tôi làm có thể ảnh ưởng không tốt đến công việc của chị.

Câu nói bất ngờ của bà làm tôi bị xúc động.

Bà tiếp :

- Tôi muốn dàn xếp thẳng với chị việc đó.

Tôi nói :

- Thực ra con chưa hề gặp một trở ngại nào.

Dì tôi mim cười chua chát :

- Thật thế thì càng hay. Nếu vậy tôi với chị hãy giải quyết mọi việc ngay lúc nó chưa đến nỗi nào này.

Thực ra tôi cũng chưa thể đoán bà có ý định gì. Nhưng cổ tôi thì đã nghẹn.

Bà yên lặng nhìn tôi, có lẽ là để dò xem phản ứng của tôi ra sao. Sau đó bà nói :

- Hiện giờ tôi đủ sức kiếm cho chị một chỗ ở khác. Chị cứ để ba ở lại đây với tôi. Chị hãy ra ở riêng. Để bù lại chị hãy trông nom hai đứa trẻ cho tôi. Hoặc chị cứ ở lại nhà này với chúng và tôi đưa ba đi nơi khác.

Tiếng nói của bà trong một giây làm tôi ù cả đầu, bối rối, chưa biết trả lời sao.

Thấy tôi yên lặng, bà đứng dậy bảo :

- Chị cứ suy nghĩ rồi mai cho tôi biết ý chị.

Sau đó, bà ra khỏi nhà.

Mọi việc như thế, đã được chính bà nói ra một cách rõ ràng. Bà đã trao cho tôi quyền quyết định và tự ký vào bản án của mình. Nhưng nếu tôi không cáng đáng nổi gia đình, tôi sẽ chẳng có chọn lựa nào đáng kể. Việc chia đôi gia đình chỉ là hình thức bề ngoài, có tính cách che mắt thiên hạ. Cái bề ngoài đó có cần thiết chăng? Có giấu nổi sự thật nào chăng và nhất là có biến nổi tôi thành một kẻ khác chăng ? Nhưng lý luận như thế, tôi sẽ chẳng giải quyết được gì cả. Có lẽ tôi nghĩ như là hãy cố gắng sửa chữa những gì có thể sửa chữa được, dù trong điều kiện nào. Hãy nghĩ đến tương lai hai đứa trẻ và đến chuyện mai đây tôi sẽ phải lấy chồng. Nhưng đó có phải cũng chỉ là một cách nghĩ. Mọi việc coi như dì tôi đã giải quyết hết.

Tôi xếp những giấy tờ bừa bộn trên bàn cho vào cặp, sửa soạn cho công việc sớm mai. Tôi cũng muốn dành một chút thì giờ nghĩ đến Tuấn trước khi ngủ. Tôi bỗng nhận ra hai tay tôi cầm mấy tờ giấy dường không vững nữa.

Anh có yêu em không, Tuấn ?